สวรรค์
II

ประตูทั้งสิบสองประตูนั้นทำด้วยไข่มุกสิบสองเม็ดประตูละเม็ดและถนนในนครนั้นเป็น
ทองคำบริสุทธิ์ใสราวกับแก้ว (วิวรณ์ 21:21)

สวรรค์

II

เต็มไปด้วยพระสิริของพระเจ้า

โดย ศจ.ดร. แจร็อก ลี

URIM BOOKS

สวรรค์ (ภาค 2): เต็มไปด้วยพระสิริของพระเจ้า
โดย ดร. แจร็อก ลี
จัดพิมพ์โดย อูริมบุคส์
851, คูโร-ดอง, คูโร-กุ, โซล เกาหลีใต้
www.urimbook.com

ห้ามจัดพิมพ์หนังสือเล่มนี้หรือส่วนหนึ่งส่วนใดของหนังสือเล่มนี้ซ้ำ หรือเก็บไว้ในระบบเพื่อนำกลับมาใช้ใหม่ หรือถ่ายทอดด้วยรูปแบบอื่นใด หรือโดยเครื่องมืออิเลกทรอนิกส์ เครื่องกล การถ่ายสำเนา การบันทึกหรือด้วยวิธีการหนึ่งใดเหล่านี้ โดยมิได้รับอนุญาตจากผู้จัดพิมพ์อย่างเป็นลายลักษณ์อักษร

ข้อพระคัมภีร์ที่อ้างอิงในหนังสือเล่มนี้นำมาจากพระคัมภีร์ไทยฉบับ Thai Bible R97
® สงวนลิขสิทธิ์ © 1991 ใช้โดยได้รับอนุญาตจากสมาคมพระคริสตธรรมไทย
(Thailand Bible Society)
ISBN: 979-11-263-1359-4 03230
สงวนลิขสิทธิ์ © 2003 โดย ดร. แจร็อก ลี
จัดพิมพ์ครั้งแรกโดยอูริมบุคส์ กรุงโซล ประเทศเกาหลีใต้

บทนำ

ข้าพเจ้าอธิษฐานขอให้ท่านเป็นบุตรที่แท้จริงของพระเจ้าและร่วมแบ่งปันความรักแท้ด้วยความสุขและความชื่นชมยินดีนิรันดร์ในนครเยรูซาเล็มใหม่ซึ่งบริบูรณ์ไปด้วยความรักพระเจ้า...

ข้าพเจ้าขอบพระคุณและถวายเกียรติยศทั้งสิ้นแด่พระเจ้าพระบิดาผู้ทรงเปิดเผยชีวิตในสวรรค์ให้ข้าพเจ้าเห็นอย่างชัดเจนและทรงอวยพรให้เราจัดพิมพ์หนังสือเรื่อง "สวรรค์ (ภาค 1): สุกใสและงดงามดุจแก้ว" และ "สวรรค์ (ภาค 2): เต็มไปด้วยพระสิริของพระเจ้า"

ข้าพเจ้าต้องการรู้เกี่ยวกับสวรรค์โดยละเอียดพร้อมกับเฝ้าอธิษฐานและอดอาหารเผื่อเรื่องนี้อย่างต่อเนื่องมาเป็นเวลานาน ในที่สุดพระเจ้าทรงตอบคำอธิษฐานของพระเจ้าหลังจากเจ็ดปีผ่านไปและวันนี้พระองค์ทรงกำลังเปิดเผยความลับอันลึกซึ้งยิ่งขึ้นเกี่ยวกับมิติฝ่ายวิญญาณ

ในหนังสือเรื่อง "สวรรค์ (ภาค 1)" ข้าพเจ้าได้แนะนำให้ท่านรู้จักสถานที่ต่าง ๆ ในสวรรค์โดยจำแนกที่อยู่เหล่านั้นออกเป็นเมืองบรมสุขเกษม สวรรค์ชั้นที่หนึ่ง สวรรค์ชั้นที่สอง สวรรค์ชั้นที่สาม และนครเยรูซาเล็มใหม่ หนังสือ "สวรรค์ (ภาค 2)" จะสำรวจเกี่ยวกับนครเยรูซาเล็มใหม่ซึ่งเป็นที่อยู่ที่งดงามและรุ่งโรจน์มากที่สุดในสว

รรค์โดยละเอียดยิ่งขึ้น

พระเจ้าแห่งความรักทรงสำแดงนครเยรูซาเล็มใหม่กับอัครทูตย
อห์นและทรงอนุญาตให้ท่านบันทึกเกี่ยวกับสถานที่แห่งนี้ไว้ในพระ
คัมภีร์ ในขณะที่การเสด็จมาครั้งที่สองของพระเยซูกำลังใกล้เข้ามา
ปัจจุบันพระเจ้าทรงเทพระวิญญาณบริสุทธิ์ลงมาเหนือผู้คนจำนวนนั
บไม่ถ้วนและทรงเปิดเผยเกี่ยวกับสวรรค์ด้วยรายละเอียดมากยิ่งขึ้น
ทั้งนี้ก็เพื่อผู้คนที่ไม่เชื่อจำนวนมากทั่วโลกจะหันมาเชื่อในเรื่องชีวิต
หลังความตายซึ่งรวมถึงสวรรค์และนรก และเพื่อผู้คนที่ประกาศถึง
ความเชื่อในพระเยซูคริสต์จะดำเนินชีวิตอย่างมีชัยชนะในพระองค์
และพยายามเผยแพร่พระกิตติคุณออกไปทั่วโลก

เพราะเหตุนี้ อัครทูตเปาโล (ซึ่งรับผิดชอบต่อการประกาศพระกิ
ตติคุณกับคนต่างชาติ) จึงกำชับทิโมธีซึ่งเป็นบุตรฝ่ายวิญญาณของท่
านว่า "แต่ท่านจงหนักแน่นมั่นคง จงอดทนต่อความทุกข์ยากลำบาก จงทำหน้าที่ของผู้ประกาศข่าวประเสริฐ และจงกระทำพันธบริการข
องท่านให้สำเร็จ" (2 ทิโมธี 4:5)

พระเจ้าทรงเปิดเผยเกี่ยวกับสวรรค์และนรกให้ข้าพเจ้าเห็
นอย่างชัดเจนเพื่อข้าพเจ้าจะเผยแพร่เรื่องราวของยุคต่าง ๆ
ที่จะมาถึงออกไปทั่วทุกมุมโลก พระเจ้าทรงปรารถนาให้มนุษย์ทุกค
นได้รับความรอด พระองค์ไม่ทรงต้องการให้ดวงวิญญาณแม้แต่ดว

งเดียวตกนรก ยิ่งกว่านั้น พระเจ้าทรงต้องการให้ผู้คนจำนวนมากที่สุดเท่าที่จะมากได้เข้าสู่นครเยรูซาเล็มใหม่

ดังนั้น อย่าให้ผู้ใดพิพากษาตัดสินหรือกล่าวประณามข่าวสารเหล่านี้ที่พระเจ้าประทานให้โดยผ่านการดลใจของพระวิญญาณบริสุทธิ์

ในหนังสือเรื่อง "สวรรค์ (ภาค 2)" ท่านจะค้นพบความลับมากมายเกี่ยวกับสวรรค์ อาทิ เช่น พระลักษณะของพระเจ้าผู้ทรงดำรงอยู่ก่อนปฐมกาล พระที่นั่งของพระเจ้า และความลับเรื่องอื่น ๆ อีกมากมาย ข้าพเจ้าเชื่อว่ารายละเอียดและเรื่องราวเหล่านี้จะทำให้ผู้คนที่ปรารถนาไปอยู่สวรรค์มีความสุขและความชื่นชมยินดีมากยิ่งขึ้น

นครเยรูซาเล็มใหม่ถูกสร้างขึ้นด้วยความรักอันยิ่งใหญ่และฤทธิ์อำนาจอันมหัศจรรย์ของพระเจ้า ลองคิดดูซิว่าสถานที่แห่งนี้จะโอ่อ่างดงาม และสว่างสดใสเพียงใด นครเยรูซาเล็มใหม่เป็นสถานที่อันน่าหลงไหลและบริสุทธิ์มากจนไม่มีมนุษย์คนใดสามารถหยั่งรู้ด้วยสติปัญญาของตนได้

ด้วยเหตุนี้ ท่านต้องรู้ว่านครเยรูซาเล็มใหม่ไม่ใช่สิ่งที่พระเจ้าจะทรงมอบให้เป็นรางวัลแก่ทุกคนที่ได้รับความรอด พระเจ้าจะทรงมอบที่อยู่แห่งนี้ให้กับบุตรของพระองค์ (ผู้มีจิตใจสะอาดสุกใสดุจแก้ว

ภายหลังการถูกฝัดร่อน) เท่านั้น

    ข้าพเจ้าขอขอบคุณผู้อำนวยการเจียมซุน วิน และเจ้าหน้าที่ในแผนกบรรณาธิการและขอบคุณแผนกการแปลสำหรับการจัดพิมพ์หนังสือเล่มนี้

    ข้าพเจ้าขออวยพรให้ทุกคนที่อ่านหนังสือเล่มนี้เป็นบุตรที่แท้จริงของพระเจ้าและร่วมแบ่งปันความรักแท้กับพระองค์ด้วยความสุขและความชื่นชมยินดีนิรันดร์ในนครเยรูซาเล็มใหม่ซึ่งเต็มไปไปด้วยพระสิริของพระเจ้า

แจร็อก ลี

คำนำ

หวังว่าท่านจะได้รับพระพรจากการค้นพบรายละเอียดที่แจ่มแจ้งที่สุดเกี่ยวกับนครเยรูซาเล็มใหม่และอยู่ใกล้ชิดกับพระที่นั่งของพระเจ้าที่สุดในสวรรค์ในนิรันดรกาล...

ข้าพเจ้าขอบพระคุณและถวายพระเกียรติทั้งสิ้นแด่พระเจ้าผู้ทรงอวยพรให้เราจัดพิมพ์หนังสือเรื่อง “สวรรค์ (ภาค 1): สุกใสและงดงามดุจแก้ว” และ “สวรรค์ (ภาค 2): เต็มไปด้วยพระสิริของพระเจ้า”

หนังสือเล่มนีมีอยู่ 9 บทซึงให้คำอธิบายอย่างชัดเจนเกียวกับขนาด ความรุ่งโรจน์ และชีวิตในนครเยรูซาเล็มใหม่ซึงเป็นทีอยู่อันงดงามและบริสุทธิ์ทีสุดในสวรรค์

บทที 1 “นครเยรูซาเล็มใหม่: เต็มไปด้วยพระสิริของพระเจ้า” บอกถึงลักษณะของนครเยรูซาเล็มใหม่และอธิบายความลับเกียวกับพระทีนังของพระเจ้ารวมทังบอกถึงจุดสูงสุดของมิติฝ่ายวิญญาณซึงพระเจ้าทรงสำแดงพระองค์เองในฐานะองค์ตรีเอกานุภาพ

บทที 2 “รายชือคนสิบสองเผ่าและอัครทูตสิบสองคน” อธิบายถึงลักษณะภายนอกของนครเยรูซาเล็มใหม่ซึงถูกล้อมรอบด้วยกำแพงสูงขนาดใหญ่และมีรายชือของอิสราเอลสิบสองเผ่าจารึกไว้บนประ

ตูสิบสองประตูที่อยู่ทั้งสี่ด้าน บนฐานสิบสองฐานมีการจารึกชื่อของอัครทูตสิบสองคนรวมทั้งคำอธิบายถึงเหตุผลและความสำคัญของคำจารึกแต่ละคำเอาไว้อย่างชัดเจน

บทที่ 3 "ขนาดของนครเยรูซาเล็มใหม่" บอกถึงลักษณะและมิติของนครเยรูซาเล็มใหม่ บทนี้อธิบายถึงสาเหตุที่พระเจ้าทรงทรงวัดขนาดของนครเยรูซาเล็มใหม่ด้วยไม้วัดทองคำและเพื่อเข้าไปสู่นครแห่งนี้บุคคลต้องมีคุณสมบัติฝ่ายวิญญาณทั้งหมดซึ่งวัดด้วยไม้วัดทองคำ บทนี้ยังอธิบายเช่นกันว่าทำไมความกว้าง ความยาว และความสูงของนครเยรูซาเล็มใหม่แต่ละด้านจึงมีขนาด 6,000 รีตามมาตราวัดของเกาหลี

บทที่ 4 "สร้างด้วยทองคำบริสุทธิ์และเพชรพลอยหลากสี" สำรวจวัสดุแต่ละชนิดที่ใช้สร้างนครเยรูซาเล็มใหม่โดยละเอียด นครทั้งหมดได้รับการตกแต่งด้วยทองคำบริสุทธิ์และเพชรพลอยหลายชนิด บทนี้ยังบรรยายถึงความงดงามของสีสัน ความแวววาว และความสว่างไสวของวัสดุเหล่านี้ด้วยเช่นกัน ยิ่งกว่านั้น บทนี้จะอธิบายถึงความสำคัญของความเชื่อฝ่ายวิญญาณโดยบอกถึงเหตุผลที่พระเจ้าทรงตกแต่งกำแพงนครด้วยแก้วมณีโชติและนครเยรูซาเล็มใหม่ทั้งหมดด้วยทองคำบริสุทธิ์ซึ่งสุกใสดุจแก้ว

ในบทที่ 5 "ความสำคัญของฐานสิบสองฐาน" ท่านจะเรียนรู้เกี่ยวกับกำแพงของนครเยรูซาเล็มใหม่ซึ่งสร้างขึ้นบนฐานสิบสองฐ

านตลอดจนความงดงามและความสำคัญฝ่ายวิญญาณของแก้วมณีโชติ ไพทูรย์ โมรา มรกต โกเมน ทับทิม บุษราคำน้ำแก่ เพทายบุษราคำน้ำอ่อน หยก นิล และพลอยสีม่วง ถ้าท่านเพิ่มความสำคัญฝ่ายวิญญาณของเพชรพลอยสิบสองชนิดเข้าไปท่านจะมองเห็นถึงพระทัยของพระเยซูคริสต์และพระทัยของพระเจ้า บทนี้หนุนใจท่านให้มีจิตใจเหมือนพระทัยของพระองค์โดยใช้เพชรพลอยสิบสองชนิดเป็นสัญลักษณ์เพื่อท่านจะเข้าไปสู่ที่อยู่นิรันดร์ในนครเยรูซาเล็มใหม่

บทที่ 6 “ประตูไข่มุกสิบสองประตูและถนนทองคำ” อธิบายถึงเหตุผลและความสำคัญฝ่ายวิญญาณของการสร้างประตูไข่มุกสิบสองประตูของพระเจ้าตลอดจนความหมายฝ่ายวิญญาณของถนนทองคำซึ่งสุกใสดุจแก้ว หอยสร้างไข่มุกที่มีค่าหลังจากต้องสู้ทนต่อความเจ็บปวดเป็นเวลานานฉันใด บทนี้หนุนใจท่านให้มุ่งหน้าไปสู่ประตูไข่มุกสิบสองประตูแห่งนครเยรูซาเล็มใหม่ด้วยการเอาชนะความยากลำบากและการทดลองทุกชนิดด้วยความเชื่อและความหวังด้วยฉันนั้น

บทที่ 7 “ภาพที่น่าตื่นเต้นหลงไหล” จะนำท่านเข้าไปภายในกำแพงของนครเยรูซาเล็มใหม่ซึ่งมีความสว่างไสวอยู่เสมอ ท่านจะเรียนรู้ความสำคัญฝ่ายวิญญาณของวลีที่ว่า “พระเจ้าผู้ทรงฤทธานุภาพสูงสุดและพระเมษโปดกทรงเป็นพระวิหารในนครนั้น” ขนาดและความงดงามของปราสาทที่องค์พระผู้เป็นประทับอยู่ และสง่าราศีของผู้ค

นที่จะเข้าไปสู่นครเยรูซาเล็มใหม่เพื่ออยู่กับองค์พระผู้เป็นเจ้าชั่วนิรันดร์

บทที่ 8 “ข้าพเจ้าเห็นนครบริสุทธิ์คือเยรูซาเล็ม” แนะนำให้ท่านรู้จักบ้านส่วนตัวของบุคคลที่เคยดำเนินชีวิตบนโลกนี้อย่างสัตย์ซื่อและบริสุทธิ์ในท่ามกลางผู้คนจำนวนมาก ท่านสามารถมองเห็นภาพเงาบางส่วนของวันแห่งความสุขซึ่งจะเกิดขึ้นในนครเยรูซาเล็มใหม่ด้วยการอ่านถึงขนาดและความรุ่งเรืองอันหลากหลายของบ้านในสวรรค์ สิ่งอำนวยความสะดวกมากมาย และชีวิตโดยรวมในสวรรค์

สุดท้าย บทที่ 9 “งานเลี้ยงครั้งแรกในนครเยรูซาเล็มใหม่” จะนำท่านไปดูภาพของงานเลี้ยงครั้งแรกที่จัดขึ้นในนครเยรูซาเล็มใหม่หลังจากการพิพากษาใหญ่แห่งพระที่นั่งสีขาว หลังจากเมื่อแนะนำให้ท่านรู้จักกับบิดาแห่งความเชื่อบางคนซึ่งอยู่ใกล้กับพระที่นั่งของพระเจ้าแล้วหนังสือเล่มนี้จะจบลงด้วยการอวยพรผู้อ่านทุกคนให้มีจิตใจสะอาดและบริสุทธิ์ดุจแก้วเพื่อแต่ละคนจะสามารถอยู่ใกล้กับพระที่นั่งของพระเจ้าในนครเยรูซาเล็มใหม่

ยิ่งท่านเรียนรู้เกี่ยวกับสวรรค์มากขึ้นเท่าใด สวรรค์ก็ยิ่งจะกลายเป็นสิ่งที่น่าพิศวงมากขึ้นเท่านั้น นครเยรูซาเล็มใหม่ (ซึ่งถือเป็นจุดกึ่งกลางของสวรรค์) คือสถานที่ซึ่งท่านจะพบเห็นพระที่นั่งของพระเจ้า ถ้าท่านรู้ถึงความงดงามและสง่าราศีของนครเยรูซาเล็มใหม่ ท่านก็จะมีความหวังอันร้อนรนในเรื่องสวรรค์และมีแนวคิดที่ชัดเจนยิ

คำนำ

งขึ้นเกี่ยวกับชีวิตของท่านในพระคริสต์

ในขณะที่วันเวลาแห่งการเสด็จกลับมาของพระคริสต์ (ซึ่งก่อนที่เวลานี้จะมาถึงพระองค์จะต้องเสร็จสิ้นการจัดเตรียมที่อยู่ในสวรรค์เพื่อเรา) กำลังใกล้เข้ามา ข้าพเจ้าหวังเป็นอย่างยิ่งว่าหนังสือเรื่อง "สวรรค์ (ภาค 2): เต็มไปด้วยพระสิริของพระเจ้า" เล่มนี้จะเตรียมท่านไว้สำหรับชีวิตนิรันดร์ด้วยเช่นกัน

ข้าพเจ้าอธิษฐานในพระนามของพระเยซูคริสต์องค์พระผู้เป็นเจ้าเพื่อท่านจะสามารถอยู่ใกล้กับพระที่นั่งของพระเจ้าด้วยการชำระตนเองให้บริสุทธิ์พร้อมกับมีความหวังอย่างแรงกล้าเกี่ยวกับชีวิตในนครเยรูซาเล็มใหม่และด้วยความสัตย์ซื่อต่อหน้าที่ทั้งสิ้นที่พระเจ้าทรงมอบหมายให้กับท่าน

เจียมซุน วิน
ผู้อำนวยการแผนกบรรณาธิการ

สารบัญ

บทนำ

คำนำ

บทที่ 1 นครเยรูซาเล็มใหม่: เต็มไปด้วยพระสิริของพระเจ้า 1

บทที่ 2 รายชื่อคนสิบสองเผ่าและอัครทูตสิบสองคน 15

บทที่ 3 ขนาดของนครเยรูซาเล็มใหม่ 35

บทที่ 4 สร้างด้วยทองคำบริสุทธิ์และเพชรพลอยหลากสี 45

บทที่ 5   ความสำคัญของฐานสิบสองฐาน 57

บทที่ 6   ประตูไข่มุกสิบสองประตูและถนนทองคำ 105

บทที่ 7   ภาพที่น่าตื่นเต้นหลงไหล 121

บทที่ 8   ข้าพเจ้าเห็นนครบริสุทธิ์คือเยรูซาเล็ม 147

บทที่ 9   งานเลี้ยงครั้งแรกในนครเยรูซาเล็มใหม่ 179

บทที่ 1

นครเยรูซาเล็มใหม่:
เต็มไปด้วยพระสิริของพระเจ้า

1. ในนครเยรูซาเล็มมีพระที่นั่งของพระเจ้า
2. จุดสูงสุดของมิติฝ่ายวิญญาณ
3. เจ้าสาวของพระเมษโปดก
4. เจิดจ้าเหมือนเพชรที่สว่างสุกใสดุจแก้ว

ท่านได้นำข้าพเจ้าโดยพระวิญญาณขึ้นไปบนภูเ
ขาสูงใหญ่และได้สำแดงให้ข้าพเจ้าเห็นนครบริสุ
ทธิ์คือเยรูซาเล็มซึ่งกำลังลอยลงมาจากสวรรค์แ
ละจากพระเจ้า นครนั้นประกอบด้วยพระสิริของพระเจ้า
ใสสว่างดุจแก้วมณีอันหาค่ามิได้เช่นเดียวกับแก้
วมณีโชติอันสุกใสและเป็นผลึก

- วิวรณ์ 21:10-11 -

สวรรค์เป็นย่านหนึ่งในโลกสี่มิติซึ่งปกครองโดยพระเจ้าแห่งความรักและความยุติธรรม แม้สวรรค์ไม่ปรากฏให้เห็นด้วยตาเปล่าแต่สวรรค์เป็นสิ่งที่มีอยู่จริง สวรรค์จะเต็มไปด้วยความสุข ความชื่นชมยินดี การขอบพระคุณ และสง่าราศีมากเพียงใดในเมื่อสวรรค์เป็นของขวัญที่ดีที่สุดซึ่งพระเจ้าได้ทรงจัดเตรียมไว้สำหรับบุตรของพระองค์ที่ได้รับความรอด

แต่ในสวรรค์มีที่อยู่หลายแห่ง สวรรค์มีนครเยรูซาเล็มใหม่ซึ่งเป็นที่ตั้งของพระที่นั่งของพระเจ้าและมีเมืองบรมสุขเกษมซึ่งเป็นที่อยู่ของผู้คนที่ได้รับความรอดอย่างหวุดหวิด ชีวิตในกระท่อมและชีวิตในปราสาทของกษัตริย์องค์หนึ่งบนโลกนี้แตกต่างกันมากฉันใด สง่าราศีของการเข้าสู่เมืองบรมสุขเกษมกับสง่าราศีของการเข้าสู่นครเยรูซาเล็มใหม่ก็แตกต่างกันมากด้วยฉันนั้น

แต่ผู้เชื่อบางคนถือว่า "สวรรค์" และ "นครเยรูซาเล็มใหม่" เป็นสถานที่แห่งเดียวกันและบางคนไม่รู้ด้วยซ้ำว่ามีนครเยรูซาเล็มใหม่ซึ่งถือเป็นเรื่องน่าสมเพชมากทีเดียว การเข้าสู่สวรรค์ไม่ใช่เรื่องง่ายแม้ท่านจะรู้เกี่ยวกับสวรรค์ก็ตาม ดังนั้น บุคคลจะเข้าไปสู่นครเยรูซาเล็มใหม่โดยไม่รู้จักนครแห่งนี้ได้อย่างไร

ด้วยเหตุนี้ พระเจ้าจึงทรงสำแดงนครเยรูซาเล็มใหม่ให้อัครทูตยอห์นเห็นและทรงอนุญาตให้ท่านบันทึกเกี่ยวกับนครแห่งนี้ไว้โดยละเอียดในพระคัมภีร์ วิวรณ์ 21 อธิบายถึงนครเยรูซาเล็มใหม่อย่างลึกซึ้ง เพียงแค่มองดูด้านนอกของนครแห่งนี้ก็ทำให้ยอห์นรู้สึกอัศจรรย์ใจ

ท่านกล่าวไว้ในวิวรณ์ 21:10-11 ว่า "ท่านได้นำข้าพเจ้าโดยพระวิญญาณขึ้นไปบนภูเขาสูงใหญ่และได้สำแดงให้ข้าพเจ้าเห็นนครบริสุทธิ์คือเยรูซาเล็มซึ่งกำลังลอยลงมาจากสวรรค์และจากพระเจ้านครนั้นประกอบด้วยพระสิริของพระเจ้า ใสสว่างดุจแก้วมณีอันหาค่ามิได้เช่นเดียวกับแก้วมณีโชติอันสุกใสและเป็นผลึก"

เพราะเหตุใดนครเยรูซาเล็มใหม่จึงเต็มไปด้วยพระสิริของพระเจ้า

3

1. ในนครเยรูซาเล็มมีพระที่นั่งของพระเจ้า

ในนครเยรูซาเล็มใหม่มีพระที่นั่งของพระเจ้า นครเยรูซาเล็มใหม่จะเต็มไปด้วยพระสิริของพระเจ้ามากเพียงใดเมื่อพระเจ้าประทับอยู่ในนครแห่งนี้ด้วยพระองค์เอง

นั่นคือสาเหตุที่เราเห็นในวิวรณ์ 4:8 ว่าทำไมผู้คนจึงถวายพระสิริ การขอบพระคุณ และพระเกียรติแด่พระเจ้าทั้งกลางวันและกลางคืน “สัตว์ทั้งสี่นั้นมีปีกหกปีกและมีตาทั้งรอบนอกและข้างในและสัตว์เหล่านั้นร้องตลอดวันคืนไม่ได้หยุดเลยว่า ‘บริสุทธิ์ บริสุทธิ์ บริสุทธิ์ พระเจ้าผู้ทรงฤทธานุภาพสูงสุด’ ผู้ได้ทรงดำรงอยู่ในกาลก่อน ผู้ทรงดำรงอยู่ในปัจจุบัน และผู้ซึ่งจะเสด็จมา”

นครเยรูซาเล็มใหม่ยังมีชื่อเรียกอีกว่า “วิสุทธินคร” เพราะนครแห่งนี้ถูกสร้างขึ้นใหม่ด้วยพระคำของพระเจ้าผู้ทรงเป็นความจริงปราศจากตำหนิ และทรงเป็นแสงสว่างโดยในพระองค์ไม่มีความมืดอยู่เลย

เยรูซาเล็มคือสถานที่ซึ่งพระเยซู (ผู้เสด็จมารับสภาพเป็นมนุษย์เพื่อเปิดหนทางแห่งความรอดสำหรับมนุษย์ทุกคน) ทรงประกาศพระกิตติคุณและทำให้ธรรมบัญญัติสำเร็จด้วยความรัก ด้วยเหตุนี้ พระเจ้าจึงทรงสร้างนครเยรูซาเล็มใหม่ขึ้นเพื่อเป็นที่อยู่ของผู้เชื่อทุกคนที่ทำให้ธรรมบัญญัติสำเร็จ

พระที่นั่งของพระเจ้าตั้งอยู่กลางนครเยรูซาเล็มใหม่

พระที่นั่งของพระเจ้าตั้งอยู่ส่วนใดของนครเยรูซาเล็มใหม่ วิวรณ์ 22:3-4 เปิดเผยให้เราทราบถึงคำตอบ

จะไม่มีสิ่งใดถูกสาบแช่งอีกต่อไป พระที่นั่งของพระเจ้าและของพระเมษโปดกจะตั้งอยู่ที่นั่นและบรรดาผู้รับใช้ของพระองค์จะนมัสการพระองค์ เขาเหล่านั้นจะเห็นพระพักตร์พระองค์และพระนามของพระองค์จะประทับอยู่ที่หน้าผากเขา

พระที่นั่งของพระเจ้าตั้งอยู่กลางนครเยรูซาเล็มใหม่ ผู้คนที่เชื่อฟั

งพระคำของพระเจ้าเหมือนคนรับใช้ที่เชื่อฟังนายของตนเท่านั้นที่สามารถเข้าไปที่นั่นและเห็นพระพักตร์พระเจ้าได้

ทั้งนี้ก็เพราะว่าพระเจ้าตรัสกับเราในฮีบรู 12:14 ว่า “จงอุตส่าห์ที่จะอยู่อย่างสงบกับคนทั้งหลายและอุตส่าห์ที่จะได้ใจบริสุทธิ์ซึ่งถ้าใจไม่บริสุทธิ์ก็จะไม่มีผู้ใดได้เห็นองค์พระผู้เป็นเจ้าเลย” และในมัทธิว 5:8 ว่า “บุคคลผู้ใดมีใจบริสุทธิ์ ผู้นั้นเป็นสุข เพราะว่าเขาจะได้เห็นพระเจ้า”

ด้วยเหตุนี้ ท่านต้องรู้ว่าไม่ใช่ทุกคนจะสามารถเข้าสู่นครเยรูซาเล็มใหม่ซึ่งเป็นที่ตั้งของพระที่นั่งของพระเจ้า เช่นเดียวกับที่ไม่ใช่ทุกคนจะสามารถเข้าไปในห้องพำนักหรือตึกที่พักของประธานาธิบดีหรือของกษัตริย์ของโลกนี้และพูดคุยกับผู้นำเหล่านี้หน้าต่อหน้าได้

พระที่นั่งของพระเจ้ามีลักษณะอย่างไร บางคนอาจคิดว่าพระที่นั่งมีลักษณะเหมือนเก้าอี้ขนาดใหญ่ แต่ความจริงไม่ได้เป็นเช่นนั้น ในความหมายแคบ ๆ พระที่นั่งนี้หมายถึงที่ประทับของพระเจ้า แต่ในความหมายเชิงกว้างพระที่นั่งนี้เล็งถึงที่อยู่ของพระองค์

ดังนั้น คำว่า “พระที่นั่งของพระเจ้า” จึงหมายถึงที่อยู่ของพระเจ้า พระที่นั่งของพระองค์ซึ่งตั้งอยู่กลางของนครเยรูซาเล็มใหม่มีรุ้งและที่นั่งของผู้อาวุโสยี่สิบสี่คนล้อมรอบอยู่

รุ้งและที่นั่งของผู้อาวุโสยี่สิบคน

ท่านสามารถสัมผัสถึงความงดงาม ความรุ่งโรจน์ และขนาดของพระที่นั่งของพระเจ้าในวิวรณ์ 4:3-6

และท่านผู้ประทับบนพระที่นั่งนั้นปรากฏประดุจแก้วมณีโชติและแก้วทับทิมและมีรุ้งล้อมรอบพระที่นั่งนั้นและมีผู้อาวุโสยี่สิบสี่คนนั่งอยู่บนที่นั่งเหล่านั้น ทุกคนนุ่งห่มขาวและสวมมงกุฎทองคำบนศีรษะ มีฟ้าแลบฟ้าร้องและเสียงต่าง ๆ ดังออกมาจากพระที่นั่งและมีคบเพลิงเจ็ดดวงจุดไว้ตรงหน้าพระที่นั่ง คบเพลิงเหล่านั้นคือวิญญาณทั้งเจ็ดของพระเจ้า และตรงหน้าพระที่นั่งนั้นมองดูเหมือนทะเลแก้วผลึก และบริเวณรอบพระที่นั่งทั้งสองข้างนั้นมีสัตว์สี่ตัวซึ่งมีตาเต็มทั้งข้างหน้าและข้างหลัง

ทูตสวรรค์และบริวารแห่งฟ้าสวรรค์จำนวนมากกำลังปรนนิบัติพระเจ้า ยิ่งกว่านั้น ยังมีสิ่งทรงสร้างฝ่ายวิญญาณประเภทอื่น (เช่น เครูบและสัตว์สี่ตัว) ทำหน้าที่พิทักษ์ที่นั่งของพระองค์เอาไว้

นอกจากนั้น หน้าที่พระที่นั่งของพระเจ้ายังมีทะเลแก้วผลึกแผ่กระจายตัวยาวออกไป ภาพของทะเลแก้วผลึกแห่งนี้งดงามไปด้วยแสงสะท้อนจากความสว่างหลายชนิดที่ห้อมล้อมพระที่นั่งของพระเจ้าเอาไว้

ผู้อาวุโสยี่สิบสี่คนล้อมรอบพระที่นั่งของพระเจ้าไว้ในรูปแบบใด ผู้อาวุโสสิบสองคนอยู่ด้านหลังองค์พระผู้เป็นเจ้าและผู้อาวุโสอีกสิบสองคนอยู่ด้านหลังพระวิญญาณบริสุทธิ์ ผู้อาวุโสยี่สิบคนเหล่านี้เป็นผู้ที่ได้รับการชำระให้บริสุทธิ์และมีสิทธิ์เป็นพยานต่อพระพักตร์พระเจ้า

พระที่นั่งของพระเจ้างดงาม รุ่งโรจน์ และยิ่งใหญ่เหนือจินตนาการของมนุษย์

พระที่นั่งชั่วคราวสำหรับการเข้าร่วมในงานเลี้ยงฉลอง

พระที่นั่งของพระเจ้าในนครเยรูซาเล็มใหม่เป็นสถานที่ซึ่งพระเจ้าเสด็จมาหาและตรัสกับบุตรของพระองค์ เสด็จเข้าร่วมในงานเลี้ยงและทรงปกครองสวรรค์ทั้งหมด พระที่นั่งแห่งนี้เป็นเหมือนที่ทำการ สถานที่จัดประชุม และสถานที่จัดเลี้ยงของผู้นำประเทศ

ในสมัยโบราณ เมื่อกษัตริย์เสด็จออกจากพระราชวังเพื่อเยี่ยมเยียนประชาชนตามพื้นที่ต่าง ๆ ของประเทศ เหล่าข้าราชบริพารของกษัตริย์จะสร้างที่พำนักชั่วคราวสำหรับพระองค์ซึ่งมีลักษณะคล้ายกับพระราชวัง ในทำนองเดียวกัน พระที่นั่งของพระเจ้าในนครเยรูซาเล็มใหม่ไม่ใช่พระที่นั่งที่พระองค์ทรงพำนักอยู่ประจำ แต่เป็นพระที่นั่งที่พระองค์ทรงพำนักอยู่ในช่วงเวลาสั้น ๆ บทที่ 9 จะอธิบายถึงงานเลี้ยงที่จัดขึ้นในนครเยรูซาเล็มใหม่รวมทั้งพระที่นั่งของพระเจ้าโดยละเอียด ท่านสามารถอ่านถึงการปรากฏตัวของพระเจ้าเพื่อเข้าร่วมในงานเลี้ยงครั้งแรกที่จัดขึ้นในนครเยรูซาเล็มใหม่ ทูตสวรรค์และบริวารแห่งฟ้าสวรรค์จำนวนมากที่ปรนนิบัติพระองค์ และบรรดาผู้

พยากรณ์ที่ยืนนมัสการพระองค์จากบทนี้ นอกจากนั้น บทนี้บอกท่านเกี่ยวกับการที่พระเจ้าประทับบนพระที่นั่ง ด้านขวาพระที่นั่งของพระองค์คือพระที่นั่งขององค์พระผู้เป็นเจ้า และด้านซ้ายพระที่นั่งของพระเจ้าคือพระที่นั่งของพระวิญญาณบริสุทธิ์

พระที่นั่งชั่วคราวอีกแห่งหนึ่งสำหรับพระเจ้า

กิจการ 7:55-56 เล่าถึงการที่สเทเฟนมองเห็นพระที่นั่งของพระเมษโปดกซึ่งอยู่ทางด้านขวาของพระที่นั่งของพระเจ้า

ฝ่ายสเทเฟนประกอบด้วยพระวิญญาณบริสุทธิ์ได้เขม้นดูสวรรค์เห็นพระสิริของพระเจ้าและพระเยซูทรงยืนอยู่เบื้องขวาพระหัตถ์ของพระองค์ แล้วท่านได้กล่าวว่า 'ดูเถิด ข้าพเจ้าเห็นท้องฟ้าแหวกเป็นช่องและบุตรมนุษย์ยืนอยู่เบื้องขวาพระหัตถ์ของพระเจ้า'"

สเทเฟนเป็นผู้สละชีพเพื่อความเชื่อด้วยการถูกหินขว้างในขณะที่ท่านกำลังประกาศพระกิตติคุณของพระเยซูคริสต์อย่างกล้าหาญ ก่อนสเทเฟนเสียชีวิต ตาฝ่ายวิญญาณของท่านถูกเปิดออกและท่านสามารถมองเห็นองค์พระผู้เป็นเจ้าประทับยืนอยู่ด้านขวาของพระที่นั่งของพระเจ้า องค์พระผู้เป็นเจ้าไม่อาจประทับนั่งอยู่ต่อไปได้อีกเมื่อพระองค์ทรงรู้ว่าสเทเฟนจะถูกฆ่าเพราะเห็นแก่ความเชื่อโดยชาวยิวที่ฟังคำเทศนาของท่าน องค์พระผู้เป็นเจ้าทรงลุกขึ้นจากพระที่นั่งของพระองค์และทรงกรรแสงเมื่อทอดพระเนตรเห็นสเทเฟนถูกหินขว้างจนเสียชีวิต สเทเฟนมองเห็นภาพนี้ด้วยสายตาฝ่ายวิญญาณของท่าน

ในทำนองเดียวกัน สเทเฟนมองเห็นพระที่นั่งของพระเจ้าซึ่งเป็นที่ประทับของพระเจ้าและขององค์พระผู้เป็นเจ้า ท่านควรรู้ว่าพระที่นั่งแห่งนี้แตกต่างจากพระที่นั่งที่อัครทูตยอห์นมองเห็นในนครเยรูซาเล็มใหม่

พระที่นั่งที่สเทเฟนมองเห็นคือสถานที่ซึ่งพระเจ้าประทับอยู่จนกว่าจะถึงวันพิพากษาและพระที่นั่งที่ยอห์นมองเห็นคือสถานที่ซึ่งพระเจ้าจะประทับอยู่หลังจากวันพิพากษา

ด้วยเหตุนี้ เมื่อพระเจ้าทรงครองครองเหนือฟ้าสวรรค์ทั้งหมด

ทรงเสร็จสิ้นการจัดเตรียมเพื่อการสร้างและการฝึดร่อนมนุษย์ และทรงจัดเตรียมเพื่อการพิพากษานั้น พระองค์จะประทับอยู่ ณ สถานที่อีกแห่งหนึ่งในนครเยรูซาเล็มใหม่จนกว่าจะถึงวันพิพากษา ในสถานที่แห่งนี้ (ซึ่งเป็นจุดที่สเทเฟนมองเห็น) เป็นที่พักของบรรดาบรรพบุรุษแห่งความเชื่อที่มีคุณสมบัติเข้าสู่นครเยรูซาเล็มใหม่ซึ่งคนเหล่านี้กำลังทำให้แผ่นดินของพระเจ้าสำเร็จร่วมกันกับพระองค์

โดยสรุป พระที่นั่งชั่วคราวสำหรับพระเจ้ามีอยู่สองแห่ง นั่นคือพระที่นั่งชั่วคราวสำหรับการเสด็จมายังนครเยรูซาเล็มใหม่เพื่อเข้าร่วมในงานเลี้ยงฉลองและพระที่นั่งชั่วคราวอีกแห่งหนึ่ง

พระที่นั่งสำหรับการพิพากษา
นอกจากนี้ ผู้คนมักคิดว่าพระที่นั่งของพระเจ้ามีอยู่เพียงแห่งเดียว แต่ความจริงไม่ได้เป็นเช่นนั้น ยังมีพระที่นั่งชั่วคราวแห่งอื่นที่ถูกสร้างขึ้นเพื่อการทำพระราชกิจของพระเจ้า ขอให้เราดูวิวรณ์ 20:11-12

ข้าพเจ้าได้เห็นพระที่นั่งใหญ่สีขาวและเห็นท่านผู้ประทับบนพระที่นั่งนั้น เมื่อพระองค์ทรงปรากฏแผ่นดินโลกและท้องฟ้าก็หายไปและไม่ที่อยู่สำหรับแผ่นดินโลกและท้องฟ้าเลย ข้าพเจ้าได้เห็นบรรดาผู้ที่ตายแล้วทั้งผู้ใหญ่และผู้น้อยยืนอยู่หน้าพระที่นั่งนั้นและหนังสือต่าง ๆ ก็เปิดออกด้วย คือหนังสือชีวิต และผู้ที่ตายไปแล้วทั้งหมดก็ถูกพิพากษาตามข้อความที่จารึกไว้ในหนังสือเหล่านั้นและตามที่เขาได้กระทำ

เมื่อถึงเวลาพระเจ้าจะทรงพิพากษาตามสิ่งที่บันทึกไว้ในหนังสือเหล่านั้นในขณะที่พระองค์ประทับอยู่บน "พระที่นั่งใหญ่สีขาว" บรรดาบุตรของพระเจ้าที่รอดโดยความเชื่อจะได้รับที่อยู่อาศัยและรางวัลแห่งสวรรค์ บรรดาคนที่ไม่รอดจะลงไปสู่บึงไฟหรือบึงไฟกำมะถันที่ลุกไหม้อยู่ในนรกตามความชั่วร้ายที่คนเหล่านี้ได้กระทำในขณะที่อยู่ในโลกนี้

พระเจ้าจะทรงสถิตอยู่ ณ ที่ใดในช่วงเวลาของการพิพากษา พระองค์จะประทับอยู่ในนครเยรูซาเล็มใหม่หรือไม่ พระองค์ไม่อยู่ที่นั่น

พระที่นั่งชั่วคราวอีกแห่งหนึ่งจะถูกเตรียมไว้ภายนอกนครเยรูซาเล็มใหม่ "คำบรรยายเรื่องวิวรณ์" อธิบายถึงเรื่องนี้เอาไว้

พระที่นั่งของพระเจ้าที่ตั้งอยู่กลางนครเยรูซาเล็มใหม่ไม่ใช่พระที่นั่งที่พระเจ้าทรงพำนักอยู่เป็นประจำ แต่ประทับอยู่ชั่วคราว มีการสร้างและการจัดเตรียมพระที่นั่งชั่วคราวอีกหลายแห่งเอาไว้ตามความจำเป็น

2. จุดสูงสุดของมิติฝ่ายวิญญาณ

พระที่นั่งถาวรที่พระเจ้าประทับอยู่ประจำตั้งอยู่ ณ ที่ใด ในปฐมกาลพระเจ้าทรงดำรงอยู่โดยลำพังในจักรวาลในฐานะความสว่างที่เต็มด้วยพระสุรเสียง เมื่อถึงเวลาพระองค์ทรงสำแดงพระองค์ในฐานะตรีเอกานุภาพและทรงจัดเตรียมเพื่อการสร้างและการฝึดร่อนมนุษย์

ถ้าท่านสำรวจขั้นตอนนี้โดยละเอียดท่านจะเห็นถึงที่ตั้งของจุดสูงสุดที่พระเจ้าทรงสำแดงพระองค์ในฐานะองค์ตรีเอกานุภาพและพระที่นั่งที่พระองค์ประทับอยู่เป็นประจำ ขอให้เราศึกษาดูเนื้อหาของสิ่งที่พระเจ้าทรงเปิดเผยแก่ข้าพเจ้าเมื่อพระองค์ทรงตอบคำอธิษฐานและการอดอาหารของข้าพเจ้าเพื่อให้เข้าใจพระคำของพระเจ้า

พระเจ้าทรงดำรงอยู่โดยลำพังในฐานะความสว่าง

อย่างน้อยคงมีครั้งหนึ่งในชีวิตที่ผู้เชื่อส่วนใหญ่จะสงสัยหรือเคยสงสัยเกี่ยวกับพระเจ้าผู้ทรงดำรงอยู่ตั้งแต่ปฐมกาล ในความคิดของมนุษย์ทุกสิ่งมีจุดเริ่มต้นและจุดสิ้นสุด ดังนั้นผู้คนจึงสงสัยว่าพระเจ้าทรงมีลักษณะอย่างไรในปฐมกาล

พระเจ้าทรงดำรงอยู่โดยลำพังด้วยการทรงโอบอุ้มจักรวาลทั้งสิ้นเอาไว้ตั้งแต่ก่อนปฐมกาล (อพยพ 3:14; ยอห์น 1:1; วิวรณ์ 22:13) จักรวาลในเวลานั้นไม่เหมือนกับจักรวาลที่เรามองเห็นด้วยตาเปล่าในเวลานี้ แต่จักรวาลในเวลานั้นเป็นพื้นที่ว่างเปล่าเชิงเดียวก่อนที่จะมีการแยกตัวออกเป็นโลกฝ่ายวิญญาณและโลกกายภาพ

พระเจ้าทรงดำรงอยู่ในฐานะความสว่างและทรงส่องสว่างทั่วไปทั่วจักรวาล

พระองค์ไม่ได้เป็นเพียงลำแสงของความสว่าง แต่ทรงดำรงอยู่ในฐานะความสว่างที่เจิดจ้าและงดงามเหมือนการไหลของกระแสน้ำที่มีประกายของสีรุ้งสาดส่องออกมา ท่านอาจเข้าใจภาพนี้ได้ดีกว่าถ้าท่านคิดถึงแสงเงินแสงทองในบรรยากาศเบื้องบนของขั้วโลกเหนือ แสงเงินแสงทองนี้เป็นกลุ่มแสงหลากสีที่กระจายตัวออกไปเหมือนม่าน มีการกล่าวว่าภาพของแสงเงินแสงทองนี้งดงามมากจนผู้คนที่พบเห็นแสงนี้จะไม่มีวันหลงลืมเลือนความงามของแสงเงินแสงทองนี้เลย

แสงสว่างของพระเจ้า (ผู้ทรงเป็นความสว่าง) จะงดงามมากกว่านี้สักเพียงใดและเราจะอธิบายถึงความแจ่มจรัสของสีสันอันงดงามที่ผสมผสานกันนี้ได้อย่างไร

เพราะเหตุนี้ 1 ยอห์น 1:5 จึงกล่าวว่า “นี่เป็นข้อความที่เราได้ยินจากพระองค์และบอกแก่ท่านทั้งหลาย คือว่าพระเจ้าทรงเป็นความสว่างและความมืดในพระองค์ไม่มีเลย” เหตุผลที่พระคำข้อนี้กล่าวว่า “พระเจ้าทรงเป็นความสว่าง” ไม่ใช่เพียงเพื่อบอกถึงความหมายฝ่ายวิญญาณที่ว่าในพระเจ้าไม่มีความมืดอยู่เท่านั้น แต่เพื่อบรรยายถึงพระลักษณะของพระเจ้าผู้ทรงดำรงอยู่ในฐานะความสว่างก่อนปฐมกาลด้วยเช่นกัน

พระเจ้าองค์นี้ผู้ทรงดำรงอยู่โดยลำพังก่อนปฐมกาลในฐานะความสว่างในจักรวาลทรงเต็มด้วยพระสุรเสียง บางคนอาจสงสัยว่าความสว่างจะเต็มด้วยเสียงได้อย่างไร แต่ถ้าท่านคิดถึงภาพของ “ลมหมุน” สิ่งนี้อาจช่วยให้ท่านเข้าใจได้บ้างในระดับหนึ่ง

แน่นอน พระสุรเสียงของพระเจ้าผู้ทรงดำรงอยู่โดยลำพังในฐานะความสว่างไม่ได้เกิดมาจากที่อื่น แต่เป็นเสียงกังวานที่มีแหล่งกำเนิดมาจากความสว่าง พระสุรเสียงที่กังวานอยู่ในพระเจ้าแพร่สะพัดออกไปทั่วจักรวาลเหมือนกับเสียงที่แพร่สะพัดออกไปพร้อมกับลม พระสุรเสียงนี้ชัดเจน ไพเราะ ละมุนละไม และดังก้องออกไปทั่วจักรวาล ถ้าใครเคยได้ยินพระสุรเสียงของพร

ะเจ้า บุคคลนั้นจะไม่มีวันลืมพระสุรเสียงนั้นเลยเพราะเป็นพระสุรเสียงที่ชัดเจน สดใส และสุภาพ

ถ้าเราเปรียบเทียบพระสุรเสียงนี้กับเสียงที่เราได้ยินบนโลกนี้ พระสุรเสียงนี้อาจคล้ายกับเสียงที่เกิดจากการกระทบกันของเพชรพลอยบริสุทธิ์และสุกใสดุจแก้ว ในแถบขั้วโลกใต้ เมื่อภูเขาน้ำแข็งแตกตัวออกจากกันจะทำให้เกิดเสียงที่ไพเราะมาก แน่นอน เราไม่อาจเปรียบเทียบเสียงแตกของภูเขาน้ำแข็งนี้กับพระสุรเสียงที่มีอยู่ในพระเจ้าได้ แต่กระนั้น ข้าพเจ้าหวังว่าท่านจะสามารถสัมผัสถึงพระสุรเสียงที่ไพเราะ ชัดเจน และหนักแน่นในปฐมกาลได้บ้างไม่มากก็น้อย

พระเจ้าทรงดำรงอยู่ในฐานะความสว่างที่เต็มด้วยพระสุรเสียงและพระสุรเสียงนี้คือ "พระวาทะ" ซึ่งยอห์น 1:1 กล่าวถึงว่า "ในปฐมกาลพระวาทะดำรงอยู่และพระวาทะทรงสถิตอยู่กับพระเจ้าและพระวาทะทรงเป็นพระเจ้า"

พระเจ้าทรงสำแดงพระองค์ในฐานะองค์ตรีเอกานุภาพ ณ จุดสูงสุด

พระเจ้าทรงดำรงอยู่โดยลำพังในปฐมกาล พระองค์ทรงถูกห้อมล้อมไว้ด้วยความสว่างอันเรืองรองซึ่งเต็มด้วยพระสุรเสียงที่อยู่ภายในความสว่างนั้น ในจุดหนึ่งของกาลเวลา พระเจ้าทรงปรารถนาใครบางคนซึ่งเป็นผู้ที่พระองค์สามารถแบ่งปันอารมณ์และความรู้สึกกับเขาได้

"คงเป็นการดีถ้ามีบางคนที่สามารถเข้าใจจิตใจของเราและรู้ทุกสิ่งเกี่ยวกับจักรวาลนี้และเป็นคนที่เราสามารถแบ่งปันความรักและความรู้สึกด้วย"

ในปฐมกาลพระเจ้าทรงวางแผนการเกี่ยวกับการสร้างมนุษย์และทรงแบ่งจักรวาลอันกว้างใหญ่ออกเป็นโลกฝ่ายวิญญาณและโลกที่เป็นกายภาพ

จากนั้นพระองค์ทรงสำแดงพระองค์ในฐานะพระเจ้าตรีเอกานุภาพโดยทรงรวบรวมเอาความสว่างทั้งสิ้นของพระองค์ไว้เป็นความสว่างเดียว ณ จุดสูงสุดของมิติฝ่ายวิญญาณ พระเจ้าผู้เคยดำรงอยู่โดย

ลำพังในปฐมกาลในฐานะความสว่างที่เต็มด้วยพระสุรเสียงบัดนี้ทรงดำรงอยู่ในฐานะพระเจ้าตรีเอกานุภาพ นั่นคือ พระบิดา พระบุตร และพระวิญญาณบริสุทธิ์

พระเจ้าทรงสร้างฟ้าสวรรค์แรกเพื่อให้เป็นที่อยู่อาศัยของมนุษย์ ฟ้าสวรรค์ที่สองเพื่อให้สิ่งมีชีวิตที่เป็นวิญญาณและเป็นรูปกายดำรงอยู่ร่วมกัน และฟ้าสวรรค์ที่สามเพื่อให้เป็นมิติฝ่ายวิญญาณ

บรรดาอาณาจักรแห่งแผ่นดินโลกเอ๋ย จงร้องเพลงถวายพระเจ้า จงสดุดีองค์พระผู้เป็นเจ้า ต่อพระองค์ผู้ทรงเนรมิตฟ้าสวรรค์ ฟ้าสวรรค์ดึกดำบรรพ์ นี่แน่ะ พระองค์ทรงเปล่งพระสุรเสียงของพระองค์ คือพระสุรเสียงทรงมหิทธิฤทธิ์ (สดุดี 68:32-33)

ดูเถิดฟ้าสวรรค์และฟ้าสวรรค์อันสูงสุดและโลกกับบรรดาสิ่งสารพัดที่อยู่ในโลกเป็นของพระเยโฮวาห์พระเจ้าของท่าน (เฉลยธรรมบัญญัติ 10:14)

พระองค์คือพระเยโฮวาห์ พระองค์องค์เดียว พระองค์ได้ทรงสร้างฟ้าสวรรค์ ฟ้าสวรรค์อันสูงสุดพร้อมกับบริวารทั้งสิ้นของฟ้าสวรรค์นั้น แผ่นดินโลกและบรรดาสิ่งที่อยู่ในนั้น ทะเลและบรรดาสิ่งที่อยู่ในนั้น และพระองค์ทรงรักษาสิ่งทั้งปวงเหล่านั้นไว้และบริวารของฟ้าสวรรค์ได้นมัสการพระองค์ (เนหะมีย์ 9:6)

ที่ตั้งของจุดสูงสุด

หลังจากพระเจ้าทรงสำแดงพระองค์ในฐานะองค์ตรีเอกานุภาพ พระเจ้าทรงสร้างนครเยรูซาเล็มใหม่และสวรรค์ชั้นต่าง ๆ รอบนครแห่งนี้ จุดสูงสุดของมิติฝ่ายวิญญาณที่พระเจ้าทรงสำแดงพระองค์ในฐานะพระเจ้าตรีเอกานุภาพเพื่อการทรงสร้างมนุษย์มีความสูง 6 พันรี (หน่วยการวัดระยะของเกาหลีหนึ่งรีมีความยาวประมาณ 400 เมตร หรือ 437 หลา) ในนครเยรูซาเล็มใหม่ในสวรรค์ชั้นที่สาม

ไม่ใช่ทุกคนสามารถเข้าถึงจุดสูงสุดซึ่งเป็นสถานที่พระเจ้าทรงสำแดงพระองค์เองในฐานะตรีเอกานุภาพและมีการเฝ้ารักษาไว้อย่างหนาแน่นจนทูตสวรรค์ก็ไม่สามารถเข้าไปได้ แม้แต่พระเจ้าพระบิดาก็ไม่ได้เข้าไปถึงจุดนั้นนับตั้งแต่พระองค์ทรงสำแดงพระองค์เองในฐานะตรีเอกานุภาพและเสด็จออกมาจากสถานที่แห่งนั้น

หลังจาก 6 พันปีของการฝึดร่อนมนุษย์สิ้นสุดลง องค์ตรีเอกานุภาพจะเข้าไปสู่จุดนั้นเพื่อรวมตัวเป็นหนึ่งเดียวอีกครั้ง องค์ตรีเอกานุภาพจะรวมตัวกันเป็นหนึ่งและแยกตัวออกจากกันเป็นบางครั้งบางคราวเพื่อระลึกถึงการที่พระเจ้าทรงสำแดงพระองค์เป็นครั้งแรกในฐานะตรีเอกานุภาพ

จุดสูงสุด (ซึ่งตั้งอยู่ที่ความสูง 6 พันรีของนครเยรูซาเล็มใหม่) เต็มไปด้วยพระสิริของพระเจ้าเพราะที่นี่เป็นสถานที่แบ่งแยกความสว่างดั้งเดิมอันเจิดจ้าของพระเจ้า นอกจากนั้น เนื่องจากพระสิริของพระเจ้าส่องสว่างไปทั่วสวรรค์ซึ่งรวมถึงนครเยรูซาเล็มใหม่ ที่นี่จึงไม่ต้องการแสงสว่างจากดวงอาทิตย์หรือดวงจันทร์ นครเยรูซาเล็มใหม่เป็นสถานที่ซึ่งความสว่างดั้งเดิมของพระเจ้าส่องแสงเจิดจ้ามากที่สุดและเต็มไปด้วยพระสิริของพระเจ้า

พระเจ้าทรงสร้างสวรรค์และมิติฝ่ายวิญญาณ

พระเจ้าตรีเอกานุภาพทรงสร้างฟ้าสวรรค์ก่อนและจากนั้นพระองค์ทรงสร้างเหล่าทูตสวรรค์และบริวารแห่งฟ้าสวรรค์ พระองค์ทรงชื่นชมความงดงามกับทูตเหล่านั้นโดยรับเอาคำสรรเสริญและสง่าราศีจากทูตเหล่านั้นมาเป็นเวลานาน

พระเจ้าทรงใส่ความเป็นมนุษย์ให้กับเทพบดีทั้งสามที่รับใช้พระเจ้าตรีเอกานุภาพเป็นพิเศษเพื่อทูตเหล่านี้จะรับใช้พระเจ้าและมีส่วนร่วมแบ่งปันความรักกับพระองค์ด้วยเสรีภาพแห่งการตัดสินใจของตน อย่างไรก็ตาม ลูซีเฟอร์ (ซึ่งเป็นหนึ่งในเทพบดีทั้งสาม) เริ่มเปลี่ยนความคิดของตน เทพบดีองค์นี้ใช้เสรีภาพในการตัดสินใจของตนที่พระเจ้าประทานให้ไปในทางที่ผิด ความหยิ่งผยองก่อตัวขึ้นในจิตใจของเขาและต่อมาทูตอง

ค์นี้ได้ท้าทายพระเจ้า

ลูซิเฟอร์ (ซึ่งกำลังปรนนิบัติพระเจ้าพระบิดา) ได้ล่อลวงเหล่าพญานาคที่ห้อมล้อมพระที่นั่งของพระเจ้าและพวกเครูบที่อยู่ภายใต้พญานาคเหล่านี้รวมทั้งทูตสวรรค์อื่น ๆ ด้วยการใช้กลอุบายยุยงให้พญานาคและบริวารเหล่านี้ลุกขึ้นต่อสู้กับพระเจ้าพร้อมกับตน สิ่งเหล่านี้เกิดขึ้นได้เพราะพระเจ้าทรงอนุญาตให้เกิดขึ้นในการจัดเตรียมและแผนการของพระองค์ และถือเป็นขั้นตอนที่จำเป็นขั้นแรกของการปูทางไปสู่การฝึดร่อนมนุษย์

มนุษย์ต้องมีประสบการณ์กับหลักความสัมพันธ์โดยผ่านวิญญาณชั่วเพื่อเข้าสู่แผ่นดินสวรรค์ในฐานะบุตรที่แท้จริงของพระเจ้า ข้าพเจ้าได้อธิบายเกี่ยวกับเรื่องนี้ไว้โดยละเอียดในหนังสือเรื่อง “สาส์นจากกางเขน”

ต่อมาพระเจ้าทรงขับไล่ลูซิเฟอร์กับสมุนของมันออกจากสวรรค์ชั้นที่สามไปสวรรค์ชั้นที่สองและอนุญาตให้มันอาศัยอยู่ในทิศตะวันออกของสวนเอเดน ภายหลังมิติของวิญญาณชั่วจึงถูกกำหนดไว้ในการจัดเตรียมของพระเจ้า

พระที่นั่งดั้งเดิมของพระเจ้า

ปกติพระเจ้าตรีเอกานุภาพประทับอยู่ที่ใด ส่วนใหญ่กษัตริย์ประทับอยู่ในพระราชวังของพระองค์ฉันใด พระเจ้าตรีเอกานุภาพทรงมีพื้นที่ว่างเปล่าของพระองค์ในท้องฟ้าเพื่อการพักผ่อนฝ่ายวิญญาณของพระองค์ด้วยฉันนั้น

พื้นที่ว่างเปล่าในท้องฟ้า (ซึ่งเป็นจุดที่พระเจ้าทรงดำรงอยู่ในฐานะความสว่างที่เต็มด้วยพระสุรเสียง) มีพื้นที่พำนักต่างหากสำหรับพระบิดา พระบุตร และพระวิญญาณบริสุทธิ์ ในพื้นที่ซึ่งเป็นที่ตั้งของพระที่นั่งดั้งเดิมของพระเจ้าในช่วงปฐมกาลประกอบด้วยพื้นที่สำหรับการพักผ่อน ห้องสำหรับการสนทนาและเส้นทางสำหรับการเดินเล่น

เฉพาะทูตสวรรค์พิเศษและผู้คนที่มีจิตใจเหมือนพระทัยของพระเจ้าเท่านั้นจะได้รับอนุญาตให้เข้าไปยังพื้นที่แห่งนี้ สถานที่แ

ห่งนี้เป็นพื้นที่ซึ่งถูกแยกไว้ต่างหาก ลึกลับ และมั่นคง ยิ่งกว่านั้น สถานที่แห่งนี้ (ซึ่งเป็นที่ตั้งของพระที่นั่งของพระเจ้าตรีเอกานุภาพในพื้นที่ว่างเปล่าในท้องฟ้าซึ่งพระเจ้าทรงดำรงอยู่โดยลำพังในปฐมกาล และเป็นพื้นที่ซึ่งอยู่ในสวรรค์ชั้นที่สี่) ถูกแยกออกจากนครเยรูซาเล็มใหม่ในสวรรค์ชั้นที่สาม

3. เจ้าสาวของพระเมษโปดก

เหตุผลที่พระเจ้าทรงสำแดงพระองค์เองในฐานะองค์ตรีเอกานุภาพในปฐมกาลก็เพื่อการฝึดร่อนบุตรที่แท้จริงผู้ซึ่งสามารถแบ่งปันความรักแท้กับพระองค์ในนครเยรูซาเล็มใหม่ พระเจ้าทรงแบ่งสรรหน้าที่ของพระบิดา พระบุตร และพระวิญญาณบริสุทธิ์ ทรงสร้างมิติฝ่ายวิญญาณ และทรงฝึดร่อนมนุษย์มาเป็นเวลานาน

พระเจ้าทรงมอบพระวิญญาณบริสุทธิ์ให้เป็นของประทานแก่ผู้คนที่ต้อนรับเอาพระเยซูคริสต์เป็นพระผู้ช่วยให้รอดของตนและทรงนำคนเหล่านี้ให้บังเกิดใหม่ฝ่ายวิญญาณและเป็นบุตรของพระเจ้าผู้มีจิตใจเหมือนพระทัยขององค์พระผู้เป็นเจ้า เมื่อคนเหล่านี้กลายเป็นบุตรที่แท้จริงของพระเจ้า พระองค์ทรงมอบนครเยรูซาเล็มใหม่ให้เป็นรางวัลแก่บุตรเหล่านี้

พระเจ้าทรงปรารถนาให้ทุกคนมีจิตใจเหมือนพระทัยของพระองค์และเข้าไปสู่นครเยรูซาเล็มใหม่ แต่พระองค์ทรงสำแดงพระเมตตาต่อผู้คนที่ยังไม่บรรลุถึงการชำระให้บริสุทธิ์ในระดับนี้ผ่านการฝึดร่อนมนุษย์เช่นกัน พระเจ้าทรงแบ่งแผ่นดินสวรรค์ออกเป็นที่อยู่อาศัยหลายแห่งนับจากเมืองบรมสุขเกษมไปถึงสวรรค์ชั้นที่หนึ่ง ชั้นที่สอง และชั้นที่สามพร้อมทั้งทรงมอบรางวัลให้กับบุตรของพระองค์ตามสิ่งที่เขาได้กระทำ

พระเจ้าทรงมอบนครเยรูซาเล็มใหม่ให้กับบุตรที่แท้จริงของพระองค์ผู้ซึ่งได้รับการชำระให้บริสุทธิ์อย่างสมบูรณ์และสัตย์ซื่อต่อทุกสิ่งในชุมชนของพระเจ้า พระองค์ทรงสร้างนครเยรูซาเล็มใหม่เพื่อระลึกถึงกรุงเยรูซาเล็มเดิมซึ่งเป็นรากฐานของพระกิตติคุณและทรงทำ

ให้นครแห่งนี้เป็นภาชนะซึ่งบรรจุทุกสิ่งที่คนเหล่านั้นทำให้สำเร็จตามธรรมบัญญัติด้วยความรัก

วิวรณ์ 21:2 บอกเราว่าพระเจ้าทรงจัดเตรียมนครเยรูซาเล็มใหม่ไว้อย่างงดงามจนนครแห่งนี้เตือนให้ยอห์นระลึกถึงเจ้าสาวที่แต่งตัวไว้อย่างงดงามเพื่อเจ้าบ่าวของเธอ

ข้าพเจ้าได้เห็นวิสุทธนคร คือนครเยรูซาเล็มใหม่เลื่อนลอยลงมาจากสวรรค์และจากพระเจ้าเหมือนอย่างเจ้าสาวแต่งตัวไว้สำหรับสามี

นครเยรูซาเล็มใหม่เป็นเหมือนเจ้าสาวที่แต่งตัวอย่างงดงาม

มัทธิว 25 พูดถึงคำอุปมาเรื่องสาวพรหมจารีที่เป็นหญิงมีปัญญาห้าคนและเป็นคนโง่ห้าคน หญิงที่มีปัญญาห้าคนซึ่งเตรียมน้ำมันของตนไว้พร้อมกลายเป็นเจ้าสาวขององค์พระผู้เป็นเจ้า แต่หญิงโง่อีกห้าคนที่ลืมเตรียมน้ำมันเอาไว้จึงไม่ได้ต้อนรับเจ้าบ่าวของตน

พระเจ้าทรงกำลังจัดเตรียมที่อยู่อันงดงามในสวรรค์ไว้สำหรับเจ้าสาวขององค์พระผู้เป็นเจ้าผู้ที่กำลังเตรียมตนเองอย่างงดงามเพื่อต้อนรับพระเยซูองค์พระผู้เป็นเจ้าซึ่งเป็นเจ้าบ่าวฝ่ายวิญญาณด้วยการเข้าสุหนัตในจิตใจของตน สถานที่อันงดงามที่สุดในบรรดาที่อยู่นิรันดร์เหล่านี้ได้แก่นครเยรูซาเล็มใหม่

นั่นคือสาเหตุที่วิวรณ์ 21:9 เรียกนครเยรูซาเล็มใหม่ซึ่งได้รับการตกแต่งไว้อย่างงดงามเพื่อเจ้าสาวขององค์พระผู้เป็นเจ้าว่า "เจ้าสาวที่เป็นมเหสีของพระเมษโปดก"

นครเยรูซาเล็มใหม่เป็นสิ่งที่น่ายินดีอย่างเหลือล้นสักเพียงใดในเมื่อนครแห่งนี้คือของขวัญที่ดีที่สุดสำหรับเจ้าสาวขององค์พระผู้เป็นเจ้าซึ่งพระเจ้าแห่งความรักทรงจัดเตรียมไว้ ผู้คนจะรู้สึกซาบซึ้งอย่างมากเมื่อเขาเข้าไปในบ้านส่วนตัวของตนซึ่งถูกสร้างและดูแลด้วยความรักและความเอาใจใส่อย่างละเอียดถี่ถ้วนของพระเจ้า ทั้งนี้ก็เพราะพระเจ้าทรงสร้างบ้านแต่ละหลังให้สอดคล้องกับรสนิยมของผู้เป็นเจ้าของ

ปรนนิบัติและต้อนรับท่านเหมือนภรรยาคนหนึ่ง
เจ้าสาวปรนนิบัติสามีของเธอและจัดเตรียมที่พักผ่อนสำหรับเขาฉันใด ในทำนองเดียวกัน บ้านในนครเยรูซาเล็มใหม่ก็ปรนนิบัติและต้อนรับเจ้าสาวขององค์พระผู้เป็นเจ้าด้วยฉันนั้น บ้านในนครเยรูซาเล็มใหม่สะดวกสบายและปลอดภัยมากจนทำให้ผู้คนที่อาศัยอยู่ที่นั่นเต็มไปด้วยความสุขและความชื่นชมยินดี

ในโลกนี้ ไม่ว่าภรรยาจะปรนนิบัติสามีของเธอดีเพียงใดเธอก็ไม่อาจให้สันติสุขและความชื่นชมยินดีอย่างสมบูรณ์แก่เขาได้ แต่บ้านในนครเยรูซาเล็มใหม่สามารถให้สันติสุขและความชื่นชมยินดีที่ผู้คนไม่อาจหาพบได้ในโลกนี้เพราะบ้านเหล่านั้นถูกสร้างขึ้นเพื่อตอบสนองรสนิยมเจ้าของบ้าน บ้านเหล่านั้นถูกสร้างขึ้นอย่างงดงามและโอ่อ่าตามรสนิยมเจ้าของบ้านเพราะบ้านเหล่านี้มีไว้สำหรับผู้คนที่มีจิตใจเหมือนพระทัยของพระเจ้า ในเมื่อองค์พระผู้เป็นเจ้าทรงดูแลการก่อสร้างบ้านเหล่านี้ด้วยพระองค์เองสถานที่เหล่านี้จะงดงามและน่าอัศจรรย์มากสักเพียงใด

ถ้าท่านเชื่อในสวรรค์อย่างแท้จริงท่านก็จะมีความสุขเพียงแค่ท่านคิดถึงภาพของทูตสวรรค์จำนวนมากกำลังสร้างบ้านในสวรรค์ด้วยทองคำและเพชรพลอยตามกฎเกณฑ์ของพระเจ้าซึ่งทรงมอบเป็นรางวัลให้กับแต่ละคนตามสิ่งที่เขาได้กระทำ

ลองจินตนาการดูซิว่าชีวิตในนครเยรูซาเล็มใหม่ (ซึ่งปรนนิบัติและต้อนรับท่านเหมือนภรรยาคนหนึ่ง) จะมีความสุขและความชื่นชมยินดีมากกว่านี้สักเพียงใด

บ้านในสวรรค์ถูกตกแต่งไว้ตามการประพฤติของแต่ละคน
การก่อสร้างบ้านในสวรรค์เริ่มต้นขึ้นนับตั้งแต่องค์พระผู้เป็นเจ้าของเราเป็นขึ้นมาและเสด็จขึ้นสู่สวรรค์และเวลานี้บ้านเหล่านี้กำลังถูกสร้างขึ้นตามความประพฤติของเรา ดังนั้น การก่อสร้างบ้านของผู้คนที่เสียชีวิตไปจากโลกนี้จึงเสร็จสิ้นสมบูรณ์แล้ว บ้านบางหลังกำลังอยู่ในช่วงการวางรากฐานและการก่อเสาและการก่อสร้างบ้านหลังอื่น ๆ กำลังจะเสร็จสิ้นสมบูรณ์

เมื่อบ้านในสวรรค์ทุกหลังของผู้เชื่อเสร็จสิ้นสมบูรณ์ พระเยซูทรงบอกกับเราในยอห์น 14:2-3 ว่าพระองค์จะเสด็จกลับมายังโลกแต่เป็นการกลับมาในฟ้าอากาศ

ในพระนิเวศของพระบิดาเรามีที่อยู่เป็นอันมาก ถ้าไม่มีเราคงได้บอกท่านแล้ว เพราะเราไปจัดเตรียมที่ไว้สำหรับท่านทั้งหลาย เมื่อเราไปจัดเตรียมที่ไว้สำหรับท่านแล้ว เราจะกลับมาอีกรับท่านไปอยู่กับเรา เพื่อว่าเราอยู่ที่ไหนท่านทั้งหลายจะได้อยู่ที่นั่นด้วย

จะมีการกำหนดที่อยู่อาศัยนิรันดร์ของผู้คนที่ได้รับความรอดในช่วงการพิพากษาแห่งพระที่นั่งใหญ่สีขาว

เมื่อเจ้าของบ้านเข้าไปในบ้านของตนหลังจากที่พระเจ้าทรงมอบที่อยู่อาศัยและรางวัลให้กับแต่ละคนตามขนาดแห่งความเชื่อของตน บ้านของเขาจะส่องแสงเจิดจ้างอย่างสมบูรณ์ ทั้งนี้ก็เพราะว่าเจ้าของบ้านกับบ้านจะกลายเป็นคู่หูที่สมบูรณ์แบบเมื่อเขาก้าวเข้าไปสู่บ้านของตน เหมือนดังที่สามีและภรรยาผูกพันกันเป็นหนึ่งเดียว

นครเยรูซาเล็มใหม่จะเต็มไปด้วยพระสิริของพระเจ้ามากเพียงใดในเมื่อนครแห่งนี้เป็นที่ตั้งของพระที่นั่งของพระเจ้าและบ้านของบุตรที่แท้จริงของพระเจ้าผู้ซึ่งจะร่วมแบ่งปันความรักกับพระองค์ชั่วนิรันดร์กำลังถูกสร้างขึ้นในนครแห่งนี้

4. เจิดจ้าเหมือนเพชรที่สว่างสุกใสดุจแก้ว

เมื่อได้รับการทรงนำจากพระวิญญาณบริสุทธิ์ อัครทูตยอห์นจึงเต็มไปด้วยความยำเกรงหลังจากที่ท่านมองเห็นนครบริสุทธิ์คือเยรูซาเล็มใหม่ ยอห์นกล่าวถ้อยคำเหล่านี้ออกมา

ท่านได้นำข้าพเจ้าโดยพระวิญญาณขึ้นไปบนภูเขาสูงใหญ่และได้สำแดงให้ข้าพเจ้าเห็นนครบริสุทธิ์คือเยรูซาเล็มซึ่งกำลังลอยลงมาจากสวรรค์และจากพระเจ้า นครนั้นประกอบด้วยพระสิริของพระเจ้าใสสว่างดุจแก้วมณีอันหาค่ามิได้เช่นเดียวกับแก้วมณีโชติอันสุกใสและเป็นผลึก (วิวรณ์ 21:10-11)

พวกท่านบางคนอาจเคยเดินทางไปยังเมืองท่องเที่ยวที่มีชื่อเสียงของโลกนี้โดยทางเครื่องบิน ลองจินตนาการว่าเครื่องบินที่ท่านนั่งอยู่นั้น (ซึ่งบินอยู่ในระดับความสูง) เริ่มลดระดับลงมาเมื่อบินเข้าใกล้จุดหมายปลายทาง ท่านยังจำภาพทิวทัศน์อันงดงามที่ปรากฏต่อสายตาของท่านผ่านช่องหน้าต่างของเครื่องบินได้หรือไม่ ยิ่งทิวทัศน์นั้นงดงามมากขึ้นเท่าใดท่านก็ยิ่งรู้สึกชื่นชมมากขึ้นเท่านั้นในจิตใจของท่าน และท่านจะถวายคำขอบพระคุณและสง่าราศีแด่พระเจ้าพระผู้สร้างมากขึ้นเช่นกัน ในทำนองเดียวกัน ยอห์นถวายสง่าราศีแด่พระเจ้าเมื่อท่านมองดูนครเยรูซาเล็มใหม่อันรุ่งเรืองจากภูเขาสูงใหญ่โดยการทรงนำของพระวิญญาณบริสุทธิ์

ในนครเยรูซาเล็มใหม่มีความรักและฤทธิ์อำนาจของพระเจ้า

ยอห์นพูดคำว่า "พระสิริของพระเจ้า" เพื่อบรรยายถึงความงดงามของนครเยรูซาเล็มใหม่ซึ่งได้รับการตกแต่งเหมือนเจ้าสาว เมื่อมองดูนครเยรูซาเล็มใหม่ซึ่งประกอบด้วยความงดงามและความบริสุทธิ์อย่างสมบูรณ์แบบ ยอห์นถวายพระสิริแด่พระเจ้าสำหรับความรักและฤทธิ์อำนาจของพระองค์ ท่านสามารถลิ้มรสว่าแสงแห่งพระสิริของพระเจ้า (ซึ่งแสดงถึงสิทธิอำนาจของพระองค์) สว่างเจิดจ้าเพียงใดจากหนังสืออพยพ 34:28 โมเสสได้รับพระบัญญัติสิบประการหลังจากที่ท่านอยู่กับพระเจ้าเป็นเวลาสี่สิบวันบนภูซีนาย เมื่อท่านลงมาจากภูเขาใบหน้าของท่านทอแสงไปด้วยพระสิริของพระเจ้า ใบหน้าของท่านทอแสงเจิดจ้ามากจนอาโรนและคนอิสราเอลกลัวและไม่กล้าเข้ามาใกล้ท่าน

โมเสสสามารถมองเห็นพระสิริของพระเจ้าเนื่องจากท่านมีจิตใจเหมือนพระทัยของพระเจ้ามากจนท่านสามารถพูดกับพระเจ้าเหมือนคุยกับมิตรสหายในขณะที่คนอื่นไม่อาจทำได้ ด้วยเหตุนี้โมเสสต้องใช้ผ้าคลุมหน้าของท่านเอาไว้ คนอิสราเอลไม่สามารถมองหน้าของท่านได้โดยตรงแม้คนเหล่านั้นไม่ได้มองดูพระสิริของพระเจ้าก็ตาม

ความสว่างไสวของนครเยรูซาเล็มใหม่ซึ่งเต็มไปด้วยความรักแล

ะฤทธิ์อำนาจของพระเจ้าจะทอแสงเจิดจ้าด้วยพระสิริของพระเจ้ามากกว่านั้นสักเท่าใด เพราะเหตุนี้ยอห์นจึงพูดได้เพียงว่า “นครนั้นประกอบด้วยพระสิริของพระเจ้า ใสสว่างดุจแก้วมณีอันหาค่ามิได้เช่นเดียวกับแก้วมณีโชติอันสุกใสและเป็นผลึก”

นครเยรูซาเล็มใหม่เต็มไปด้วยความสว่างดังเดิมที่มาจากจุดสูงสุดที่พระเจ้าทรงสำแดงพระองค์ในฐานะองค์ตรีเอกานุภาพและเต็มไปด้วยแสงแห่งพระสิริที่มาจากพระที่นั่งของพระเจ้า ดังนั้น ภาพที่ปรากฏนั้นจะงดงามสักเพียงใดสำหรับอัครทูตยอห์น

นครเยรูซาเล็มใหม่ที่ทอแสงเจิดจ้าด้วยพระสิริของพระเจ้า

การพูดว่าความสว่างไสวของนครเยรูซาเล็มใหม่ที่ทอแสงเจิดจ้าไปด้วยพระสิริของพระเจ้า “ใสสว่างดุจแก้วมณีอันหาค่ามิได้เช่นเดียวกับแก้วมณีโชติอันสุกใสและเป็นผลึก” นั้นหมายถึงอะไร เพชรพลอยมีอยู่หลายชนิดและแต่ละชนิดมีชื่อแตกต่างกันตามส่วนประกอบและสีสันของเพชรพลอยเหล่านั้น เพื่อให้เป็นสิ่งที่มีค่า เพชรพลอยแต่ละชนิดต้องให้สีสันที่งดงามมาก ดังนั้น การพูดว่า “เช่นเดียวกับแก้วมณีโชติอันสุกใส” จึงบอกเป็นนัยว่าเพชรพลอยชนิดนี้มีความงดงามที่สมบูรณ์แบบ อัครทูตยอห์นเปรียบความสว่างอันงดงามของนครเยรูซาเล็มใหม่กับเพชรพลอยที่ผู้คนถือว่ามีคุณค่าและงดงาม

ยิ่งกว่านั้น นครเยรูซาเล็มใหม่ยังประกอบไปด้วยบ้านหลังใหญ่และหรูหราอยู่จำนวนมากและได้รับการตกแต่งด้วยเพชรพลอยสวรรค์ซึ่งมีแสงสว่างอันน่าหลงไหล ท่านสามารถบอกถึงแสงอันระยิบระยับและงดงามแม้ท่านจะมองดูนครแห่งนี้จากที่ไกล แสงสว่างสีขาวอมน้ำเงินที่สุกสกาวไปด้วยสีสันอันหลากหลายดูเหมือนกำลังโอบอุ้มนครแห่งนี้เอาไว้ ภาพนี้จะน่าประทับใจและน่าชื่นชมยินดีสักเพียงใด

วิวรณ์ 21:18 บอกเราว่ากำแพงนครเยรูซาเล็มใหม่ก่อด้วยแก้วมณีโชติ แก้วมณีโชติในสวรรค์มีสีน้ำเงินที่มองดูสดใสและงดงามจนท่านรู้สึกว่ากำลังมองลงไปในผืนน้ำที่ใสสะอาด ซึ่งแตกต่างจากแก้วมณีโชติทึบแสงในโลกนี้ แทบเป็นไปไม่ได้ที่จะบรรยายถึงความงามของแก้วมณีโชตินี้กับสิ่งของชนิดใดในโลกนี้ บางทีแก้วนี้อาจเทียบได้กับแสงสีน้ำเงินอันเปล่งปลั่งที่สะท้อนออกม

าจากคลื่นที่ใสสะอาด ยิ่งกว่านั้น เราอาจบรรยายถึงแก้วมณีโชติ นี้ได้ว่าเป็นแร่สีขาวอมน้ำเงินที่สดใส แก้วมณีโชติแสดงถึงความงดงามและความสว่างสุกใสของพระเจ้าและ “ความชอบธรรม” ของพระองค์ที่ไม่มีจุดด่างพร้อย สะอาด และไร้สิ่งเจือปน

แก้วมีอยู่หลายชนิดและในสวรรค์แก้วนี้หมายถึงหินพลอยที่ไร้สี โปร่งใส และแข็งแกร่งซึ่งสะอาดและสดใสเหมือนน้ำบริสุทธิ์ แก้วที่สะอาดและสุกใสถูกนำมาใช้เป็นเครื่องประดับในสมัยโบราณเพราะสิ่งเหล่านี้ไม่เพียงแต่สะอาดและโปร่งใส แต่แก้วนี้ยังสะท้อนแสงอันงดงามออกมาด้วยเช่นกัน

แม้แก้วไม่ใช่สิ่งที่มีราคาแพง แต่แก้วจะทอแสงที่แจ่มจรัสออกมาเพื่อทำให้แสงเหล่านั้นดูเหมือนเป็นสีของรุ้ง ยิ่งกว่านั้น พระเจ้าทรงใส่ความสุกใสแห่งพระสิริไว้บนแก้วในสวรรค์ด้วยฤทธิ์อำนาจของพระองค์เพื่อจะไม่มีสิ่งใดในโลกนี้สามารถนำมาเปรียบกับแก้วนี้ได้ อัครทูตยอห์นพยายามบรรยายถึงความงดงาม ความสุกใส และความรุ่งโรจน์ของนครเยรูซาเล็มใหม่ด้วยแก้ว

นครเยรูซาเล็มใหม่ (ซึ่งเป็นวิสุทธินคร) เต็มไปด้วยพระสิริอันมหัศจรรย์ของพระเจ้า นครเยรูซาเล็มใหม่จะโอ่อ่า งดงาม และรุ่งโรจน์สักเพียงใดในเมื่อนครแห่งนี้เป็นที่ตั้งของพระที่นั่งของพระเจ้าและเป็นที่ตั้งของจุดสูงสุดที่พระเจ้าทรงสำแดงพระองค์เองในฐานะตรีเอกานุภาพ

ถ้าท่านหวังที่จะอาศัยอยู่ในนครเยรูซาเล็มใหม่ที่บริสุทธิ์และน่าหลงใหลแห่งนี้อย่างแท้จริงท่านต้องสัตย์ซื่อต่อทุกสิ่งในชุมชนของพระเจ้าและเป็นที่พอพระทัยพระเจ้าด้วยการมีจิตใจที่สะอาดและสุกใสเหมือนแก้ว

ด้วยเหตุนี้ ข้าพเจ้าจึงอธิษฐานในพระนามของพระเยซูคริสต์องค์พระผู้เป็นเจ้าเพื่อท่านจะทำให้จิตใจของตนบริสุทธิ์ สัตย์ซื่อต่อทุกสิ่งในชุมชนของพระเจ้า และเตรียมตัวท่านให้พร้อมในฐานะเจ้าสาวที่งดงามขององค์พระผู้เป็นเจ้าเพื่อวันหนึ่งท่านจะเข้าไปสู่นครเยรูซาเล็มใหม่

บทที่ 2

รายชื่อคนสิบสองเผ่าและอัครทูตสิบสองคน

1. ทูตสวรรค์สิบสององค์เฝ้าประตู
2. รายชื่ออิสราเอลสิบสองเผ่าที่จารึกไว้บนประตูสิบสองประตู
3. รายชื่อสาวกสิบสองคนที่จารึกไว้บนฐานสิบสองฐาน

นครนั้นมีกำแพงสูงใหญ่ มีประตูสิบสองประตูและที่ป
ระตูนั้นจารึกเป็นชื่อเผ่าของพวกอิสราเอลสิบสองเผ่า
ทางด้านตะวันออกมีสามประตู ทางด้านเหนือมีสามประตู
ทางด้านใต้มีสามประตู และทางด้านตะวันตกมีสามประตู
และกำแพงนครนั้นมีฐานศิลาสิบสองฐานและที่ฐานศิลา
นั้นจารึกชื่ออัครทูตสิบสองคนของพระเมษโปดก

\- วิวรณ์ 21:12-14 -

นครเยรูซาเล็มใหม่มีกำแพงล้อมรอบซึ่งทอแสงเจิดจ้าและระยิบระยับ ทุกคนจะตกตะลึงเมื่อมองเห็นขนาด ความงดงาม และสง่าราศีของกำแพงเหล่านี้ นครแห่งนี้เป็นรูปทรงสี่เหลี่ยมและแต่ละด้านมีประตูสามประตู นั่นคือ ด้านตะวันออกสามประตู ด้านตะวันตกสามประตู ด้านเหนือสามประตู และด้านใต้สามประตู นครนี้มีประตูทั้งหมดสิบสองประตูและมีขนาดใหญ่เหนือจินตนาการ ทูตสวรรค์ที่น่าเกรงขามเฝ้าประตูแต่ละประตูเอาไว้และมีรายชื่อของคนสิบสองเผ่าจารึกไว้บนประตูเหล่านี้

นอกจากนั้น รอบกำแพงเหล่านี้ยังมีฐานศิลาสิบสองฐานโดยมีเสาสิบสองเสาตั้งอยู่บนฐานและมีรายชื่อของสาวกสิบสองคนจารึกไว้บนฐานศิลาเหล่านั้น ทุกสิ่งในนครเยรูซาเล็มใหม่ถูกสร้างขึ้นด้วยหมายเลข 12 เป็นหลักซึ่งเลขนี้เป็นหมายเลขแห่งความสว่าง ทั้งนี้ก็เพื่อช่วยทุกคนให้เข้าใจง่ายขึ้นว่านครเยรูซาเล็มใหม่เป็นสถานที่สำหรับผู้ที่เป็นบุตรแห่งความสว่างที่มีจิตใจเหมือนพระทัยของพระเจ้าผู้ทรงเป็นความสว่าง

ขอให้เราศึกษาความหมายฝ่ายวิญญาณของหมายเลข 12 พระเยซูตรัสไว้ในยอห์น 11:9 ว่า "วันหนึ่งมีสิบสองชั่วโมงมิใช่หรือ ถ้าผู้ใดเดินในตอนกลางวันเขาก็จะไม่สะดุดเพราะเขาเห็นความสว่างของโลกนี้" คำว่า "วันหนึ่งมีสิบสองชั่วโมง" ในที่นี้ในแง่ฝ่ายวิญญาณหมายถึงความสว่างที่สมบูรณ์แบบซึ่งปราศจากความมืด และความสว่างหมายถึงพระเจ้าผู้สมบูรณ์แบบและนิรันดร์ซึ่งในพระองค์ไม่มีความมืดอยู่เลย

ด้วยเหตุนี้ หมายเลข 12 จึงเล็งถึงจำนวนวัน ความสดใส และความสว่าง รวมทั้งแสดงถึงความสมบูรณ์แบบและความพรั่งพร้อม พระเจ้าทรงถือว่าเลข 12 มีคุณค่ามากและใช้หมายเลขนี้เป็นเครื่องหมายแห่งพระสัญญาเนื่องจากหมายเลข 12 แสดงถึงความพรั่งพร้อมและการเข้าสู่ความสว่าง

พระเจ้าทรงตั้งคนอิสราเอลสิบสองเผ่าขึ้นผ่านทางยาโคบเพื่อแสดงถึงผู้คนที่ได้รับความรอด ทรงอนุญาตให้พระกิตติคุณถูกเผยแพร่ออกไปผ่านสาวกสิบสองคน และทรงสร้างประตูสิบสองประตูและ

ฐานสิบสองฐานในนครเยรูซาเล็มใหม่ พระเจ้าทรงสำแดงถึงน้ำพระทัยและการจัดเตรียมของพระองค์ผ่านหมายเลข 12 ด้วยวิธีการนี้

ตอนนี้ขอให้เราดูถึงเหตุผลของการที่ทูตสวรรค์สิบสององค์เฝ้าประตูสิบสองประตูของนครเยรูซาเล็มใหม่และรายชื่อของคนสิบสองเผ่าและสาวกสิบสองคนที่ถูกจารึกไว้ทั่วนคร

1. ทูตสวรรค์สิบสององค์เฝ้าประตู

ในสมัยโบราณ ทหารหรือคนเฝ้ายามจะเฝ้าประตูของปราสาทซึ่งเป็นที่พำนักของกษัตริย์หรือเจ้านายชั้นสูงเอาไว้ มาตรการนี้เป็นสิ่งจำเป็นเพื่อป้องกันตัวปราสาทจากศัตรูและผู้บุกรุก แต่ทูตสวรรค์สิบสององค์ยังคงเฝ้าประตูของนครเยรูซาเล็มใหม่เอาไว้แม้ไม่มีผู้ใดจะสามารถบุกรุกหรือเข้าไปในนครนี้ได้ตามที่ตนต้องการเพราะนครแห่งนี้เป็นที่ตั้งของพระที่นั่งของพระเจ้า อะไรคือเหตุผลของการให้ทูตสวรรค์เฝ้าประตูเอาไว้

เพื่อแสดงถึงความมั่งคั่ง สิทธิอำนาจ และสง่าราศี
นครเยรูซาเล็มใหม่ใหญ่โตและโอ่อ่าเหนือจินตนาการของเรา นครต้องห้ามของประเทศจีนซึ่งเป็นที่ประทับของจักรพรรดิองค์ต่างๆ มีขนาดใหญ่เท่ากับบ้านแต่ละหลังในนครเยรูซาเล็มใหม่เท่านั้น แม้แต่ขนาดของกำแพงเมืองจีนซึ่งถือเป็นหนึ่งในเจ็ดมหัศจรรย์ของโลกก็เทียบไม่ได้กับกำแพงของนครเยรูซาเล็มใหม่

เหตุผลแรกของการให้ทูตสวรรค์สิบสององค์เฝ้าประตูเอาไว้ก็เพื่อแสดงถึงเกียรติยศ ความมั่งคั่ง สิทธิอำนาจ และสง่าราศี ในปัจจุบันคนที่มีอำนาจหรือคนร่ำรวยจะมียามส่วนตัวเฝ้าบ้านของตนเอาไว้ซึ่งสิ่งนี้แสดงถึงความมั่งคั่งและสิทธิอำนาจของผู้พักอาศัย

ดังนั้น จึงเป็นที่ชัดเจนว่าทูตสวรรค์ซึ่งมีฐานะสูงกว่าเป็นผู้เฝ้าประตูนครเยรูซาเล็มใหม่ซึ่งเป็นที่ตั้งของพระที่นั่งของพระเจ้าเอาไว้ เพียงแค่ชำเลืองดูทูตสวรรค์สิบสององค์เราก็สัมผัสถึงสิทธิอำนาจของพระเจ้าและผู้พักอาศัยในนครเยรูซาเล็มใหม่ ซึ่งทูตเหล่านี้ช่วยเพิ่ม

ความงดงามและสง่าราศีของนครเยรูซาเล็มใหม่เช่นกัน

เพื่อปกป้องบุตรของพระเจ้า

อะไรคือเหตุผลข้อที่สองของการให้ทูตสวรรค์สิบสององค์เฝ้าประตูนครเยรูซาเล็มใหม่ ฮีบรู 1:14 กล่าวว่า “ทูตสวรรค์ทั้งปวงเป็นแต่เพียงวิญญาณผู้ปรนนิบัติที่พระองค์ทรงส่งไปช่วยเหลือบรรดาผู้ที่จะได้รับความรอดกระนั้นมิใช่หรือ” พระเจ้าทรงปกป้องบุตรของพระองค์ที่อาศัยอยู่ในโลกนี้ด้วยพระเนตรที่ลุกโชนและด้วยทูตสวรรค์ที่พระองค์ทรงส่งไป ดังนั้น ผู้คนที่ดำเนินชีวิตตามพระคำของพระเจ้าจะไม่ถูกรังควาญจากซาตานแต่จะได้รับการปกป้องจากการทดสอบ ปัญหา ภัยพิบัติ (ทั้งที่เกิดขึ้นตามธรรมชาติหรือที่มนุษย์สร้างขึ้น) โรคภัยไข้เจ็บ และอุบัติเหตุ

นอกจากนั้น ยังมีทูตสวรรค์จำนวนนับไม่ถ้วนในสวรรค์ซึ่งทำหน้าที่ของตนตามคำบัญชาของพระเจ้า ในท่ามทูตสวรรค์เหล่านี้ได้แก่ทูตที่ทำการเฝ้าดูแล จดบันทึก และจัดทำรายงานความประพฤติทุกอย่างของแต่ละคนต่อพระเจ้าไม่ว่าบุคคลนั้นจะเป็นผู้เชื่อหรือไม่ก็ตาม ในวันพิพากษา พระเจ้าจะทรงจดจำแม้แต่คำพูดคำเดียวที่หลุดออกมาจากปากของบุคคลและประทานบำเหน็จรางวัลตามสิ่งที่เขาได้กระทำ

ในทำนองเดียวกัน ทูตสวรรค์ทั้งหมดเป็นวิญญาณที่อยู่ภายใต้การควบคุมของพระเจ้า ทูตเหล่านี้ปกป้องและดูแลบุตรของพระเจ้าแม้กระทั่งในสวรรค์ แน่นอน ในสวรรค์จะไม่มีอุบัติเหตุหรืออันตรายใด ๆ เนื่องจากที่นั่นไม่มีความมืดซึ่งเป็นของผีมารซาตาน แต่เป็นหน้าที่ตามธรรมชาติของทูตเหล่านั้นที่จะปรนนิบัติเจ้านายของตน การทำหน้าที่นี้ไม่ได้เกิดขึ้นจากการถูกบังคับแต่เป็นการทำด้วยความสมัครใจตามลำดับขั้นและข้อตกลงแห่งมิติฝ่ายวิญญาณ สิ่งนี้เป็นหน้าที่ตามธรรมชาติที่พระเจ้าทรงมอบหมายให้กับทูตสวรรค์

เพื่อรักษาความเป็นระเบียบของนครเยรูซาเล็มใหม่

อะไรคือเหตุผลข้อที่สามของการให้ทูตสวรรค์สิบสององค์เฝ้าป

ระตูนครเยรูซาเล็มใหม่ สวรรค์เป็นมิติฝ่ายวิญญาณที่ไม่มีข้อบกพร่องและดำเนินไปอย่างเป็นระเบียบ ในสวรรค์ไม่มีความเกลียดชัง การทะเลาะวิวาท หรือการใช้อำนาจควบคุม แต่สวรรค์ดำเนินไปภายใต้ระเบียบการของพระเจ้า รางวัลและสิทธิอำนาจถูกกำหนดขึ้นด้วยความยุติธรรมของพระเจ้าผู้ประทานบำเหน็จรางวัลแก่แต่ละคนตามการประพฤติของเขาและทุกสิ่งดำเนินไปภายใต้ระเบียบการนี้

คำว่า "สิทธิอำนาจ" ในที่นี้ไม่ได้หมายถึงตำแหน่งที่บุคคลจะนำมาโอ้อวดหรือภาคภูมิใจ แต่หมายถึงการเสริมพลังฝ่ายวิญญาณเพื่อแสดงความเคารพนับถือ ความไว้วางใจ และความรักต่อซึ่งกันและกันในฐานะบุตรของพระเจ้า

บ้านเรือนที่แตกแยกกันไม่อาจยืนหยัดอยู่ได้ ในทำนองเดียวกันแม้แต่โลกของซาตานก็ไม่ต่อสู้กันเอง แต่จะดำเนินไปตามระเบียบการบางอย่าง (มาระโก 3:22-26) การที่แผ่นดินของพระเจ้าถูกกำหนดและดำเนินการไปตามระเบียบถือเป็นสิ่งที่ยุติธรรมยิ่งกว่านั้นสักเพียงใด

ยกตัวอย่าง งานเลี้ยงต่าง ๆ ที่จัดขึ้นในนครเยรูซาเล็มใหม่ดำเนินไปอย่างมีระเบียบ ดวงวิญญาณที่ได้รับความรอดซึ่งอยู่ในสวรรค์ชั้นที่สาม ชั้นที่สอง ชั้นที่หนึ่ง และเมืองบรมสุขเกษมจะเข้าไปสู่นครเยรูซาเล็มใหม่ได้ก็เมื่อได้รับเชิญเท่านั้น ซึ่งเป็นไปตามระเบียบการฝ่ายวิญญาณ ที่นั่นคนเหล่านี้จะเป็นที่พอพระทัยพระเจ้าและร่วมแบ่งปันความชื่นชมยินดีกับผู้คนที่อาศัยอยู่ในนครเยรูซาเล็มใหม่

ถ้าดวงวิญญาณที่อยู่ในเมืองบรมสุขเกษม สวรรค์ชั้นที่หนึ่ง ชั้นที่สอง และชั้นที่สามสามารถเข้าสู่นครเยรูซาเล็มใหม่ได้โดยอิสระทุกเมื่อที่คนเหล่านั้นต้องการ จะเกิดอะไรขึ้น สิ่งของที่ดีและมีค่าที่สุดจะสูญเสียคุณค่าของตนไปเพราะมีการนำไปใช้อย่างไม่ถูกต้องฉันใด ถ้านครเยรูซาเล็มใหม่ไร้ระเบียบกฎเกณฑ์ ความงดงามของนครแห่งนั้นก็ไม่อาจดำรงอยู่ได้ฉันนั้น ด้วยเหตุนี้ เพื่อรักษาความเป็นระเบียบของนครเยรูซาเล็มใหม่ พระเจ้าจึงทรงมอบหมายให้ทูตสวรรค์สิบสององค์เฝ้าประตูสิบประตูเอาไว้ แน่นอน ผู้เชื่อที่อยู่ในสวรรค์ชั้นที่สามและชั้นที่ต่ำลงไปไม่สามารถเข้าไปสู่นครเยรูซาเล็ม

ใหม่ได้โดยอิสระแม้จะไม่มีทูตสวรรค์เฝ้าประตูเอาไว้ก็ตามเพราะคนเหล่านั้นมีสง่าราศีที่แตกต่างกัน ดังนั้น ทูตสวรรค์จึงต้องรักษาความเป็นระเบียบเอาไว้อย่างถูกต้อง

2. รายชื่ออิสราเอลสิบสองเผ่าที่จารึกไว้บนประตูสิบสองประตู

อะไรคือเหตุผลของการจารึกชื่อของคนอิสราเอลสิบสองเผ่าไว้บนประตูสิบสองประตูของนครเยรูซาเล็มใหม่ ในโลกนี้ เพื่อระลึกถึงความสำเร็จหรือเพื่อเปิดเผยข้อมูลของการก่อสร้างตึก ผู้คนมักวางศิลามุมเอกที่มีข้อความจารึกไว้บนศิลาแผ่นนั้นหรือสร้างอนุสาวรีย์ไว้ภายในบริเวณใกล้เคียงกับการก่อสร้างดังกล่าว เช่นเดียวกัน ชื่อของคนอิสราเอลสิบสองเผ่าเป็นสัญลักษณ์ของข้อเท็จจริงที่ว่าประตูทั้งสิบสองประตูของนครเยรูซาเล็มใหม่เริ่มต้นกับคนอิสราเอลสิบสองเผ่า

เบื้องหลังของการสร้างประตูสิบสองประตู

อาดัมและเอวา (ซึ่งถูกขับไล่ออกจากสวนเอเดนเพราะความบาปแห่งการไม่เชื่อฟังของทั้งสองคนเมื่อประมาณ 6 พันปีที่แล้ว) ให้กำเนิดบุตรจำนวนมากในขณะที่อาศัยอยู่ในโลก เมื่อโลกเต็มไปด้วยความบาป มนุษย์ทุกคน (ยกเว้นครอบครัวของโนอาห์ซึ่งเป็นคนชอบธรรมคนหนึ่งในท่ามกลางผู้คนในยุคของท่าน) จึงถูกลงโทษและพินาศไปด้วยเหตุการณ์น้ำท่วม

จากนั้น เมื่อประมาณ 4 พันปีที่แล้วอับราฮัมถือกำเนิดมาและเมื่อถึงเวลาพระเจ้าทรงแต่งตั้งท่านให้เป็นบรรพบุรุษแห่งความเชื่อและอวยพระพรท่านอย่างบริบูรณ์ พระเจ้าทรงสัญญากับอับราฮัมในปฐมกาล 22:17-18 ว่า

เราจะอวยพรเจ้าแน่ เราจะทวีเชื้อสายของเจ้าให้มากขึ้น ดังดวงดาวในท้องฟ้าและดังเม็ดทรายบนฝั่งทะเล เชื้อสายของเจ้าจะได้ประตูเมืองศัตรูของเจ้าเป็นกรรมสิทธิ์ ประชาชาติทั้งหลายทั่วโลกจะได้พรเพราะเชื้อสายของเจ้า เหตุว่าเจ้าฟังเสียงของเรา

พระเจ้าผู้ทรงสัตย์ซื่อทรงแต่งตั้งยาโคบ (หลานชายของอับราฮัม) ให้เป็นผู้ก่อตั้งอิสราเอลและทรงทำให้ลูกชายทั้งสิบสองคนของท่านเป็นรากฐานของการก่อตั้งประเทศ จากนั้นเมื่อประมาณ 2 พันปีที่แล้ว พระเจ้าทรงส่งพระเยซูผู้สืบเชื้อสายมาจากเผ่ายูดาห์และทรงเปิดหนทางแห่งความรอดเพื่อมนุษย์ทุกคน

พระเจ้าทรงตั้งคนอิสราเอลสิบสองเผ่าขึ้นด้วยวิธีการนี้เพื่อทำให้พระพรที่พระองค์ทรงมอบไว้กับอับราฮัมสำเร็จเป็นจริง ยิ่งกว่านั้นเพื่อเป็นสัญลักษณ์และเครื่องหมายของข้อเท็จจริงนี้ พระเจ้าทรงสร้างประตูสิบสองประตูไว้ในนครเยรูซาเล็มใหม่และทรงจารึกชื่อของอิสราเอลทั้งสิบสองเผ่านี้เอาไว้

ตอนนี้ ขอให้เรามองดูยาโคบบรรพบุรุษของอิสราเอลและคนสิบสองเผ่าใกล้ชิดมากยิ่งขึ้น

ยาโคบบรรพบุรุษของอิสราเอลและบุตรชายสิบสองคน

ยาโคบ (ซึ่งเป็นหลานของอับราฮัมและเป็นบุตรชายของอิสอัค) ช่วงชิงสิทธิบุตรหัวปีมาจากเอซาวพี่ชายของตนด้วยวิธีการที่ฉลาดแกมโกงและหลบหนีจากเอซาวเพื่อไปอยู่กับลาบันลุงของตน ในช่วงเวลา 20 ปีของการอยู่กับลาบัน พระเจ้าทรงฝึกฝนยาโคบจนกระทั่งท่านกลายเป็นบรรพบุรุษของอิสราเอล ปฐมกาล 29:21 เป็นต้นไปอธิบายถึงการแต่งงานและการบังเกิดของบุตรทั้งสิบสองคนของยาโคบโดยละเอียด ยาโคบรักราเชลและสัญญาทำงานให้กับลาบันเป็นเวลาเจ็ดปีเพื่อแลกกับการได้แต่งงานกับราเชล แต่ยาโคบถูกลุงของตนหลอกให้แต่งงานกับเลอาห์พี่สาวของราเชล ยาโคบต้องสัญญาทำงานให้กับลาบันอีกเจ็ดปีเพื่อแลกกับการได้แต่งงานกับราเชล ในที่สุดท่านได้แต่งงานกับราเชลและรักราเชลมากกว่าเลอาห์

พระเจ้าทรงมีพระเมตตาต่อนางเลอาห์ซึ่งไม่ได้รับความรักจากสามีของตนและทรงเปิดครรภ์ของเธอ นางเลอาห์ให้กำเนิดแก่รูเบน สิเมโอน และยูดาห์ นางราเชลซึ่งได้รับความรักจากยาโคบแต่เธอไม่สามารถให้กำเนิดบุตรได้ช่วงเวลาหนึ่ง นางราเชลจึงอิจฉาเลอาห์

พี่สาวของเธอและมอบนางบิลฮาห์สาวใช้ของตนให้เป็นภรรยาของยาโคบ นางบิลฮาห์ให้กำเนิดดานและนัฟทาลี เมื่อนางเลอาห์ไม่อาจตั้งครรภ์ได้อีกต่อไปเธอจึงยกนางศิลปาห์สาวใช้ของตนให้เป็นภรรยาของยาโคบและนางศิลปาห์ให้กำเนิดกาดและอาเชอร์

ต่อมา นางเลอาห์ยอมรับข้อตกลงจากนางราเชลในเรื่องการหลับนอนกับยาโคบเพื่อแลกกับมะเขือดูดาอิมของรูเบนบุตรชายคนโต นางเลอาห์ตั้งครรภ์และให้กำเนิดกับอิสสาคาร์และเศบูลุนและบุตรสาวชื่อดีนาห์ จากนั้นพระเจ้าทรงระลึกราเชลที่เป็นหมันและทรงเปิดครรภ์ของเธอ เวลานี้ราเชลให้กำเนิดกับโยเซฟ หลังจากการบังเกิดของโยเซฟ ยาโคบได้รับคำสั่งจากพระเจ้าให้ข้ามแม่น้ำยับบอกและเดินทางกลับไปยังบ้านเกิดของท่านพร้อมกับภรรยาสองคน สาวใช้สองคน และลูกชายสิบเอ็ดคน

ยาโคบผ่านการทดลองที่บ้านของลาบันลุงของท่านเป็นเวลาสองทศวรรษ หลังจากนั้น ท่านได้ถ่อมตัวลงและอธิษฐานจนกระทั่งข้อต่อตะโพกของท่านเคล็ดที่แม่น้ำยับบอกในช่วงการเดินทางกลับไปยังบ้านเกิดของตน จากนั้นท่านจึงถูกเรียกว่า “อิสราเอล” (ปฐมกาล 32:28) อิสราเอลคืนดีกับเอซาวพี่ชายของท่านและอาศัยอยู่ในแผ่นดินคานาอัน อิสราเอลได้รับพระพรของการเป็นบรรพบุรุษของอิสราเอลและมีบุตรชายคนสุดท้องชื่อเบนยามินผ่านทางราเชล

อิสราเอลสิบสองเผ่า:
ประชากรที่ถูกเลือกสรรของพระเจ้า

โยเซฟ (ซึ่งเป็นคนที่บิดารักมากที่สุดในบรรดาบุตรทั้งสิบสองคนของอิสราเอล) ถูกพี่ชายขี้อิจฉาของตนขายไปเป็นทาสที่อียิปต์เมื่ออายุ 17 ปี แต่ด้วยการจัดเตรียมของพระเจ้าโยเซฟกลายเป็นนายกรัฐมนตรีของอียิปต์เมื่อท่านมีอายุ 30 ปี พระเจ้าทรงทราบว่าจะเกิดการกันดารอาหารครั้งใหญ่ในแผ่นดินคานาอันพระองค์จึงทรงส่งโยเซฟไปยังอียิปต์และทรงอนุญาตให้ครอบครัวทั้งหมดของท่านย้ายไปอาศัยอยู่ที่นั่นด้วยเพื่อคนเหล่านั้นจะเพิ่มจำนวนขึ้นจนกลายเป็นชนชาติใหญ่

ในปฐมกาล 49:3-28 อิสราเอลอวยพรบุตรชายสิบสองคนของท่านก่อนการสิ้นลมหายใจและบุตรเหล่านั้นคือคนสิบสองเผ่าของอิสราเอล

"รูเบนเอ๋ย เจ้าเป็นบุตรหัวปีของเรา เป็นกำลังและเป็นผลแรกแห่งเรี่ยวแรงของเรา (ข้อ 3)...

สิเมโอนกับเลวีเป็นพี่น้องกัน กระบี่ของเขาเป็นเครื่องอาวุธร้ายกาจ (ข้อ 5)...

ยูดาห์เอ๋ย พวกพี่น้องจะสรรเสริญเจ้า (ข้อ 8)...

เศบูลุนจะอาศัยอยู่ที่ท่าเรือริมทะเล (ข้อ 13)...

อิสสาคาร์เป็นตัวลามีกำลังมาก
หมอบลงกลางต่างของมัน (ข้อ 14)...

ดานจะเป็นทนายของประชาชนของตน
เป็นเผ่าหนึ่งในอิสราเอล (ข้อ 16)...

ฝ่ายกาดนั้นจะมีพวกปล้นไล่ปล้นเขา
แต่เขาจะกลับไล่ปล้นติดส้นพวกนั้น (ข้อ 19)...

อาหารของอาเชอร์จะบริบูรณ์ (ข้อ 20)...

นัฟทาลีเป็นกวางตัวเมียที่ปล่อยปละ
ผู้ให้กำเนิดลูกกวางงดงาม (ข้อ 21)...

โยเซฟเป็นกิ่งที่เกิดผล
เป็นกิ่งที่เกิดผลอยู่ริมน้ำพุ (ข้อ 22)

เบนยามินเป็นสุนัขป่าที่ล่าเหยื่อ (ข้อ 27)..."

เหล่านี้คือคนสิบสองเผ่าของอิสราเอลและนี่คือสิ่งที่บิดาของคนเหล่านั้นพูดกับเขาเมื่อท่านอวยพรเขาด้วยการพรที่เหมาะสมกับแต่ละคน พรแต่ละอย่างแตกต่างกันเพราะบุตรชายแต่ละคน (เผ่า) มีบุคลิก ลักษณะ การประพฤติ และธรรมชาติที่แตกต่างกัน

พระเจ้าประทานธรรมบัญญัติให้กับคนสิบสองเผ่าของอิสราเอลที่เดินทางออกมาจากอียิปต์ผ่านทางโมเสสและทรงนำคนเหล่านั้นไปสู่แผ่นดินคานาอันซึ่งบริบูรณ์ด้วยน้ำนมและน้ำผึ้ง ในเฉลยธรรมบัญญัติ 33:5-25 โมเสสอวยพรประชาชนอิสราเอลก่อนการเสียชีวิตของท่าน

"ขอให้รูเบนดำรงชีวิตอยู่อย่าให้ตาย
อย่าให้ผู้คนของเขามีน้อย (ข้อ 6)...
ข้าแต่พระเจ้า ขอทรงสดับเสียงของยูดาห์
ขอทรงนำเขาเข้ากับชนชาติของเขา (ข้อ 7)...
ท่านกล่าวถึงเลวีว่า
"ทูมมีมและอูรีมของพระองค์
อยู่กับผู้จงรักภักดีของพระองค์" (ข้อ 8)...
ท่านกล่าวเรื่องเบนยามินว่า
"คนที่พระเจ้าทรงรัก
จะอาศัยอยู่กับพระองค์อย่างปลอดภัย" (ข้อ 12)...
ท่านกล่าวถึงโยเซฟว่า
"ขอให้แผ่นดินของเขาได้รับพระพรจากพระเจ้า
ให้ได้รับของประเสริฐที่สุดจากฟ้าสวรรค์ทั้งน้ำค้างและจากบาด
าลที่ซึ่งหมอบอยู่ข้างล่าง" (ข้อ 13)...
คนเอฟราอิมนับหมื่นเป็นเช่นนี้
คนมนัสเสห์นับพันก็เหมือนกัน (ข้อ 17)...
ท่านกล่าวถึงเศบูลุนว่า
"เศบูลุนเอ๋ย จงปีติร่าเริงเมื่อท่านออกไป
และอิสสาคาร์เอ๋ย จงปีติร่าเริงในเต็นท์ของตน" (ข้อ 18)...
ท่านกล่าวถึงกาดว่า
"สาธุการแด่พระองค์ผู้ทรงขยายกาด" (ข้อ 20)...
ท่านกล่าวถึงดานว่า
"ดานเป็นลูกสิงห์ที่กระโดดมาจากเมืองบาชาน" (ข้อ 22)...
ท่านกล่าวถึงนัฟทาลีว่า
"โอ นัฟทาลีผู้อิ่มด้วยพระคุณและหนำด้วยพระพรของพระเจ้า"
(ข้อ 23)
ขอให้อาเชอร์ได้รับพระพรเหนือบุตรทั้งหลาย
ให้เขาเป็นที่โปรดปรานของพี่น้องของเขา (ข้อ 24)..."
ในบรรดาบุตรชายทั้งสิบสองคนของอิสราเอล เลวีถูกแยกออกจ
ากคนอิสราเอลทั้งสิบสองเผ่าเพื่อให้เป็นปุโรหิตและเป็นของพระเจ้า

มนัสเสห์และเอฟราอิมบุตรชายสองคนของโยเซฟเป็นผู้ก่อตั้งอิสราเอลสองเผ่าแทนคนเลวี

รายชื่อของคนสิบสองเผ่า

พวกเราที่ไม่ได้อยู่ในกลุ่มของคนอิสราเอลสิบสองเผ่าและไม่ได้เป็นลูกหลานโดยตรงของอับราฮัมจะรอดและผ่านประตูสิบสองประตูซึ่งมีชื่อของคนสิบสองเผ่าจารึกอยู่เข้าไปได้อย่างไร

เราสามารถพบคำตอบของคำถามนี้ในหนังสือวิวรณ์ 7:4-8

และข้าพเจ้าได้ยินจำนวนของผู้ที่ได้การประทับตรา คือผู้ที่มาจากทุกเผ่าในพวกอิสราเอลได้แสนสี่หมื่นสองพันคน ผู้ที่มาจากเผ่ายูดาห์ได้หมื่นสองพันคน ผู้ที่มาจากเผ่ารูเบนหมื่นสองพันคน ผู้ที่มาจากเผ่ากาดหมื่นสองพันคน ผู้ที่มาจากเผ่าอาเชอร์หมื่นสองพันคน ผู้ที่มาจากเผ่านัฟทาลีหมือนสองคนพัน ผู้ที่มาจากเผ่ามนัสเสห์หมื่นสองพันคน ผู้ที่มาจากเผ่าสิเมโอนหมื่นสองพันคน ผู้ที่มาจากเผ่าเลวีหมื่นสองพันคน ผู้ที่มาจากเผ่าอิสสาคาร์หมื่นสองพันคน ผู้ที่มาจากเผ่าเศบูลุนหมื่นสองพันคน ผู้ที่มาจากพงศ์พันธุ์โยเซฟหมื่นสองพันคน ผู้ที่มาจากเผ่าเบนยามินหมื่นสองพันคน

ในพระคัมภีร์ตอนนี้ชื่อของเผ่ายูดาห์มาเป็นอันดับแรกและตามมาด้วยชื่อของเผ่ารูเบนซึ่งแตกต่างจากการเรียงลำดับในหนังสือปฐมกาลและเฉลยธรรมบัญญัติ ชื่อของเผ่าดานถูกลบออกไปและชื่อของเผ่ามนัสเสห์ถูกเพิ่มเติมเข้ามาแทน

พระคัมภีร์บันทึกถึงความบาปที่ร้ายแรงของดานใน 1 พงศ์กษัตริย์ 12:28-31

ดังนั้นพระราชาจึงทรงปรึกษาและได้ทรงสร้างลูกวัวสองตัวด้วยทองคำ แล้วพระองค์ตรัสแก่ประชาชนว่า “ที่ท่านทั้งหลายขึ้นไปยังกรุงเยรูซาเล็มนานพออยู่แล้ว โอ อิสราเอลเอ๋ย จงดูพระเจ้าของท่านนี่แน่ะพระองค์ผู้ทรงนำท่านทั้งหลายออกจากประเทศอียิปต์ และพระองค์ก็ประดิษฐานไว้ที่เบธเอลรูปหนึ่งและอีกรูปหนึ่งทรงประดิษฐานไว้ในเมืองดาน และสิ่งนี้ได้เป็นบาปเพราะว่าประชาชนได้ไปยังรูปหนึ่งที่เบธเอลและไปยังอีกรูปหนึ่งไกลไปจนถึงเมืองดาน แล้วพระ

องค์ได้ทรงสร้างนิเวศที่ปูชนียสถานสูง ทรงกำหนดตั้งปุโรหิตจากหมู่ประชาชนทั้งปวงผู้มิได้เป็นคนเลวี

เยโรโบอัมซึ่งเป็นกษัตริย์องค์แรกของอิสราเอลซึ่งอยู่ทางตอนเหนือคิดกับตนเองว่าถ้าประชาชนเดินทางไปถวายเครื่องบูชาในพระวิหารของพระเจ้าในกรุงเยรูซาเล็ม คนเหล่านี้ก็จะถวายความจงรักภักดีให้กับกษัตริย์เรโหโบอัมกษัตริย์แห่งยูดาห์ที่อยู่ทางตอนใต้ กษัตริย์เยโรโบอัมจึงสร้างรูปวัวทองคำสองตัวและประดิษฐานไว้ที่เมืองเบธเอลรูปหนึ่งและเมืองดานรูปหนึ่ง พระองค์ทรงสั่งห้ามประชาชนไม่ให้เดินทางขึ้นไปยังกรุงเยรูซาเล็มเพื่อถวายเครื่องบูชาแด่พระเจ้าและชักนำประชาชนให้ปรนนิบัติรูปวัวทองคำที่เบธเอลและดาน

เผ่าดานทำบาปด้วยการกราบไหว้รูปเคารพและแต่งตั้งคนธรรมดาเป็นปุโรหิตของพระเจ้าแม้จะมีบทบัญญัติว่าห้ามเผ่าอื่นใดเป็นปุโรหิตยกเว้นเผ่าเลวีก็ตาม คนเหล่านั้นกำหนดงานเทศกาลในวันที่สิบห้าของเดือนที่แปดเหมือนเทศกาลที่จัดขึ้นในยูดาห์ พระเจ้าไม่อาจยกโทษความผิดบาปเหล่านี้ได้และคนเหล่านั้นจึงถูกพระเจ้าทอดทิ้ง

ดังนั้น ชื่อของเผ่าดานจึงถูกตัดออกไปและถูกแทนที่ด้วยชื่อของเผ่ามนัสเสห์ มีคำพยากรณ์เพิ่มเติมถึงชื่อของเผ่ามนัสเสห์ในปฐมกาล 48:5 ยาโคบกล่าวกับบุตรของท่านว่า

"ส่วนบุตรทั้งสองของเจ้าที่เกิดแก่เจ้าในประเทศอียิปต์ก่อนพ่อมาหาเจ้าในอียิปต์ก็เป็นบุตรของเราเอฟราอิมและมนัสเสห์จะต้องเป็นพ่อเหมือนรูเบนและสิเมโอน"

ยาโคบ (ผู้เป็นบิดาของอิสราเอล) รับรองมนัสเสห์และเอฟราอิมว่าเป็นบุตรของตน ดังนั้น ในหนังสือวิวรณ์เราจึงพบว่าชื่อของเผ่ามนัสเสห์ถูกบันทึกไว้แทนชื่อของดาน

จากข้อเท็จจริงที่ว่าชื่อของเผ่ามนัสเสห์ถูกบันทึกไว้ในรายชื่อคนสิบสองเผ่าของอิสราเอลดังกล่าวแม้มนัสเสห์ไม่ได้เป็นหนึ่งในผู้นำสิบสองคนของอิสราเอลจึงชี้ให้เห็นว่าชาวต่างชาติจะเข้ามาแทนที่คนอิสราเอลและได้รับความรอด

พระเจ้าทรงวางรากฐานของชนชาติหนึ่งผ่านทางคนสิบสองเผ่าของอิสราเอล เมื่อสองพันปีที่แล้ว พระองค์ทรงเปิดประตูแห่งการล

บล้างความผิดบาปของเราผ่านทางพระโลหิตประเสริฐของพระเยซูคริสต์ที่หลั่งออกมาบนกางเขนและทรงอนุญาตให้ทุกคนรับเอาความรอดด้วยความเชื่อ

พระเจ้าทรงเลือกชนชาติอิสราเอลจากคนสิบสองเผ่าและเรียกคนเหล่านั้นว่า "ประชากรของเรา" แต่สุดท้ายเนื่องจากคนเหล่านั้นไม่ได้ทำตามน้ำพระทัยของพระเจ้า พระกิตติคุณจึงออกไปถึงคนต่างชาติ

คนต่างชาติ (ผู้ที่เป็นกิ่งมะกอกเทศป่าซึ่งนำมาต่อกิ่งไว้แทนกิ่งเหล่านั้น) เข้ามาแทนที่ชนชาติอิสราเอลที่พระเจ้าทรงเลือกซึ่งเป็นเหมือนกิ่งมะกอกเทศเหล่านั้น เพราะเหตุนี้อัครทูตเปาโลจึงกล่าวไว้ในโรม 2:28-29 ว่า "เพราะว่ายิวแท้มิใช่คนที่เป็นยิวแต่ภายนอกเท่านั้นและการเข้าสุหนัตแท้ก็ไม่ใช่การเข้าสุหนัตซึ่งปรากฏที่เนื้อหนังเท่านั้น คนที่เป็นยิวแท้คือคนที่เป็นยิวภายในและการเข้าสุหนัตแท้นั้นเป็นเรื่องของจิตใจ ตามพระวิญญาณมิใช่ตามตัวบทบัญญัติ คนอย่างนั้นพระเจ้าสรรเสริญมนุษย์ไม่สรรเสริญ"

โดยสรุป คนต่างชาติได้เข้ามาแทนที่ชนชาติอิสราเอลเพื่อทำให้การจัดเตรียมของพระเจ้าสำเร็จเหมือนที่เผ่ามนัสเสห์เข้ามาแทนที่เผ่าดานที่ถูกตัดออกไป ด้วยเหตุนี้ ชาวต่างชาติจึงสามารถเข้าสู่นครเยรูซาเล็มใหม่ผ่านประตูสิบสองประตูตราบใดที่คนเหล่านี้มีคุณสมบัติของความเชื่อที่ถูกต้อง

ด้วยเหตุนี้ ไม่เพียงแต่ผู้คนที่อยู่ในคนอิสราเอลสิบสองเผ่าเท่านั้นจะได้รับความรอด แต่ผู้คนที่เป็นลูกหลานของอับราฮัมด้วยความเชื่อก็จะได้รับความรอดด้วยเช่นกัน เมื่อคนต่างชาติเข้ามาถึงความเชื่อ พระเจ้าไม่ได้ทรงถือว่าคนเหล่านี้เป็น "ชาวต่างชาติ" อีกต่อไป แต่คนเหล่านี้เป็นผู้ที่อยู่ในกลุ่มคนสิบสองเผ่า ชนทุกชาติจะรอดโดยผ่านประตูสิบสองประตูและนี่คือความชอบธรรมของพระเจ้า

ดังนั้น ในฝ่ายวิญญาณอิสราเอล "สิบสองเผ่า" จึงหมายถึงบุตรของพระเจ้าทุกคนที่รอดโดยความเชื่อและพระเจ้าทรงบันทึกรายชื่อของคนสิบสองเผ่าไว้บนประตูของนครเยรูซาเล็มใหม่แล้วเพื่อเป็นเค

รืองหมายของความจริงข้อนี้

อย่างไรก็ตาม ประเทศและพื้นที่ต่าง ๆ มีลักษณะที่แตกต่างกันฉันใด สง่าราศีของคนแต่ละเผ่าและของประตูสิบสองประตูก็แตกต่างกันด้วยฉันนั้น

3. รายชื่อสาวกสิบสองคนที่จารึกไว้บนฐานสิบสองฐาน

อะไรคือเหตุผลของการจารึกชื่อสาวกสิบสองคนไว้บนฐานสิบสองฐานของนครเยรูซาเล็มใหม่

การสร้างตึกต้องมีฐานเพื่อก่อเสาขึ้น เป็นการง่ายที่จะคำนวณขนาดของการก่อสร้างถ้าท่านมองดูความลึกของหลุมที่ขุด ฐานมีความสำคัญอย่างมากเพราะฐานต้องรองรับน้ำหนักของโครงสร้างทั้งหมด

ในทำนองเดียวกัน ฐานสิบสองฐานที่ถูกวางรากไว้เพื่อก่อสร้างกำแพงนครเยรูซาเล็มใหม่และก่อเสาสิบสองต้นซึ่งประตูสิบสองประตูถูกสร้างขึ้นระหว่างเสาต้นต่าง ๆ เหล่านี้ จากนั้นจะมีการสร้างประตูสิบสองประตูขึ้น ขนาดของฐานสิบสองฐานและขนาดของเสาสิบสองต้นยิ่งใหญ่เกินความเข้าใจของเราและเราจะเจาะลึกในเรื่องนี้ในบทหน้า

ฐานสิบสองฐานสำคัญกว่าประตูสิบสองประตู

เงาทุกเงาที่ส่องออกมาจะมีตัวจริงของเงานั้นอยู่ฉันใด พระคัมภีร์เดิมถือเป็นภาพเงาของพระคัมภีร์ใหม่ด้วยฉันนั้นเพราะพระคัมภีร์เดิมเป็นพยานถึงพระเยซูผู้เสด็จมาในโลกนี้ในฐานะพระผู้ช่วยให้รอด พระคัมภีร์ใหม่บันทึกถึงพันธกิจของพระเยซูผู้เสด็จเข้ามาในโลก พระคัมภีร์ใหม่ทำให้คำพยากรณ์สำเร็จพร้อมทั้งทำให้หนทางแห่งความรอดกลายเป็นความจริง (ฮีบรู 10:1)

พระเจ้า (ผู้ทรงวางรากฐานของชนชาติหนึ่งผ่านคนอิสราเอลสิบสองเผ่าและทรงประกาศธรรมบัญญัติของพระองค์ผ่านทางโมเสส) ทรงสอนสาวกสิบสองคนผ่านทางพระเยซูผู้ทรงทำให้ธรรมบัญญัติแ

ห่งความรักสำเร็จและพระองค์ทรงทำให้คนเหล่านี้เป็นพยานขององ
ค์พระผู้เป็นเจ้าจนถึงที่สุดปลายแผ่นดินโลก สาวกสิบสองคนจึงเป็น
ผู้ที่มีบทบาทสำคัญในการทำให้ธรรมบัญญัติของพระคัมภีร์เดิมสำเ
ร็จด้วยวิธีการนี้และในการสร้างนครเยรูซาเล็มใหม่ซึ่งไม่ใช่เป็นกา
รทำหน้าที่ของเงาหากแต่เป็นตัวจริง

เพราะเหตุนี้ ฐานสิบสองของนครเยรูซาเล็มใหม่จึงสำคัญกว่าปร
ะตูสิบสองประตูและบทบาทของสาวกสิบสองคนจึงสำคัญกว่าบทบา
ทของคนสิบสองเผ่า

พระเยซูและสาวกสิบสองคนของพระองค์

พระเยซูพระบุตรของพระเจ้าผู้เสด็จมารับสภาพเป็นมนุษย์บนโ
ลกนี้เริ่มต้นพันธกิจของพระองค์เมื่อทรงมีอายุครบ 30 ปี พระองค์
ทรงเรียกสาวกและทรงสั่งสอนคนเหล่านั้น เมื่อถึงเวลา พระเยซูประ
ทานฤทธิ์เดชอำนาจให้สาวกของพระองค์ขับผีออกและรักษาคนป่ว
ยให้หาย มัทธิว 10:2-4 กล่าวถึงสาวกสิบสองคนไว้ว่า

อัครทูตสิบสองคนนั้นมีชื่อดังนี้ คนแรกชื่อซีโมนที่เรียกว่า
เปโตรกับอันดรูว์น้องของเขา ยากอบบุตรเศเบดีกับยอห์นน้อ
งของเขา ฟีลิปและบารโธโลมิว โธมัส และมัทธิวคนเก็บภาษี
ยากอบบุตรอัลเฟอัสและเลบเบอัส ผู้ที่มีชื่ออีกว่าธัดเดอัส ซีโมนพรร
คชาตินิยมและยูดาสอิสคาริโอทที่ได้อายัดพระองค์ไว้นั้น

สาวกเหล่านี้ประกาศพระกิตติคุณและทำการอัศจรรย์ด้วยฤทธิ์อ
ำนาจของพระเจ้าตามที่พระเยซูทรงบัญชาไว้ คนเหล่านี้เป็นพยานถึ
งพระเจ้าผู้ทรงพระชนม์อยู่และนำดวงวิญญาณมากมายมาสู่หนทาง
แห่งความรอด สาวกทุกคนเหล่านี้ (ยกเว้นยูดาสอิสคาริโอทที่ถูกมา
รยุยงให้ทรยศพระเยซู) เป็นพยานถึงการเป็นขึ้นมาและการเสด็จขึ้
นสู่สวรรค์ของพระเยซูและมีประสบการณ์กับพระวิญญาณบริสุทธิ์ผ่
านทางการอธิษฐานอย่างร้อนรน

จากนั้น คนเหล่านี้ได้รับพระวิญญาณบริสุทธิ์และฤทธิ์เดช
อำนาจและเป็นพยานขององค์พระผู้เป็นเจ้าในกรุงเยรูซาเล็ม
ทั่วแคว้นยูเดีย แคว้นสะมาเรีย และจนถึงที่สุดปลายแผ่นดินโลกตา

มที่องค์พระผู้เป็นเจ้าทรงบัญชาไว้

การเลือกมัทธีอัสแทนยูดาสอิสคาริโอท

กิจการ 1:15-26 บรรยายถึงขั้นตอนในการเลือกคนมาแทนยูดาสอิสคาริโอทในหมู่สาวกสิบสองคน คนเหล่านั้นอธิษฐานต่อพระเจ้าและจับสลากกัน ที่ดำเนินการเช่นนี้ก็เพราะพวกสาวกต้องการทำทุกสิ่งตามน้ำพระทัยของพระเจ้าโดยไม่ยอมให้ความคิดของมนุษย์มาก้าวก่าย ในที่สุดคนเหล่านั้นจึงเลือกชายคนหนึ่งซึ่งอยู่ในหมู่ผู้คนที่เคยได้รับคำสั่งสอนจากพระเยซูชื่อมัทธีอัส

นี่คือเหตุผลที่พระเยซูยังทรงเลือกยูดาสอิสคาริโอททั้งที่รู้ว่าวันหนึ่งยูดาสจะทรยศหักหลังพระองค์ การที่มัทธีอัสถูกเลือกให้เป็นสาวกคนใหม่แทนยูดาสหมายความว่าแม้แต่คนต่างชาติก็สามารถได้รับความรอด นอกจากนั้น สิ่งนี้ยังหมายความว่าผู้รับใช้พระเจ้าที่ได้รับการทรงเลือกในปัจจุบันอยู่ในกลุ่มเดียวกันกับมัทธีอัสด้วย นับตั้งแต่การเป็นขึ้นมาและการเสด็จขึ้นสู่สวรรค์ขององค์พระผู้เป็นเจ้า มีผู้รับใช้พระเจ้าจำนวนมากที่ถูกเลือกสรรโดยพระองค์และใครก็ตามที่เป็นหนึ่งเดียวกับองค์พระผู้เป็นเจ้าก็สามารถรับการเลือกสรรให้เป็นหนึ่งในสาวกขององค์พระผู้เป็นเจ้าในแนวทางเดียวกับที่มัทธีอัสถูกเลือกสรรเป็นสาวกของพระองค์

ผู้รับใช้พระเจ้าที่ได้รับการเลือกสรรจากพระองค์จะเชื่อฟังน้ำพระทัยของพระองค์ผู้เป็นเจ้านายของตนเพียงอย่างเดียว ถ้าผู้รับใช้พระเจ้าไม่เชื่อฟังน้ำพระทัยของพระองค์คนเหล่านี้ก็ไม่ควรเรียกตนเองว่า “ผู้รับใช้พระเจ้า” หรือ “ผู้รับใช้พระเจ้าที่ถูกเลือกสรร”

สาวกสิบสองคน (รวมถึงมัทธีอัส) มีจิตใจเหมือนพระทัยขององค์พระผู้เป็นเจ้า มีความบริสุทธิ์ เชื่อฟังคำสอนขององค์พระผู้เป็นเจ้าและทำตามน้ำพระทัยทั้งสิ้นของพระเจ้า คนเหล่านี้กลายเป็นรากฐานของพันธกิจโลกด้วยการทำหน้าที่ของตนให้สำเร็จจนกระทั่งคนเหล่านี้กลายเป็นผู้สละชีพเพื่อความเชื่อ

รายชื่อสาวกสิบสองคน

ผู้คนที่รอดโดยความเชื่อ (แม้คนเหล่านี้ไม่ได้รับการชำระให้บริสุทธิ์และสัตย์ซื่อต่อทุกสิ่งในชุมชนของพระเจ้า) จะถูกเชิญให้ไปเยียมนครเยรูซาเล็มใหม่ แต่คนเหล่านี้ไม่สามารถพักอาศัยอยู่ที่นั่นได้ตลอดไป ดังนั้น เหตุผลที่รายชื่อของสาวกสิบสองคนถูกจารึกไว้บนฐานสิบสองฐานก็เพื่อเตือนให้เราระลึกว่าผู้คนที่ได้รับการชำระให้บริสุทธิ์และสัตย์ซื่อต่อทุกสิ่งในชุมชนของพระเจ้าในชีวิตนี้เท่านั้นที่สามารถเข้าสู่นครเยรูซาเล็มใหม่

คนอิสราเอลสิบสองเผ่าหมายถึงบุตรของพระเจ้าทุกคนที่รอดโดยความเชื่อ ผู้คนที่ได้รับการชำระให้บริสุทธิ์และสัตย์ซื่อด้วยชีวิตของตนจะมีคุณสมบัติเข้าไปสู่นครเยรูซาเล็มใหม่ ด้วยเหตุผลเหล่านี้ ฐานสิบสองฐานจึงสำคัญกว่าและนี่คือสาเหตุที่รายชื่อของสาวกสิบสองคนจึงไม่ถูกจารึกไว้ที่ประตูสิบสองประตูแต่ถูกจารึกไว้ที่ฐานสิบสองฐาน

ทำไมพระเยซูจึงทรงเลือกสาวกเพียงสิบสองคน ในพระสติปัญญาที่สมบูรณ์แบบของพระองค์ พระเจ้าทรงทำให้การจัดเตรียมของพระองค์สำเร็จซึ่งพระองค์ทรงวางแผนไว้ตั้งแต่ก่อนปฐมกาลและทำให้ทุกสิ่งสำเร็จตามแผนการนั้น ดังนั้น เราจึงรู้ว่าการที่พระเยซูทรงเลือกสาวกเพียงสิบสองคนคือการทำตามแผนการของพระเจ้า

พระเจ้า (ผู้ทรงตั้งคนอิสราเอลสิบสองเผ่า) ทรงเลือกสรรสาวกสิบสองคนโดยใช้หมายเลข 12 ซึ่งเป็นสัญลักษณ์ของ “ความสว่าง” และ “ความสมบูรณ์แบบ” ในพระคัมภีร์ใหม่เช่นกัน ภาพเงาของพระคัมภีร์เดิมและตัวจริงของเงานั้นในพระคัมภีร์ใหม่จึงเป็นสิ่งคู่กัน

พระเจ้าไม่ทรงเปลี่ยนความคิดและแผนการซึ่งครั้งหนึ่งพระองค์เคยกำหนดไว้และพระองค์ทรงรักษาพระดำรัสของพระองค์ ด้วยเหตุนี้ เราต้องเชื่อในพระคำทั้งสิ้นของพระเจ้าในพระคัมภีร์ เตรียมตัวเราให้พร้อมในฐานะเจ้าสาวขององค์พระผู้เป็นเจ้า และมีคุณสมบัติที่จำเป็นต่อการเข้าสู่นครเยรูซาเล็มใหม่เหมือนสาวกสิบสองคน

พระเยซูตรัสกับเราในวิวรณ์ 22:12 ว่า “ดูเถิด เราจะมาในเร็ว ๆ นี้และจะนำบำเหน็จของเรามาด้วย

เพื่อตอบแทนการกระทำของทุกคน"

ท่านจะดำเนินชีวิตคริสเตียนแบบใดถ้าท่านเชื่ออย่างแท้จริงว่าองค์พระผู้เป็นเจ้ากำลังเสด็จกลับมาในไม่ช้า ท่านไม่ควรพอใจกับการได้รับความรอดด้วยความเชื่อในพระเยซูคริสต์เท่านั้น แต่ท่านต้องพยายามละทิ้งความบาปของท่านและสัตย์ซื่อต่อหน้าที่ทั้งสิ้นของท่าน

ข้าพเจ้าอธิษฐานในพระนามของพระเยซูคริสต์องค์พระผู้เป็นเจ้าเพื่อท่านจะมีสง่าราศีและพระพรนิรันดร์ในนครเยรูซาเล็มใหม่เหมือนบรรพบุรุษแห่งความเชื่อที่มีชื่อจารึกไว้บนประตูสิบสองประตูและฐานสิบสองฐาน

บทที่ 3

ขนาดของนครเยรูซาเล็มใหม่

1. วัดด้วยไม้วัดทองคำ
2. นครเยรูซาเล็มใหม่รูปทรงสี่เหลี่ยมจัตุรัส
3. ความหมายฝ่ายวิญญาณของ 6 พันธุ์

ทูตสวรรค์องค์ที่พูดกับข้าพเจ้านั้นถือไม้วัดทอง
คำเพื่อจะวัดนครและวัดประตูและกำแพงของนคร
นั้น นครนั้นเป็นสี่เหลี่ยมจัตุรัสกว้างยาวเท่ากันแล
ะท่านเอาไม้วัดนครนั้นได้สองพันกว่ากิโลเมตร
กว้างยาวและสูงเท่ากัน ท่านวัดกำแพงนครนั้นไ
ด้ร้อยสี่สิบสี่ศอกตามมาตราวัดของมนุษย์ซึ่งเหมื
อนกันกับของทูตสวรรค์

– วิวรณ์ 21:15-17 –

ผู้เชื่อบางคนเชื่อว่าทุกคนที่รอดจะเข้าสู่นครเยรูซาเล็มใหม่ซึ่งเป็นที่ตั้งของพระที่นั่งของพระเจ้า หรือเข้าใจผิดว่านครเยรูซาเล็มใหม่คือสวรรค์ทั้งหมด แต่นครเยรูซาเล็มใหม่ไม่ใช่สวรรค์ทั้งหมด แต่เป็นส่วนหนึ่งของสวรรค์ที่ไร้จุดสิ้นสุด บุตรที่แท้จริงของพระเจ้าที่บริสุทธิ์และได้รับการชำระให้บริสุทธิ์เท่านั้นจะเข้าไปสู่นครเยรูซาเล็มใหม่ ท่านอาจสงสัยว่านครเยรูซาเล็มใหม่ที่พระเจ้าทรงจัดเตรียมไว้เพื่อบุตรที่แท้จริงของพระองค์กว้างใหญ่ไพศาลเพียงใด

เพื่อช่วยท่านเข้าใจเรื่องนี้ดีขึ้น ขอให้เราพิจารณาดูกำแพงเมืองจีนซึ่งถือเป็นความสำเร็จสูงสุดทางด้านวิศวกรรมศาสตร์ในประวัติศาสตร์ของมนุษย์ กำแพงเมืองจีนมีความยาวทั้งสิ้น 2,700 กิโลเมตร (หรือ 1,700 ไมล์) แต่ถ้าเรารวมส่วนที่แยกย่อยต่าง ๆ ทั้งหมด กำแพงนี้จะมีความยาวประมาณ 6,500 กิโลเมตร (หรือ 4,000 ไมล์) กำแพงขนาดใหญ่นี้ทอดตัวยาวจากด้านตะวันออกไปจนถึงด้านตะวันตกตามแนวภูเขาและทุ่งกว้างหลายแห่งและทอดตัวผ่านทะเลทรายหนึ่งแห่ง ปราสาทหกแห่ง และเมืองสองเมือง ลองจินตนาการดูซิว่าจุดเริ่มต้นและจุดสิ้นสุดของกำแพงนี้จะห่างไกลกันสักเพียงใด กำแพงเมืองจีนถือเป็นหนึ่งในเจ็ดมหัศจรรย์ของโลกและผู้คนจำนวนมากต้องการไปเยี่ยมชมสถานที่แห่งนี้

แต่นครเยรูซาเล็มใหม่ในสวรรค์กว้างใหญ่ไพศาลกว่ากำแพงเมืองจีนมาก ขอให้เราเจาะลึกลงไปในรายละเอียดเกี่ยวกับขนาดและรูปทรงของนครเยรูซาเล็มใหม่และความหมายฝ่ายวิญญาณที่ซ่อนอยู่ในสิ่งเหล่านี้

1. วัดด้วยไม้วัดทองคำ

เป็นเรื่องธรรมดาสำหรับผู้คนที่มีความเชื่อและความหวังอย่างแท้จริงจะสงสัยเกี่ยวกับรูปทรงและขนาดของเยรูซาเล็มใหม่ เนื่องจากนครแห่งนี้เป็นสถานที่สำหรับบุตรของพระเจ้าซึ่งได้รับการชำระให้บริสุทธิ์และมีลักษณะเหมือนองค์พระผู้เป็นเจ้า พระเจ้าจึงทรงจัดเตรียมนครเยรูซาเล็มใหม่ไว้อย่างงดงามและโอ่อ่า

ในวิวรณ์ 21:15 บอกเราเกี่ยวกับทูตสวรรค์ที่ยืนถือไม้วัดทองคำเพื่อวัดขนาดของประตูและกำแพงของนครเยรูซาเล็มใหม่ อะไรคือเหตุผลที่พระเจ้าทรงให้วัดนครเยรูซาเล็มใหม่ด้วยไม้วัดทองคำ

การวัดด้วยไม้วัดทองคำ

ไม้วัดทองคำเป็นไม้วัดชนิดหนึ่งที่มีสันตรงซึ่งใช้วัดระยะในสวรรค์ ถ้าท่านรู้จักความหมายของทองคำและไม้วัด ท่านก็จะเข้าใจเหตุผลที่พระเจ้าทรงวัดด้านต่าง ๆ ของนครเยรูซาเล็มใหม่ด้วยไม้วัดทองคำดังกล่าว

ทองคำเป็นสัญลักษณ์ของ “ความเชื่อ” เพราะทองคำไม่เคยเปลี่ยนแปลงไปตามกาลเวลา โยบกล่าวไว้ในโยบ 23:10 ว่า “ด้วยว่าพระองค์ทรงทราบทางที่ข้าไป เมื่อพระองค์ทรงทดสอบข้าแล้วข้าก็จะเป็นอย่างทองคำ” ด้วยเหตุนี้ ไม้วัดทองคำจึงเป็นสัญลักษณ์ของข้อเท็จจริงที่ว่าการวัดของพระเจ้าถูกต้องแม่นยำและไม่เปลี่ยนแปลงและพระสัญญาทั้งสิ้นของพระองค์เป็นจริง

ไม้วัดทำมาจากต้นอ้อที่มีความสูงและความอ่อนโยน ต้นอ้อเอนไหวไปตามแรงลมแต่ไม่เคยหัก ต้นไม้ชนิดนี้มีทั้งความนุ่มนวลและความแข็งแกร่งในเวลาเดียวกัน ตามลำต้นของไม้อ้อจะมีปุ่มซึ่งหมายความว่าพระเจ้าจะทรงตอบแทนรางวัลให้แต่ละคนตามสิ่งที่เขาได้กระทำ

ดังนั้น เหตุผลที่พระเจ้าทรงวัดนครเยรูซาเล็มใหม่ด้วยไม้วัดทองคำก็เพื่อวัดความเชื่อของแต่ละคนอย่างแม่นยำและตอบแทนรางวัลแก่เขาตามสิ่งที่เขาได้กระทำ

ตอนนี้ขอให้เราพิจารณาดูคุณลักษณะและความหมายฝ่ายวิญญาณของไม้วัดเพื่อให้เข้าใจว่าทำไมพระเจ้าจึงทรงวัดด้านต่าง ๆ ของนครเยรูซาเล็มใหม่ด้วยไม้วัดทองคำ

คุณลักษณะของไม้วัดที่ใช้วัดความเชื่อ

ประการแรก ต้นอ้อหยั่งรากลึกและแข็งแรงมาก ต้นไม้ชนิดนี้สูง 1-3 เมตร (ประมาณ 3-10 ฟุต) และอยู่รวมกันกอตามริมฝั่งในห้ว

ยหนองคลองบึงหรือทะเลสาบ ถ้าดูจากภายนอกเราอาจคิดว่าต้นอ้อมีรากอ่อนแอ แต่เราไม่สามารถถอนรากของต้นไม้ชนิดนี้ได้ง่าย ๆ

ในทำนองเดียวกัน บุตรของพระเจ้าควรมั่นคงในความเชื่อและยืนหยัดอยู่บนศิลาแห่งความจริง ท่านจะสามารถเข้าสู่นครเยรูซาเล็มใหม่ซึ่งถูกวัดด้วยไม้วัดทองคำได้ก็ต่อเมื่อท่านมีความเชื่อที่มั่นคงและไม่หวั่นไหวในทุกสถานการณ์เท่านั้น ด้วยเหตุนี้ อัครทูตเปาโลจึงอธิษฐานเผื่อผู้เชื่อชาวเอเฟซัสว่า “เพื่อพระคริสต์จะทรงสถิตในใจของท่านทางความเชื่อเพื่อว่าเมื่อท่านได้วางรากลงมั่นคงในความรักแล้ว” (เอเฟซัส 3:17)

ประการที่สอง ลำต้นของไม้อ้อมีความนุ่มนวล เนื่องจากพระเยซูมีพระทัยที่อ่อนสุภาพและอ่อนโยน (ซึ่งเตือนให้ระลึกถึงไม้อ้อ) พระองค์จึงไม่เคยทะเลาะวิวาทหรือร้องตะโกนแม้ในยามที่คนอื่นวิพากษ์วิจารณ์หรือข่มเหงพระองค์ พระเยซูจะไม่โต้แย้งแต่จะเลี่ยงไปเสียที่อื่น

ด้วยเหตุนี้ ผู้คนที่มีความเกี่ยวกับนครเยรูซาเล็มใหม่ควรมีจิตใจที่อ่อนสุภาพเหมือนพระทัยของพระเยซู ถ้าท่านรู้สึกขุ่นเคืองเมื่อคนอื่นชี้ความผิดหรือตักเตือนท่าน นั่นแสดงว่าท่านยังมีจิตใจที่แข็งกระด้างและเย่อหยิ่งจองหอง ถ้าท่านมีจิตใจที่อ่อนโยนและอ่อนสุภาพเหมือนปุยนุ่น ท่านก็สามารถยอมรับสิ่งเหล่านั้นด้วยความยินดีโดยไม่ขุ่นเคืองใจหรือไม่พอใจ

ประการที่สาม แม้ไม้อ้อจะเอนไหวไปตามแรงลม แต่ไม้อ้อไม่หักง่าย หลังจากพายุใต้ฝุ่นพัดผ่านไป บางครั้งต้นไม้ใหญ่อาจถูกถอนรากถอนโคน แต่ปกติต้นอ้อจะไม่หักด้วยแรงลมเพราะต้นอ้อมีความอ่อนโยน บางครั้งผู้คนในโลกนี้เปรียบเทียบความคิดและจิตใจของผู้หญิงกับไม้อ้อเพื่อพูดถึงเธอในทางที่ไม่ดี แต่การเปรียบเทียบของพระเจ้ามีความหมายตรงกันข้ามกัน ไม้อ้ออ่อนนุ่มและอาจดูอ่อนแอ แต่ไม้อ้อมีความแข็งแกร่งและไม่หักแม้ต้องพบกับพายุลมแรงพร้อมทั้งมีดอกที่ขาวงามสะพรั่ง

เนื่องจากไม้อ้อมีคุณสมบัติด้านต่าง ๆ เหล่านี้ (เช่น ความอ่อนนุ่ม ความแข็งแกร่ง และความงดงาม) ไม้อ้อจึงเป็นสั

ญลักษณ์ของความยุติธรรมแห่งการพิพากษา คุณลักษณะเหล่านี้ของไม้อ้อยังเล็งถึงประเทศอิสราเอลด้วยเช่นกัน อิสราเอลมีเขตแดนและประชากรเพียงเล็กน้อยและถูกล้อมรอบด้วยเพื่อนบ้านที่เป็นปฏิปักษ์หลายประเทศ อิสราเอลอาจดูเป็นประเทศที่อ่อนแอ แต่อิสราเอลไม่เคย “หัก” ไม่ว่าในสถานการณ์ใดก็ตาม ที่เป็นเช่นนี้ก็เพราะอิสราเอลมีความเชื่ออย่างหนักแน่นในพระเจ้าซึ่งเป็นความเชื่อที่มีรากเหง้าอยู่ในบิดาแห่งความเชื่อซึ่งรวมถึงอับราฮัม แม้ดูภายนอก ประเทศอิสราเอลอาจล่มสลายลงได้ทุกเมื่อ แต่ความเชื่อในพระเจ้าของคนอิสราเอลทำให้เขาสามารถยืนหยัดอยู่ได้อย่างมั่นคง

ในทำนองเดียวกัน เพื่อเข้าสู่นครเยรูซาเล็มใหม่ เราต้องมีความเชื่อที่ไม่สั่นคลอนในทุกสถานการณ์ด้วยการหยั่งรากลึกลงในพระเยซูคริสต์ผู้ทรงเป็นศิลา เหมือนต้นอ้อที่มีรากแข็งแรง

ประการที่สี่ ก้านของไม้อ้อเหยียดตรงและนุ่มนวล ดังนั้นจึงมักมีการนำเอาก้านเหล่านี้ไปใช้ทำหลังคา ธนู หรือปลายปากกา ก้านที่เหยียดตรงยังมีนัยของการก้าวไปข้างหน้าด้วยเช่นกัน มีคำกล่าวว่าความเชื่อ “จะมีชีวิต” ก็ต่อเมื่อความเชื่อนั้นก้าวหน้าไปอย่างต่อเนื่อง ผู้คนที่พัฒนาตนเองจะเติบโตขึ้นในความเชื่อของตนวันต่อวันและก้าวหน้าไปสู่สวรรค์อย่างต่อเนื่อง

พระเจ้าทรงเลือกสรรภาชนะที่ดีเหล่านี้ซึ่งก้าวหน้าไปสู่สวรรค์ พระองค์ทรงฝัดร่อนและทรงทำให้คนเหล่านี้ดีพร้อมเพื่อเขาจะสามารถเข้าสู่นครเยรูซาเล็มใหม่ ด้วยเหตุนี้ เราควรก้าวหน้าไปสู่สวรรค์เหมือนใบที่ผลิบานจากปลายของก้านที่เหยียดตรง

ประการที่ห้า ไม้อ้อมีความนุ่มนวลและงดงาม ใบอ้อมีความสง่างามและสละสลวย เหมือนที่กวีหลายคนเขียนบรรยายถึงภาพอันสงบสุขของดอกอ้อ 2 โครินธ์ 2:15 กล่าวว่า “เพราะว่าเราเป็นกลิ่นอันหอมหวานที่พระคริสต์ถวายพระเจ้าในหมู่คนที่กำลังจะรอดและคนที่กำลังประสบความพินาศ” ผู้คนที่ยืนอยู่บนศิลาแห่งความเชื่อเป็นผู้ที่ส่งกลิ่นหอมของพระคริสต์ออกไป คนที่มีจิตใจแบบนี้จะมีใบหน้าที่ดูแล้วสบายใจและสง่างาม ผู้คนสามารถสัมผัสถึงส

วรรค์ผ่านทางคนเหล่านี้ ด้วยเหตุนี้ เพื่อเข้าไปสู่นครเยรูซาเล็มใหม่ เราต้องส่งกลิ่นหอมของพระคริสต์ซึ่งเป็นเหมือนดอกอ้อที่อ่อนละมุนและใบอ้อที่งดงาม

ประการที่หก ใบอ้อมีลักษณะบางเรียวและขอบใบที่คมกริบเหมือนใบมีดซึ่งทำให้เกิดบาดแผลได้แม้ด้วยการสัมผัสที่แผ่วเบา ในทำนองเดียวกัน ผู้คนที่มีความเชื่อต้องไม่ประนีประนอมกับความบาป แต่เขาต้องเป็นเหมือนคมมีดที่จัดการกับความชั่วร้ายทุกชนิด

ดาเนียล (ซึ่งเป็นรัฐมนตรีคนหนึ่งของอาณาจักรเปอร์เซียและเป็นที่รักของกษัตริย์) เผชิญกับการทดลองโดยท่านถูกคนชั่วร้ายโยนเข้าไปในถ้ำสิงห์เพราะความอิจฉา ถึงกระนั้นดาเนียลก็ไม่ได้ประนีประนอม แต่ท่านกลับยืนหยัดอย่างมั่นในความเชื่อ ผลลัพธ์ก็คือ พระเจ้าทรงส่งทูตของพระองค์ไปปิดปากสิงห์และทำให้ดาเนียลถวายพระเกียรติแด่พระเจ้าอย่างมากต่อหน้ากษัตริย์และประชาชนทั้งปวง

พระเจ้าทรงพอพระทัยกับความเชื่อของดาเนียลซึ่งเป็นความเชื่อที่ไม่ประนีประนอมกับโลก พระองค์ทรงปกป้องผู้ที่มีความเชื่อประเภทนี้ให้พ้นจากความยากลำบากและการทดสอบทุกชนิดและทรงอนุญาตให้เขาถวายเกียรติแด่พระองค์ในที่สุด นอกจากนั้น พระเจ้าทรงอวยพระพรและทรงทำให้คนเหล่านี้ "เป็นหัว ไม่ใช่เป็นหาง" ไม่ว่าเขาจะไป ณ ที่ใดก็ตาม (เฉลยธรรมบัญญัติ 28:1-14)

ยิ่งกว่านั้น เหมือนที่สุภาษิต 8:13 กล่าวว่า "ความยำเกรงพระเจ้าเป็นความเกลียดชังความชั่วร้าย" ถ้าท่านมีความชั่วร้ายในจิตใจของท่าน ท่านต้องกำจัดความชั่วร้ายนั้นออกไปโดยการอธิษฐานอย่างร้อนรนและการอดอาหาร ท่านจะได้รับการชำระให้บริสุทธิ์และมีคุณสมบัติเข้าสู่นครเยรูซาเล็มใหม่ได้ก็ต่อเมื่อท่านเกลียดชังความชั่วร้ายและไม่ประนีประนอมกับความผิดบาปเท่านั้น

เราได้พิจารณาถึงเหตุผลที่พระเจ้าทรงวัดนครเยรูซาเล็มใหม่ด้วยไม้วัดทองคำโดยศึกษาถึงคุณลักษณะหกประการของไม้อ้อ การใช้ไม้วัดทองคำทำให้เรารู้ว่าพระเจ้าทรงวัดความเชื่อข

องเราอย่างแม่นยำและทรงมอบบำเหน็จรางวัลแก่เราตามสิ่งที่เราได้กระทำในชีวิตนี้ และรู้ว่าพระองค์ทรงทำให้พระสัญญาของพระองค์สำเร็จ ด้วยเหตุนี้ ข้าพเจ้าจึงหวังว่าท่านจะรู้ว่าท่านต้องมีคุณสมบัติที่ตรงกับความหมายฝ่ายวิญญาณของไม้วัดทองคำ กำจัดความชั่วร้ายทุกชนิดออกไป และทำให้น้ำพระทัยขององค์พระผู้เป็นเจ้าสำเร็จ

2. นครเยรูซาเล็มใหม่รูปทรงสี่เหลี่ยมจัตุรัส

พระเจ้าทรงบันทึกขนาดและรูปทรงของนครเยรูซาเล็มใหม่ไว้อย่างเจาะจงในพระคัมภีร์ วิวรณ์ 21:16 บอกเราว่านครแห่งนี้มีรูปทรงสี่เหลี่ยมจัตุรัสโดยมีความกว้าง ความยาว และความสูงสองพันกว่ากิโลเมตร (หนึ่งหมื่นสองพันสทาดิโอน) เท่ากัน เมื่อเห็นรูปทรงนี้บางคนอาจสงสัยว่า “เราจะไม่รู้สึกเหมือนถูกขังหรือ” แต่พระเจ้าทรงสร้างพื้นที่ภายในนครเยรูซาเล็มใหม่ให้มีความสะดวกสบายและน่ารื่นรมณ์อย่างมาก นอกจากนั้น ผู้คนไม่จะสามารถมองเห็นพื้นที่ภายในนครเยรูซาเล็มใหม่จากภายนอก แต่ผู้คนที่อยู่ภายในจะสามารถมองเห็นภายนอกได้ กล่าวคือ ไม่มีเหตุผลใดที่จะทำให้เรารู้สึกอึดอัดหรือถูกขังอยู่ภายในกำแพงทั้งสี่ด้าน

นครเยรูซาเล็มใหม่ที่มีรูปทรงสี่เหลี่ยมจัตุรัส

อะไรคือเหตุผลที่พระเจ้าทรงสร้างนครเยรูซาเล็มใหม่เป็นรูปทรงสี่เหลี่ยมจัตุรัส การมีความกว้างและความยาวเท่ากันแสดงถึงความเป็นระเบียบ ความแม่นยำ และความชอบธรรมของนครเยรูซาเล็มใหม่ พระเจ้าทรงควบคุมสิ่งสารพัดไว้อย่างเป็นระเบียบเพื่อว่าดวงดาวจำนวนนับไม่ถ้วน ดวงจันทร์ ดวงอาทิตย์ ระบบสุริยจักรวาล และจักรวาลทั้งหมดจะเคลื่อนที่ไปอย่างถูกต้องและแม่นยำโดยไม่มีอุบัติเหตุ ในทำนองเดียวกัน พระเจ้าทรงสร้างนครเยรูซาเล็มใหม่เป็นรูปทรงสี่เหลี่ยมจัตุรัสเพื่อแสดงว่าพระองค์ทรงควบคุมประวัติศาสตร์และสิ่งสารพัดไว้ให้อยู่ในระเบียบและทำให้ทุกสิ่งสำเร็จลุล่วงอย่างแม่

นนำจนกระทั่งวาระสุดท้าย

นครเยรูซาเล็มใหม่มีความกว้างและความยาวเท่ากัน ในแต่ละด้านของนครมีประตูอยู่สามประตูและมีฐานอยู่สามฐาน (ซึ่งรวมเป็นสิบสองประตูและสิบสองฐาน) สิ่งนี้เป็นสัญลักษณ์ว่าไม่ว่าบุคคลจะอาศัยอยู่ในส่วนใดของโลกใบนี้ก็ตาม พระเจ้าทรงใช้กฎเกณฑ์อย่างเป็นธรรมกับผู้คนที่มีคุณสมบัติเข้าไปสู่นครเยรูซาเล็มใหม่ กล่าวคือ ผู้คนที่มีคุณสมบัติตามมาตราวัดของไม้วัดทองคำจะเข้าไปสู่นครเยรูซาเล็มใหม่โดยไม่คำนึงว่าคนเหล่านั้นจะมีเพศ อายุ หรือเชื้อชาติใด

ทั้งนี้ก็เพราะพระเจ้าทรงพิพากษาด้วยความยุติธรรมและทรงวัดคุณสมบัติของการเข้าสู่นครเยรูซาเล็มใหม่อย่างแม่นยำด้วยพระลักษณะที่ยุติธรรมและตรงไปตรงมาของพระองค์ ยิ่งกว่านั้น สี่เหลี่ยมจัตุรัสยังแสดงถึงทิศเหนือ ทิศใต้ ทิศตะวันออก และทิศตะวันตก พระเจ้าทรงสร้างนครเยรูซาเล็มใหม่และทรงเรียกบุตรที่ดีพร้อมของพระองค์ซึ่งรอดโดยความเชื่อจากชนชาติต่าง ๆ ทั่วทุกมุมโลก

กว้าง ยาว และสูง 6 พันรี

วิวรณ์ 21:16 กล่าวว่า "นครนั้นเป็นสี่เหลี่ยมจัตุรัสกว้างยาวเท่ากันและท่านเอาไม้วัดนครนั้นได้สองพันกว่ากิโลเมตรกว้างยาวและสูงเท่ากัน" คำว่า "สองพันกว่ากิโลเมตร" (หรือ 1,500 ไมล์) มีขนาดเท่ากับ "หนึ่งหมื่นสองพันสทาดิโอน" ซึ่งเป็นมาตราวัดที่ใช้ในอิสราเอล เมื่อวัดตามมาตราวัดที่ใช้ในเกาหลีนครนี้ก็จะมีขนาดประมาณ 6 พันรี (หรือ 24,000 กิโลเมตร) ดังนั้น นครเยรูซาเล็มใหม่จึงมีขนาดความกว้าง ความยาว และความสูงเท่ากับ 6 พันรี

นอกจากนั้น วิวรณ์ 21:17 ยังกล่าวว่า "ท่านวัดกำแพงนครนั้นได้ร้อยสี่สิบสี่ศอกตามมาตราวัดของมนุษย์ซึ่งเหมือนกันกับของทูตสวรรค์"

กำแพงของนครเยรูซาเล็มใหม่หนา 72 หลา (หรือเท่ากับ 144 ศอก หรือ 65 เมตร หรือ 213 ฟุต) เนื่องจากความใหญ่โตของนครเยรูซาเล็มใหม่ กำแพงของนครนี้จึงหนามาก

3. ความหมายฝ่ายวิญญาณของ 6 พันรี

อะไรคือเหตุผลที่พระเจ้าทรงสร้างนครเยรูซาเล็มใหม่ให้มีความกว้าง ความยาว และความสูงถึง 6 พันรี เราสามารถค้นพบการจัดเตรียมอย่างลึกซึ้งและแม่นยำของพระเจ้าจากเรื่องนี้

ความหมายของความกว้างและความยาว 6 พันรี

ในปฐมกาล 1 เราพบว่าพระเจ้าทรงสร้างฟ้าสวรรค์และแผ่นดินโลกในหกวันและทรงพักผ่อนในวันที่เจ็ด 2 เปโตร 3:8 เตือนเราเช่นกันว่า "แต่ดูก่อนพวกที่รัก อย่าลืมความจริงข้อนี้เสีย คือวันเดียวของพระเจ้าเป็นเหมือนพันปีและพันปีก็เป็นเหมือนกับวันเดียว" พระเจ้าทรงพักผ่อนในวันที่เจ็ดหลังจากการทรงสร้างหกวันของพระองค์ฉันใด ยุคพันปีแห่งการพักผ่อนจะบังเกิดขึ้นหลังจาก 6 พันปีแห่งการฝัดร่อนมนุษย์ด้วยฉันนั้น

หลังจากอาดัมและเอวาถูกแช่งสาปและถูกขับไล่ออกจากสวนเอเดน ตั้งแต่นั้นเป็นต้นมาพระเจ้าทรงเริ่มต้นฝัดร่อนมนุษย์บนโลกนี้ หลังจากช่วงเวลา 6 พันปีแหงการฝัดร่อนนี้สิ้นสุดลง บุตรของพระเจ้าที่แท้จริงซึ่งได้รับการชำระให้บริสุทธิ์อย่างสมบูรณ์จะเข้าไปสู่นครเยรูซาเล็มใหม่ เหตุผลที่พระเจ้าทรงสร้างนครเยรูซาเล็มใหม่ให้กว้างและยาว 6 พันรีก็เพื่อแสดงถึงช่วงเวลา 6 พันปีของการฝัดร่อนมนุษย์

แต่ไม่ได้หมายความว่าประวัติศาสตร์ของโลกนี้อายุเพียง 6 พันปี ช่วงเวลาที่นานแสนนานได้ผ่านพ้นไปก่อนที่อาดัมกินผลจากต้นไม้แห่งการสำนึกในความดีและความชั่วหลังจากที่พระเจ้าทรงสร้างสวนเอเดนและทรงนำทั้งคนไปอาศัยอยู่ที่นั่น อาดัมไม่ได้กินผลจากต้นไม้แห่งการสำนึกในความดีและความชั่วทันทีหลังจากที่พระเจ้าทรงสั่งห้าม แต่อาดัมกินหลังจากช่วงนั้นผ่านไปเป็นเวลานาน–หลังจากเขาให้กำเนิดบุตรหลายคนตามที่พระเจ้าทรงบัญชาไว้

ในช่วงห่างของเวลาอันยาวนานดังกล่าวเมื่ออาดัมอาศัยอยู่ในสวนเอเดน สิ่งมีชีวิตหลายอย่างถือกำเนิดขึ้นมาและดับสูญไปบนโลกนี้ ด้วยเหตุนี้ "6 พันปี" จึงไม่ได้รวมถึงระยะเวลาเหล่านี้แต่

ป็นเพียงการอธิบายถึงช่วงเวลาหลังจากอาดัมกินผลจากต้นไม้แห่งการสำนึกในความดีและความชั่วและถูกขับไล่ออกจากสวนเอเดนเพื่อไปอาศัยอยู่ในโลก

ระลึกถึงช่วงเวลา 6 พันปีของการฝัดร่อนมนุษย์

พระเจ้าทรงกำหนดให้นครเยรูซาเล็มใหม่มีความกว้างและความยาว 6 พันรีเพื่อเตือนทุกคนที่อยู่ภายในและภายนอกนครเยรูซาเล็มใหม่ให้ระลึกถึงข้อเท็จจริงที่ว่าคนเหล่านี้เข้าสู่สวรรค์หลังจาก 6 พันปีของการฝัดร่อนมนุษย์ผ่านพ้นไป

เมื่อเวลาผ่านไปมนุษย์มักหลงลืม ในหลายกรณี ผู้คนหลงลืมบุญคุณที่ตนเคยได้รับจากคนอื่นและไม่รู้สึกขอบคุณในจิตใจของตนแน่นอน จิตใจของผู้คนในสวรรค์จะไม่แปรเปลี่ยนเพราะทุกคนเป็นมนุษย์ฝ่ายวิญญาณ แต่ถ้าช่วงเวลาอันยาวนานเช่นนี้ผ่านพ้นไป ข้อเท็จจริงที่ว่าครั้งหนึ่งคนเหล่านี้เคยถูกฝัดร่อนอยู่บนโลกนี้อาจถูกละเลยไปได้ในระดับหนึ่ง

นี่เป็นหลักการเดียวกันกับพิธีศีลมหาสนิทที่เรากระทำเพื่อรำลึกถึงพระคุณแห่งความรอดผ่านทางไม้กางเขนขององค์พระผู้เป็นเจ้า

ความหมายฝ่ายวิญญาณของความสูง 6 พันรี

อะไรคือเหตุผลที่พระเจ้าทรงกำหนดให้นครเยรูซาเล็มใหม่มีความสูง 6 พันรี เยรูซาเล็มใหม่อาจสูง 3 พัน 4 พัน หรือ 5 พันรีก็ได้ แต่นครแห่งนี้สูง 6 พันรีเพื่อแสดงว่าเยรูซาเล็มใหม่จะเป็นที่อยู่อาศัยของทุกคนที่ถือกำเนิดมาในช่วง 6 พันปีแห่งการฝัดร่อนมนุษย์

พระเจ้าทรงสำสมและตอบแทนรางวัลกับสิ่งที่บุตรของพระองค์ได้กระทำด้วยความเชื่อในช่วง 6 พันปีแห่งการฝัดร่อนมนุษย์

เหมือนที่ข้าพเจ้าอธิบายไว้ในบทที่ 1 ว่า ณ ด้านบนสุดของความสูง 6 พันรีของนครเยรูซาเล็มใหม่คือที่ตั้งของจุดสูงสุดอันเป็นสถานที่ซึ่งพระเจ้าทรงสำแดงพระองค์ในฐานะตรีเอกานุภาพ นี่เป็นสถานที่ซึ่งพระเจ้า (ผู้ทรงดำรงอยู่ในฐานะความสว่างอันเจิดจ้าด้วยพระสุรเสียงที่ปกคลุมจักรวาลทั้งสิ้นเอาไว้ก่อนปฐมกาล) ทรงวางแผนการฝัดร่อนมนุษย์เพื่อพระองค์จะมีบุตรที่แท้จ

ริงและสำแดงพระองค์เองในฐานะพระเจ้าตรีเอกานุภาพ ซึ่งได้แก่พระบิดา พระบุตร และพระวิญญาณบริสุทธิ์

ดังนั้น เหตุผลที่พระเจ้าสร้างจุดสูงสุดไว้ที่ความสูง 6 พันรีของนครเยรูซาเล็มใหม่ก็เพื่อทำให้ช่วงเวลา 6 พันปีของการฝึดร่อนมนุษย์สำเร็จผ่านทางพระเจ้าตรีเอกานุภาพและเพื่อเก็บเกี่ยวผลของการมีบุตรที่แท้จริงของพระองค์ นั่นคือสาเหตุที่พระเจ้าทรงส่งพระเยซูมาเป็นพระผู้ช่วยให้รอดของมนุษย์และทรงอนุญาตให้พระองค์ถูกตรึงบนกางเขนเพื่อเปิดประตูแห่งความรอด พระเจ้าประทานพระวิญญาณบริสุทธิ์เป็นของขวัญแก่เราและทรงนำเราเข้าไปสู่นครเยรูซาเล็มใหม่ด้วยการรื้อฟื้นพระฉายาของพระเจ้าที่เสียไปขึ้นมาใหม่

พระเจ้าทรงเลือกสรรประเทศเกาหลีในยุคสุดท้าย

ประเทศต่าง ๆ มีและใช้หน่วยการวัดระยะทางที่แตกต่างกัน ประเทศอิสราเอลใช้สทาดิโอน ประเทศตะวันตกหลายประเทศใช้ไมล์ และประเทศเกาหลีใช้รี อะไรคือเหตุผลของการใช้หน่วยการวัดความยาว ความกว้าง และความสูง (ซึ่งใช้เฉพาะในประเทศเกาหลี) เพื่ออธิบายถึงการจัดเตรียมของพระเจ้าในเรื่องการฝึดร่อนมนุษย์ 6 พันปี

เหตุผลที่ช่วงเวลา 6 พันปีของการฝึดร่อนมนุษย์และความกว้าง ความยาว และความสูง 6 พันรีของนครเยรูซาเล็มใหม่สอดคล้องกันก็เพื่อแสดงให้เห็นว่าพระเจ้ากำลังใช้ประเทศนี้เพื่อทำให้การจัดเตรียมของพระองค์ในยุคสุดท้ายสำเร็จ

ทำไมเกาหลีจึงถูกเลือกสรร ในเชิงประวัติศาสตร์ ในฐานะกลุ่มคนที่มี “ภาวะเอกพันธุ์” (กลุ่มคนที่เป็นเผ่าพันธุ์เดียวกัน) ชาวเกาหลีเป็นเผ่าพันธุ์ที่ดำเนินชีวิตเพื่อแสวงหาความดีงามจนเกาหลีถูกขนานนามว่าเป็น “ประเทศแห่งอารยธรรมในตะวันออก” เพราะคนเกาหลีมีจิตใจที่อ่อนสุภาพ คนชาตินี้จึงไม่เคยรุกรานชนชาติอื่นแม้ตนเองเคยถูกรุกรานหลายต่อหลายครั้งก็ตาม เนื่องจากคนเกาหลีดำเนินตามหนทางแห่งความดีงาม พระเจ้าจึงทรงกำลังเทพระคุณของพระองค์มาเหนือประเทศนี้

ในปัจจุบัน คริสตจักรในหลายส่วนของโลกที่เคยเป็นดินแดนแ

ห่งคริสต์ศาสนา (เช่น ยุโรปและสหรัฐอเมริกา) มีจำนวนลดน้อยลง แต่ในประเทศเกาหลีมีคริสตจักรอยู่ทั่วไปแม้กระทั่งในหมู่บ้านเล็ก ๆ ที่อยู่ห่างไกลออกไป ไม่มีใครปฏิเสธข้อเท็จจริงได้ว่าพระเจ้าทรงอวยพระพรประเทศนี้ในฝ่ายวิญญาณ ครั้งหนึ่งเกาหลีเคยเป็นประเทศที่กราบไหว้รูปเคารพ แต่เป็นสิ่งที่น่าอัศจรรย์ใจก็คือในช่วงหนึ่งร้อยปีที่ผ่านมานับตั้งแต่มีการประกาศพระกิตติคุณครั้งแรกในเกาหลี วันนี้คริสต์ศาสนากำลังเจริญรุ่งเรืองในประเทศเกาหลี คริสตจักรเกาหลีส่งและสนับสนุนมิชชันนารีจำนวนนับไม่ถ้วนออกไปทั่วทุกมุมโลก พระเจ้าทรงเลือกสรรเกาหลีทรงเทพระคุณมาเหนือประเทศนี้ และทรงใช้ประเทศเกาหลีเป็นเครื่องมือของพระวิญญาณบริสุทธิ์เพื่อเผยแพร่พระกิตติคุณและปลุกดวงวิญญาณให้ตื่นขึ้นจากการหลับไหลฝ่ายวิญญาณเพื่อทำให้ผู้คนจำนวนมากพร้อมรอรับองค์พระผู้เป็นเจ้าที่จะเสด็จกลับมาในไม่ช้า

นครเยรูซาเล็มใหม่ยิ่งใหญ่มโหฬารกว่าตึกหรือโครงสร้างใด ๆ ที่มีอยู่ในโลกนี้ แต่ไม่ใช่ทุกคนที่อยากเข้าไปสู่นครนี้จะได้รับอนุญาตให้เข้าไป สถานที่แห่งนี้มีไว้สำหรับผู้คนที่มีจิตใจเหมือนพระทัยของพระเจ้าซึ่งสุกใสและงดงามเหมือนแก้วเท่านั้น

พระเจ้าผู้ยุติธรรมทรงให้บำเหน็จรางวัลแก่เราตามสิ่งที่เราได้กระทำไว้ในโลกนี้ การที่เราจะสามารถเข้าสู่สง่าราศีในที่อยู่อันงดงามกว่าในสวรรค์ได้นั้น เราต้องละทิ้งความผิดบาปอย่างสิ้นเชิง รับการชำระให้บริสุทธิ์ นำดวงวิญญาณมารู้จักพระเจ้าและถวายเกียรติแด่พระเจ้า

ยิ่งกว่านั้น ถ้าเราต้องการพักอาศัยอยู่ในนครเยรูซาเล็มใหม่ซึ่งเป็นที่ตั้งของพระที่นั่งของพระเจ้า เราต้องมีคุณสมบัติต่าง ๆ ตามความสำคัญฝ่ายวิญญาณที่กำหนดไว้ด้วยไม้วัดทองคำ

ด้วยเหตุนี้ ข้าพเจ้าจึงอธิษฐานในพระนามของพระเยซูคริสต์องค์พระผู้เป็นเจ้าเพื่อท่านจะบรรลุถึงการชำระให้บริสุทธิ์ ทำหน้าที่ของท่านให้สมบูรณ์ และสัตย์ซื่อต่อทุกสิ่งในชุมชนของพระเจ้าเพื่อให้ท่านสามารถอาศัยอยู่ในนครเยรูซาเล็มใหม่ชั่วนิรันดร์

บทที่ 4

สร้างด้วยทองคำบริสุทธิ์และเพชรพลอยหลากสี

1. ตกแต่งด้วยทองคำบริสุทธิ์และเพชรพลอยหลากสี
2. กำแพงนครเยรูซาเล็มใหม่สร้างด้วยแก้วมณีโชติ
3. สร้างด้วยทองคำเนื้อบริสุทธิ์สุกใสดุจแก้ว

กำแพงนครนั้นก่อด้วยแก้วมณีโชติและนครนั้นสร้างด้วยทองคำเนื้อบริสุทธิ์สุกใสดุจแก้ว

- วิวรณ์ 21:18 -

ทัจ มาฮาล (จุดสุดยอดแห่งสถาปัตยกรรมแบบอินเดีย-เปอร์เซีย) เป็นอนุสาวรีย์ฝังศพที่มีชื่อเสียงระดับโลก ด้านหลังประตูใหญ่มีต้นไม้ตั้งเป็นแนวเรียงรายอยู่ทั้งสองด้านและมีสระอยู่ตรงกลางซึ่งในสระแห่งนั้นมีเงาของโดมหินอ่อนสีขาวสะท้อนภาพออกมา สถานที่แห่งนี้ได้รับการออกแบบไว้เพื่อให้แสงอาทิตย์ส่องผ่านกำแพงเข้าไปในโดมด้วยรูปทรงตาข่าย มีคนกล่าวว่าความงดงามของทัจ มาฮาลเป็นสิ่งที่ไม่อาจบรรยายได้เมื่ออยู่ภายใต้แสงจันทร์

ทัจ มาฮาลถูกสร้างขึ้นโดยจักรพรรดิแห่งโมกุลชื่อมุมทัจ ชาห์จาฮานเพื่อแสดงถึงความรักและการรำลึกถึงมุมตัส มาฮาลพระมเหสีผู้วายชนม์ของพระองค์ การก่อสร้างเริ่มต้นขึ้นในปี ค.ศ. 1631 และดำเนินต่อไปเป็นเวลา 22 ปี การก่อสร้างครั้งนี้ใช้ทรัพย์สมบัติของชาติไปอย่างมากมายมหาศาล

สมมุติว่าท่านมีทรัพย์สมบัติและอำนาจที่จะสร้างบ้านหลังหนึ่งซึ่งท่านและคนที่ท่านรักจะอาศัยอยู่ด้วยกันชั่วนิรันดร์ ท่านจะออกแบบบ้านหลังนี้อย่างไร ท่านจะใช้วัสดุชนิดใด ไม่ว่าบ้านหลังนี้จะใช้เงินเท่าไหร่ ใช้ระยะเวลานานเพียงใด และใช้คนงานมากแค่ไหนในการก่อสร้าง ท่านคงอยากสร้างบ้านหลังนี้ให้งดงามและน่าหลงใหลมากที่สุด

เช่นเดียวกัน พระเจ้าพระบิดาของเราจะไม่ทรงต้องการสร้างและตกแต่งนครเยรูซาเล็มใหม่อย่างงดงามด้วยวัสดุแห่งสวรรค์ที่ดีที่สุดเพื่อพระองค์จะทรงพำนักอยู่ที่นั่นพร้อมกับบุตรที่รักของพระองค์ตลอดไปหรือ ยิ่งกว่านั้น วัสดุแต่ละอย่างในนครเยรูซาเล็มใหม่มีความหมายแตกต่างกันเพื่อให้จดจำถึงช่วงเวลาที่เราได้สู้ทนด้วยความเชื่อและความรักบนโลกนี้ ทุกสิ่งในสถานที่แห่งนั้นล้วนโอ่อ่าและรุ่งเรือง

ดังนั้น จึงเป็นเรื่องธรรมชาติสำหรับผู้คนที่ใฝ่ฝันจะเข้าไปอยู่ในนครเยรูซาเล็มใหม่ในส่วนลึกแห่งจิตใจของตนที่อยากเรียนรู้เกี่ยวกับนครเยรูซาเล็มใหม่มากยิ่งขึ้น

พระเจ้าทรงทราบจิตใจของคนเหล่านี้และพระองค์ประทานข้อมูลเกี่ยวกับนครเยรูซาเล็มใหม่ให้กับเราซึ่งประกอบด้วยขนาด รูปทรง และแม้กระทั่งความหนาของกำแพงนครโดยละเอียดในพ

ระดับภีร์
นครเยรูซาเล็มใหม่สร้างด้วยอะไร

1. ตกแต่งด้วยทองคำบริสุทธิ์และเพชรพลอยหลากสี

นครเยรูซาเล็มใหม่ (ซึ่งพระเจ้าทรงจัดเตรียมไว้เพื่อบุตรของพระองค์) สร้างด้วยทองคำบริสุทธิ์ที่ไม่มีวันเปลี่ยนแปลงและตกแต่งด้วยเพชรพลอยหลากชนิด ในสวรรค์ไม่มีวัสดุอย่างดินและหินที่เปลี่ยนแปลงไปตามกาลเวลา ถนนในนครเยรูซาเล็มใหม่สร้างด้วยทองคำบริสุทธิ์และฐานของนครแห่งนี้สร้างด้วยเพชรพลอย ถ้าเม็ดทรายตามริมฝั่งแม่น้ำที่มีน้ำแห่งชีวิตเป็นทองคำและเงิน วัสดุสำหรับตึกอื่น ๆ จะสวยล้ำเลิศมากกว่านี้สักเพียงใด

นครเยรูซาเล็มใหม่: งานชิ้นเอกของพระเจ้า

ในบรรดาตึกที่มีชื่อเสียงระดับโลก ความเปล่งปลั่ง คุณค่า ความงดงาม และความประณีตของตึกเหล่านี้ล้วนแตกต่างกันโดยขึ้นอยู่กับวัสดุที่ใช้ในการสร้างตึกเหล่านั้น หินอ่อนย่อมทอแสงเปล่งปลั่ง โอ่อ่า และงดงามมากกว่าทราย ไม้ หรือซีเมนต์

ลองจินตนาการดูซิว่าตึกทั้งหลังจะงดงามและหรูหราสักเพียงใดถ้าตึกหลังนั้นสร้างด้วยทองคำและเพชรพลอยที่มีราคาแพงยิ่งกว่านั้น ตึกหลังต่าง ๆ ในสวรรค์ซึ่งสร้างด้วยวัสดุที่ดีที่สุดจะงดงามและน่าหลงใหลยิ่งกว่านี้สักเท่าใด

ทองคำและเพชรพลอยในสวรรค์ซึ่งสร้างขึ้นโดยฤทธิ์อำนาจของพระเจ้ามีคุณภาพ สีสัน และความประณีตมากกว่าทองคำและเพชรพลอยของโลกนี้ ความบริสุทธิ์และความเปล่งปลั่งของวัสดุเหล่านี้ที่ทอแสงออกมามีความงดงามจนเหนือคำบรรยาย

แม้แต่ในโลกนี้ มีภาชนะหลายชนิดที่ทำมาจากดินเหนียว ภาชนะเหล่านี้อาจกลายเป็นเครื่องปั้นที่มีราคาแพงหรือราคาถูกทั้งนี้ขึ้นอยู่กับประเภทของดินเหนียวที่ใช้และระดับทักษะของช่างปั้น พระเจ้าทรงใช้เวลาหลายพันปีเพื่อสร้างนครเยรูซาเล็มใหม่ (งานชิ้นเอกของพระองค์) ซึ่งเต็มไปด้วยพระสิริอันรุ่งเรือง

สง่างาม และสมบูรณ์แบบของผู้เป็นสถาปนิกของนครนี้

ทองคำบริสุทธิ์เป็นสัญลักษณ์ของความเชื่อและชีวิตนิรันดร์

ทองคำบริสุทธิ์เป็นทองคำแท้ร้อยเปอร์เซ็นต์ที่ไร้สิ่งเจือปนและเป็นสิ่งเดียวบนโลกนี้ที่ไม่มีวันเปลี่ยนแปลง เนื่องจากคุณสมบัติข้อนี้ หลายประเทศจึงใช้ทองคำเป็นมาตรฐานสำหรับสกุลเงินและอัตราการแลกเปลี่ยนของตน ทองคำถูกนำมาใช้เพื่อการตกแต่งและเพื่อจุดมุ่งหมายทางด้านอุตสาหกรรมเช่นกัน ทองคำบริสุทธิ์จึงกลายเป็นสิ่งที่ผู้คนจำนวนมากรักและแสวงหา

เหตุผลที่พระเจ้าประทานทองคำให้กับเราบนโลกนี้ก็เพื่อให้เรารู้ว่ามีหลายสิ่งหลายอย่างที่ไม่มีวันเปลี่ยนแปลงและโลกนิรันดร์มีอยู่จริง หลายสิ่งในโลกนี้สึกกร่อนและแปรเปลี่ยนเมื่อวันเวลาผ่านไป ถ้าเรามีเฉพาะสิ่งเหล่านี้ คงเป็นการยากสำหรับเราที่จะรู้ด้วยความรู้อันจำกัดของเราว่าสวรรค์นิรันดร์นั้นมีอยู่จริง

นี่คือเหตุผลที่พระเจ้าทรงอนุญาตให้เรารู้ว่าสิ่งที่เป็นนิรันดร์มีอยู่จริงผ่านทางทองคำที่ไม่มีวันเปลี่ยนแปลง นั่นคือ เพื่อให้เราตระหนักว่ามีบางสิ่งที่ไม่เคยเปลี่ยนแปลงและทำให้เรามีความหวังสำหรับสวรรค์นิรันดร์ ทองคำบริสุทธิ์เป็นสัญลักษณ์ของความเชื่อฝ่ายวิญญาณที่ไม่เคยเปลี่ยนแปลง ด้วยเหตุนี้ ถ้าท่านเป็นคนฉลาดท่านก็จะพยายามมีความเชื่อเหมือนทองคำบริสุทธิ์ที่ไม่มีวันเปลี่ยนแปลง

มีหลายสิ่งหลายอย่างในสวรรค์ที่ทำด้วยทองคำบริสุทธิ์ ลองจินตนาการดูซิว่าท่านจะรู้สึกขอบพระคุณพระเจ้ามากสักเพียงใดเมื่อท่านมองดูสวรรค์ที่ทำด้วยทองคำบริสุทธิ์ซึ่งเราถือว่าเป็นสิ่งที่มีค่าที่สุดในชีวิตบนโลกนี้

แต่ผู้คนที่โง่เขลาก็ยังคงสำสมทองคำไว้เพื่อเพิ่มพูนหรือแสดงถึงความร่ำรวยของตนเองเพียงอย่างเดียว เพราะเหตุนี้ คนเหล่านั้นจึงอยู่ห่างจากพระเจ้าและไม่รักพระองค์ ในที่สุดเขาจะลงไปสู่บึงไฟนรกหรือบึงไฟกำมะถันและคร่ำครวญด้วยความเสียใจไปตลอดกาลว่า...

"เราคงไม่ทนทุกข์ทรมานมากมายเช่นนี้ในนรกถ้าหากเราเห็นว่าความเชื่อเป็นสิ่งที่มีคุณค่าเหมือนดังทองคำ"

ด้วยเหตุนี้ ข้าพเจ้าจึงหวังว่าท่านจะเป็นคนฉลาดและเข้าไปสู่สวรรค์ด้วยการมีความเชื่อที่ไม่เปลี่ยนแปลง ไม่ใช่แสวงหาทองคำของโลกนี้ซึ่งวันหนึ่งท่านจะต้องจากไปเมื่อชีวิตของท่านบนโลกนี้สิ้นสุดลง

เพชรพลอยเป็นสัญลักษณ์ของพระสิริและความรักของพระเจ้า

เพชรพลอยมีความแข็งแกร่งและมีดัชนีการหักเหของแสงสูงมาก เพชรพลอยมีสีสันและให้แสงสว่างที่สวยงาม เนื่องจากมีการผลิตในจำนวนที่ไม่มากนัก เพชรพลอยจึงเป็นสิ่งที่ผู้คนจำนวนมากรักและถือว่ามีคุณค่า ในสวรรค์ พระเจ้าทรงให้ผู้คนที่เข้าไปสู่สวรรค์ด้วยความเชื่อสวมใส่ผ้าลินินอย่างดีและตกแต่งคนเหล่านี้ด้วยเพชรพลอยจำนวนมากเพื่อแสดงถึงความรักของพระองค์

ผู้คนรักเพชรพลอยและพยายามทำให้เพชรพลอยดูงดงามยิ่งขึ้นด้วยการแตกแต่งเพชรพลอยให้กับเครื่องประดับประเภทอื่น ท่านจะชื่นชมยินดีมากเพียงใดเมื่อพระเจ้าประทานเพชรพลอยที่หรูหราจำนวนมากแก่ท่านในสวรรค์

บางคนอาจถามว่า “ทำไมในสวรรค์เรายังต้องการเพชรพลอยอยู่ล่ะ” เพชรพลอยในสวรรค์แสดงถึงพระสิริของพระเจ้าและจำนวนเพชรพลอยที่บุคคลได้รับคือรางวัลซึ่งแสดงถึงขนาดของความรักของพระเจ้าที่มีต่อบุคคลนั้น

เพชรพลอยในสวรรค์มีชนิดและสีสันที่หลากหลายแทบนับไม่ถ้วน ที่ฐานสิบสองฐานของนครเยรูซาเล็มใหม่มีแก้วมณีโชติสีน้ำเงินเข้ม มรกตสีเขียว ทับทิมสีแดง บุษราคำน้ำแก่สีเขียวอมเหลือง เพทายสีเขียวอมน้ำเงินเหมือนสีของน้ำทะเล บุษราคำน้ำอ่อนสีส้มอ่อน หยกสีเขียวเข้ม และพลอยสีม่วง

นอกเหนือจากสิ่งเหล่านี้ ยังมีเพชรพลอยอีกจำนวนมากที่ทอแสงสีอันงดงาม เช่น แก้วมณีโชติ โมรา โกเมน และนิล เพชรพลอยเหล่านี้มีชื่อและความสำคัญแตกต่างกันเหมือนเพชรพลอยในโลก สีสันและชื่อของเพชรพลอยแต่ละชนิดเมื่อผสมกันจะแสดงถึงศักดิ์ศรี ความภาคภูมิใจ คุณค่า และสง่าราศี

เพชรพลอยในสวรรค์เป็นเงาแวววาวด้วยฤทธิ์อำนาจแห่งการทรงสร้าง

เพชรพลอยในโลกนี้มีสีสันและมุมแสงที่แตกต่างกันฉันใด เพชรพลอยในสวรรค์ก็มีสีสันและมุมแสงที่หลากหลายด้วยฉันนั้น เพชรพลอยในนครเยรูซาเล็มใหม่ทอแสงเจิดจ้ามากเป็นพิเศษถึงสองหรือสามเท่า

เพชรพลอยเหล่านี้มีความงดงามเกินกว่าที่จะนำมาเปรียบเทียบกับเพชรพลอยที่มีอยู่ในโลกนี้เนื่องจากพระเจ้าทรงขัดเงาแร่ที่คุณค่าเหล่านี้ด้วยฤทธิ์อำนาจแห่งการทรงสร้างของพระองค์ นั่นคือเหตุผลที่อัครทูตยอห์นกล่าวว่าความงดงามของนครเยรูซาเล็มใหม่เป็นเหมือนทองคำที่ล้ำค่า

นอกจากนั้น เพชรพลอยในนครเยรูซาเล็มใหม่จะทอแสงที่งดงามยิ่งกว่าเพชรพลอยในที่อยู่แห่งอื่น ๆ เนื่องจากบุตรของพระเจ้าที่เข้าไปสู่นครเยรูซาเล็มใหม่จะมีจิตใจเหมือนพระทัยของพระเจ้า และถวายเกียรติยศแด่พระองค์ ดังนั้น ทั้งภายนอกและภายในของนครเยรูซาเล็มใหม่จึงถูกตกแต่งไว้ด้วยเพชรพลอยอันงดงามหลากสีสันชนิดต่าง ๆ ถึงกระนั้น พระเจ้าไม่ได้ประทานเพชรพลอยเหล่านี้แก่ทุกคน แต่ทุกคนจะได้รับบำเหน็จรางวัลตามการประพฤติแห่งความเชื่อของตนบนโลกนี้

กำแพงนครเยรูซาเล็มใหม่ทำให้ด้วยอะไร

กำแพงนครนครเยรูซาเล็มใหม่ประกอบด้วยกำแพงด้านนอกและกำแพงด้านใน กำแพงแต่ละด้านทำด้วยแก้วมณีโชติและทองคำบริสุทธิ์ตามลำดับ แต่ไม่ได้หมายความว่ากำแพงด้านนอกและกำแพงด้านในถูกแยกออกจากกัน แต่กำแพงนี้เป็นเหมือนกระดาษสองหน้าที่อยู่ร่วมกัน ถ้าท่านมองดูกำแพงนครเยรูซาเล็มใหม่จากด้านในท่านจะเห็นแก้วมณีโชติและถ้าท่านมองจากด้านนอกท่านจะเห็นทองคำบริสุทธิ์ นอกจากนั้น กำแพงนครเยรูซาเล็มใหม่ไม่ใช่เป็นเพียงการเอาแก้วมณีโชติมากองทับถมกันเอาไว้ แต่กำแพงนี้ถูกสร้างขึ้นอย่างมีแบบแผนและโครงสร้างอันงดงามซึ่งสะท้อนถึงพระสติปัญญาของพระเจ้า

2. กำแพงนครเยรูซาเล็มใหม่สร้างด้วยแก้วมณีโชติ

วิวรณ์ 21:18 บอกเราว่ากำแพงนครเยรูซาเล็มใหม่สร้างด้วย "แก้วมณีโชติ" ลองจินตนาการดูซิว่ากำแพงนครเยรูซาเล็มใหม่ที่สร้างด้วยแก้วมณีโชติจะงดงามมากสักเพียงใด

แก้วมณีโชติเป็นสัญลักษณ์ของความเชื่อฝ่ายวิญญาณ

ปกติแก้วมณีโชติที่พบในโลกนี้จะเป็นหินแข็งสีทึบ แก้วมณีโชติมีสีสันหลากหลายตั้งแต่สีเขียว สีแดง ไปจนถึงสีเขียวอมเหลือง สีสันของแก้วมณีโชติบางชนิดเป็นสีผสมและบางชนิดเป็นจุด ความแข็งแกร่งของแก้วมณีโชติแตกต่างกันขึ้นอยู่กับสี แก้วมณีโชติค่อนข้างราคาถูกและบางชนิดแตกง่าย แต่แก้วมณีโชติในสวรรค์ซึ่งพระเจ้าเป็นผู้สร้างไม่เคยเปลี่ยนแปลงหรือแตกหัก แก้วมณีโชติในสวรรค์มีสีขาวอมน้ำเงินและสุกใสซึ่งจะทำให้ท่านรู้สึกเหมือนว่าท่านกำลังมองดูผืนน้ำที่ใสสะอาด แม้เราไม่อาจเทียบแก้วมณีโชติในสวรรค์กับสิ่งใดบนโลกนี้ได้ แต่แก้วชนิดนี้มีสีสันคล้ายกับแสงของดวงอาทิตย์ที่สดใสและมีสีสุกใสอมน้ำเงินเมื่อสะท้อนกับคลื่นในมหาสมุทร

แก้วมณีโชตินี้เป็นสัญลักษณ์ของความเชื่อฝ่ายวิญญาณ ความเชื่อเป็นปัจจัยรากฐานที่สำคัญที่สุดในการดำเนินชีวิตคริสเตียน ถ้าปราศจากความเชื่อท่านก็ไม่ได้รับความรอดและไม่เป็นที่พอพระทัยพระเจ้า ยิ่งกว่านั้น ถ้าท่านไม่มีความเชื่อที่พระเจ้าทรงพอพระทัย ท่านก็ไม่สามารถเข้าไปสู่นครเยรูซาเล็มใหม่ได้

ด้วยเหตุนี้ นครเยรูซาเล็มใหม่จึงสร้างขึ้นด้วยความเชื่อและเพชรพลอยที่สามารถแสดงถึงสีสันของความเชื่อชนิดนี้ก็คือแก้วมณีโชติ นั่นคือสาเหตุของการสร้างกำแพงนครเยรูซาเล็มใหม่ด้วยแก้วมณีโชติ

ถ้าพระคัมภีร์บอกเราว่า "กำแพงนครเยรูซาเล็มใหม่สร้างด้วยความเชื่อ" ผู้คนจะเข้าใจวิธีการพูดเช่นนั้นหรือไม่ แน่นอน เราไม่สามารถเข้าสิ่งนี้ด้วยความคิดของมนุษย์และคงเป็นสิ่งที่ยากลำบากมากสำหรับผู้คนที่จะพยายามสร้างจินตนาการว่านครเยรูซาเล็มใหม่ถูกตกแต่งให้งดงามสักเพียงใด

กำแพงถูกตกแต่งอย่างงดงามด้วยแก้วมณีโชติ

กำแพงที่สร้างด้วยแก้วมณีโชติทอแสงพระสิริของพระเจ้าอย่างชัดเจนและกำแพงนี้มีหลายโครงสร้างและรูปแบบ

นครเยรูซาเล็มใหม่คืองานชิ้นเอกของพระเจ้าพระผู้สร้างและเป็นที่พำนักนิรันดร์สำหรับผู้คนที่ผ่านการฝึดร่อนมนุษย์ในช่วง 6 พันปี นครแห่งนี้จะโอ่อ่า งดงาม และโชติช่วงสักเพียงใด

ท่านต้องรู้ว่านครเยรูซาเล็มใหม่สร้างด้วยเทคโนโลยีและอุปกรณ์ที่ดีที่สุดซึ่งกลศาสตร์ของนครแห่งนี้เป็นสิ่งที่เราไม่สามารถหยั่งรู้ได้

เหมือนที่ข้าพเจ้าได้อธิบายไว้ในบทที่ 3 ว่าแม้กำแพงนครจะโปร่งใส แต่เราไม่สามารถมองเห็นภายในจากภายนอก แต่สิ่งนี้ไม่ได้หมายความว่าผู้คนที่อยู่ภายในนครแห่งนี้จะรู้สึกเสมือนหนึ่งว่าตนถูกขังไว้ภายในกำแพง ผู้อาศัยในนครเยรูซาเล็มใหม่สามารถมองเห็นภายนอกนครจากภายในซึ่งจะทำให้คนเหล่านี้รู้สึกเหมือนว่าไม่มีกำแพง นี่เป็นสิ่งที่อัศจรรย์มากทีเดียว

3. สร้างด้วยทองคำเนื้อบริสุทธิ์สุกใสดุจแก้ว

ตอนท้ายของวิวรณ์ 21:18 กล่าวว่า "และนครนั้นสร้างด้วยทองคำเนื้อบริสุทธิ์สุกใสดุจแก้ว" ตอนนี้ขอให้เราพิจารณาคุณลักษณะของทองคำเพื่อช่วยให้เราจินตนาการและเข้าใจความงดงามของนครแห่งนี้

ทองคำบริสุทธิ์มีคุณค่าที่ไม่เปลี่ยนแปลง

ทองคำไม่สามารถแปรสภาพของตนเป็นออกไซด์ในอากาศหรือน้ำ ทองคำไม่เปลี่ยนไปตามกาลเวลาและไม่ทำปฏิกิริยาทางเคมีกับสารอื่น ทองคำรักษาความสุกใสอันงดงามเดิมไว้อยู่เสมอ ทองคำในโลกนี้เนื้ออ่อนมาก ดังนั้นเราจึงต้องทำส่วนผสม แต่ทองคำในสวรรค์เนื้อไม่อ่อนมากขนาดนั้น นอกจากนั้น ทองคำหรือเพชรพลอยชนิดอื่นในสวรรค์ให้สีสันและมีความแข็งแกร่งแตกต่างกันกับทองคำหรือเพชรพลอยที่พบในโลกนี้เพราะทองคำหรือเพ

ชรพลอยในสวรรค์ได้รับความสว่างแห่งพระสิริของพระเจ้า

ในโลกนี้ ความงดงามและคุณค่าของเพชรพลอยแตกต่างกันตามทักษะและเทคนิคของช่างฝีมือ เพชรพลอยของนครเยรูซาเล็มใหม่จะมีคุณค่าและงดงามสักเพียงใดในเมื่อพระเจ้าทรงลงมือแกะสลักสิ่งเหล่านี้ด้วยพระองค์เอง

ในสวรรค์ไม่มีความโลภหรือความอยากได้ของมีค่าและสิ่งที่งดงาม ในโลกนี้ผู้คนอยากมีเพชรพลอยเอาไว้เพื่อความฟุ่มเฟือยและชื่อเสียงอันว่างเปล่าของตน แต่ในสวรรค์ผู้คนรักเพชรพลอยในฝ่ายวิญญาณเพราะคนเหล่านี้รู้ถึงความสำคัญฝ่ายวิญญาณของเพชรพลอยแต่ละชนิดและรู้ถึงความรักของพระเจ้าผู้ทรงจัดเตรียมและตกแต่งสวรรค์ด้วยเพชรพลอยอันงดงาม

พระเจ้าทรงสร้างนครเยรูซาเล็มใหม่ด้วยทองคำบริสุทธิ์

เพราะเหตุใดพระเจ้าจึงทรงสร้างนครเยรูซาเล็มใหม่ด้วยทองคำเนื้อบริสุทธิ์สุกใสดุจแก้ว เหมือนที่ข้าพเจ้าได้อธิบายไว้ก่อนหน้านี้ว่าทองคำบริสุทธิ์เป็นสัญลักษณ์ของความเชื่อ ความหวังที่เกิดขึ้นโดยความเชื่อ ความมั่งคั่ง เกียรติยศ และสิทธิอำนาจ "ความหวังที่เกิดขึ้นโดยความเชื่อ" หมายความว่าท่านสามารถรับเอาความรอด ความหวังสำหรับนครเยรูซาเล็มใหม่ ละทิ้งความผิดบาปของตน พยายามชำระตนเองให้บริสุทธิ์ และเฝ้ารอคอยบำเหน็จรางวัลด้วยความหวังเพราะท่านมีความเชื่อ

ด้วยเหตุนี้ พระเจ้าจึงทรงสร้างนครเยรูซาเล็มใหม่ด้วยทองคำบริสุทธิ์เพื่อว่าผู้คนที่เข้าไปสู่นครแห่งนี้ด้วยความหวังอย่างแรงกล้าจะเต็มล้นไปด้วยความรู้สึกขอบพระคุณและความสุขตลอดไป

วิวรณ์ 21:18 บอกเราว่านครเยรูซาเล็มใหม่ "สุกใสดุจแก้ว" สิ่งนี้ชี้ให้เห็นว่าภาพของนครเยรูซาเล็มใหม่ใสสะอาดและงดงามเพียงใด ทองคำในสวรรค์สะอาดสุกใสและบริสุทธิ์เหมือนแก้วซึ่งแตกต่างจากทองคำของโลกนี้ที่มักอับแสง

นครเยรูซาเล็มใหม่ใสสะอาดและงดงามโดยปราศจากตำหนิเนื่องจากนครแห่งนี้สร้างด้วยทองคำบริสุทธิ์ นั่นคือสาเหตุที่อัครทูตยอห์นมองเห็นว่านครแห่งนี้เป็นเหมือน "ทองคำเนื้อบริสุทธิ์สุกใสดุ

จแก้ว"

ลองจินตนาการภาพของนครเยรูซาเล็มใหม่ที่สร้างด้วยทองคำบริสุทธิ์ชั้นดีและเพชรพลอยหลากสีที่งดงามหลายชนิดดูซิ

หลังจากต้อนรับเอาองค์พระผู้เป็นเจ้า ข้าพเจ้าถือว่าทองคำหรือเพชรพลอยเป็นเหมือนก้อนหินธรรมดาและไม่เคยอยากเป็นเจ้าของสิ่งเหล่านี้เลย ข้าพเจ้าเต็มไปด้วยความหวังเกี่ยวกับสวรรค์และไม่ได้รักสิ่งของในโลกนี้ ถึงกระนั้น เมื่อข้าพเจ้าอธิษฐานเพื่อเรียนรู้เกี่ยวกับสวรรค์ องค์พระผู้เป็นเจ้าตรัสกับข้าพเจ้าว่า "ในสวรรค์ทุกสิ่งทำด้วยทองคำและเพชรพลอยอันงดงาม เจ้าควรรักสิ่งเหล่านี้" พระองค์ไม่ได้หมายความว่าข้าพเจ้าควรเริ่มต้นสะสมทองคำและเพชรพลอยเอาไว้ ตรงกันข้าม ข้าพเจ้าต้องรู้ถึงการจัดเตรียมของพระเจ้าและความสำคัญฝ่ายวิญญาณของเพชรพลอยและรักสิ่งเหล่านี้ตามที่พระเจ้าทรงเห็นสมควร

ข้าพเจ้าขอวิงวอนท่านให้รักทองคำและเพชรพลอยในฝ่ายวิญญาณจิต เมื่อท่านมองเห็นทองคำท่านสามารถบอกกับตนเองว่า "เราควรมีความเชื่อที่เป็นเหมือนทองคำบริสุทธิ์" เมื่อท่านเห็นเพชรพลอยชนิดต่าง ๆ ท่านสามารถมีความหวังเกี่ยวกับสวรรค์พร้อมกับพูดว่า "บ้านของเราในสวรรค์จะงดงามมากกว่านี้เพียงใด"

ข้าพเจ้าอธิษฐานในพระนามของพระเยซูคริสต์องค์พระผู้เป็นเจ้าเพื่อท่านจะมีบ้านในสวรรค์ซึ่งสร้างด้วยทองคำและเพชรพลอยที่โอ่อ่าและไม่มีวันเปลี่ยนแปลงด้วยการมีความเชื่อเหมือนทองคำบริสุทธิ์และการมุ่งหน้าไปสู่สวรรค์

บทที่ 5

ความสำคัญของฐานสิบสองฐาน

1. แก้วมณีโชติ: ความเชื่อฝ่ายวิญญาณ
2. ไพฑูรย์: ความเที่ยงตรงและความซื่อสัตย์
3. โมรา: การไร้มลทินและความรักอย่างเสียสละ
4. มรกต: ความชอบธรรมและความสะอาด
5. โกเมน: ความสัตย์ซื่อฝ่ายวิญญาณ
6. ทับทิม: ความรัก
7. บุษราคำน้ำแก่: ความเมตตา
8. เพทาย: ความอดทน
9. บุษราคำน้ำอ่อน: ความดีงาม
10. หยก: การบังคับตนเอง
11. นิล: ความสะอาดบริสุทธิ์
12. พลอยสีม่วง: ความงามและความอ่อนสุภาพ

ฐานของกำแพงนครนั้นประดับด้วยเพชรนิล
จินดาทุกชนิด ฐานที่หนึ่งเป็นแก้วมณีโชติ
ที่สองไพฑูรย์ ที่สามโมรา ที่สี่มรกต ที่ห้าโกเมน
ที่หกทับทิม ที่เจ็ดบุษราคำน้ำแก่ ที่แปดเพทาย
ที่เก้าบุษราคำน้ำอ่อน ที่สิบหยก ที่สิบเอ็ดนิล
ที่สิบสองเป็นพลอยสีม่วง

– วิวรณ์ 21:19-20 –

อัครทูตยอห์นบันทึกไว้ว่ากำแพงนครเยรูซาเล็มใหม่ทำด้วยแก้ว มณีโชติซึ่งเป็นสัญลักษณ์ของความเชื่อฝ่ายวิญญาณและนครนั้นทำ ด้วยทองคำบริสุทธิ์ซึ่งเป็นสัญลักษณ์ของความหวังซึ่งบังเกิดขึ้นโดย ความเชื่อ ท่านอัครทูตเขียนเกี่ยวกับฐานสิบสองฐานโดยละเอียดด้ว ยเช่นกัน เพราะเหตุใดยอห์นจึงเขียนรายงานเกี่ยวกับนครเยรูซาเล็ มใหม่อย่างละเอียดถี่ถ้วนเช่นนั้น พระเจ้าทรงปรารถนาให้บุตรของ พระองค์มีชีวิตนิรันดร์และความเชื่อที่แท้จริงด้วยการรู้ถึงความสำคั ญฝ่ายวิญญาณของฐานสิบสองฐานของนครเยรูซาเล็มใหม่

ด้วยเหตุนี้ ผู้รับใช้ของพระเจ้าต้องรู้ถึงความสำคัญของฐานเหล่า นี้โดยการอธิษฐานอย่างร้อนรนและสามารถสอนและชี้นำลูกแกะไ ด้อย่างถูกต้อง

เพราะเหตุใดพระเจ้าจึงทรงสร้างฐานสิบสองฐานด้วยเพชรนิลจิ นดาที่มีค่าเหล่านี้ การผสมผสานของแร่เหล่านี้เข้าด้วยกันแสดงให้เ ห็นถึงพระทัยของพระเยซูคริสต์และของพระเจ้าซึ่งเป็นจุดสุดยอดข องความรัก ดังนั้น ถ้าท่านเข้าใจความสำคัญฝ่ายวิญญาณของแร่ที่มี ค่าแต่ละชนิดเหล่านี้ ท่านก็สามารถวินิจฉัยได้ว่าจิตใจของท่านเป็นเ หมือนพระทัยของพระเยซูคริสต์แค่ไหนและท่านมีคุณสมบัติเพียงใ ดที่จะเข้าไปสู่นครเยรูซาเล็มใหม่

ตอนนี้ขอให้เราสำรวจถึงแร่ที่มีค่าทั้งสิบสองชนิดรวมทั้งความส ำคัญฝ่ายวิญญาณของสิ่งเหล่านี้

1. แก้วมณีโชติ: ความเชื่อฝ่ายวิญญาณ

แก้วมณีโชติ (ฐานแรกของนครเยรูซาเล็มใหม่) เป็นสัญลักษ ณ์ของความเชื่อฝ่ายวิญญาณ คำว่า "ความเชื่อฝ่ายวิญญาณ" ใน ที่นี้หมายถึงความเชื่อที่ทำให้บุคคลสามารถเชื่อในพระคำทั้งสิ้น ของพระเจ้าจากส่วนลึกแห่งจิตใจของตน ถ้าท่านมีความเชื่อป ระเภทนี้ซึ่งมาพร้อมกับการประพฤติ ท่านจะพยายามชำระตนเ

องให้บริสุทธิ์และมุ่งหน้าไปสู่นครเยรูซาเล็มใหม่ ความเป็นเชื่อฝ่ายวิญญาณเป็นปัจจัยสำคัญที่สุดในการดำเนินชีวิตคริสเตียน ถ้าไม่มีความเชื่อ ท่านจะไม่รอด คำอธิษฐานของท่านจะไม่ได้รับคำตอบ หรือไม่มีความหวังสำหรับสวรรค์

ความเชื่อฝ่ายวิญญาณคือพื้นฐานของชีวิตคริสเตียน

ฮีบรู 11:6 เตือนเราว่า "แต่ถ้าไม่มีความเชื่อแล้วจะเป็นที่พอพระทัยของพระเจ้าก็ไม่ได้เลย เพราะว่าผู้ที่จะมาเฝ้าพระเจ้าได้นั้นต้องเชื่อว่าพระองค์ทรงดำรงพระชนม์อยู่และพระองค์เป็นผู้ประทานบำเหน็จให้แก่ทุกคนที่แสวงหาพระองค์" ถ้าท่านมีความเชื่อที่แท้จริง ท่านจะมีความเชื่อในพระเจ้าผู้ประทานบำเหน็จรางวัลแก่ท่านและท่านจะสัตย์ซื่อ ต่อสู้กับความบาปเพื่อกำจัดความบาปนั้นออกไป และดำเนินอยู่ในหนทางแคบ แล้วท่านจะกระตือรือร้นในการทำความดีและเข้าไปสู่นครเยรูซาเล็มใหม่ด้วยการทำตามพระวิญญาณบริสุทธิ์

ดังนั้น ความเชื่อจึงเป็นพื้นฐานของชีวิตคริสเตียน ตึกไม่มีความปลอดภัยถ้าปราศจากรากฐานอันมั่นคงฉันใด ท่านก็ไม่สามารถดำเนินชีวิตคริสเตียนได้อย่างถูกต้องถ้าปราศจากความเชื่ออันมั่นคงฉันนั้น เพราะเหตุนี้ ยูดา 20-21 จึงกำชับเราว่า "แต่ส่วนท่านที่รักทั้งหลายนั้น จงสร้างตัวของท่านขึ้นบนหลักคำสอนอันบริสุทธิ์ของท่านที่เชื่อกันอยู่ และจงอธิษฐานในพระวิญญาณบริสุทธิ์ จงรักษาตัวไว้ให้ดำรงในความรักของพระเจ้า คอยพระกรุณาของพระเยซูคริสตเจ้าของเราจนกว่าจะได้ชีวิตนิรันดร์"

โดยทั่วไปความเชื่ออาจจำแนกออกเป็น "ความเชื่อฝ่ายวิญญาณ" และ "ความเชื่อฝ่ายเนื้อหนัง" ในขณะที่ความเชื่อฝ่ายเนื้อหนังเป็นความเชื่อที่เต็มไปด้วยความรู้เพียงอย่างเดียว ความเชื่อฝ่ายวิญญาณเป็นความเชื่อที่มาพร้อมกับการประพฤติซึ่งบังเกิดจากส่วนลึกแห่งจิตใจของบุคคล สิ่งที่พระเจ้าทรงปร

ารถนาไม่ใช่ความเชื่อฝ่ายเนื้อหนังแต่เป็นความเชื่อฝ่ายวิญญาณ ถ้าท่านไม่มีความเชื่อฝ่ายวิญญาณ "ความเชื่อ" ของท่านก็ไม่มีการประพฤติและท่านก็ไม่เป็นที่พอพระทัยพระเจ้าและไม่สามารถเข้าไปสู่นครเยรูซาเล็มใหม่

นั่นคือสาเหตุที่พระเจ้าทรงสร้างกำแพงนครเยรูซาเล็มใหม่โดยใช้แก้วมณีโชติ (ซึ่งเป็นสัญลักษณ์ของความเชื่อฝ่ายวิญญาณ) เป็นฐานแรกและพระองค์ทรงต้องการนำเราไปสู่นครนั้น

เปโตรได้รับกุญแจของแผ่นดินสวรรค์

ขอให้เราพิจารณาดูบุคคลที่มีความเชื่อฝ่ายวิญญาณประเภทนี้ อัครทูตเปโตรมีความเชื่อประเภทใดเพื่อทำให้ชื่อของท่านถูกจารึกไว้บนฐานของนครเยรูซาเล็มใหม่ เปโตรเชื่อฟังพระเยซูก่อนที่ท่านได้รับการทรงเรียกให้เป็นสาวกด้วยซ้ำ ยกตัวอย่าง เมื่อพระเยซูทรงบอกให้ท่านหย่อนอวนลงจับปลา เปโตรทำตามทันที (ลูกา 5:3-6) นอกจากนั้น เมื่อพระองค์ทรงสั่งให้ท่านไปนำแม่ลาและลูกลามาให้พระองค์ เปโตรก็เชื่อฟังด้วยความเชื่อ (มัทธิว 21:1-7) เปโตรเชื่อฟังเมื่อพระเยซูทรงบอกให้ท่านไปตกปลาที่ทะเลและนำเงินที่พบในปลานั้นมาชำระค่าบำรุงพระวิหาร (มัทธิว 17:27) ยิ่งกว่านั้น ท่านเคยเดินบนน้ำเหมือนพระเยซูแม้จะเป็นช่วงเวลาเพียงครู่เดียว เราเห็นได้ว่าเปโตรมีความเชื่อที่ยิ่งใหญ่มาก

ผลลัพธ์ก็คือ พระเยซูทรงเห็นว่าความเชื่อของเปโตรเป็นสิ่งชอบธรรมและทรงมอบกุญแจแห่งแผ่นดินสวรรค์ให้กับท่านเพื่อว่าสิ่งใดก็ตามที่ท่านกล่าวห้ามในโลก สิ่งนั้นก็จะถูกกล่าวห้ามในสวรรค์และสิ่งใดก็ตามที่ท่านกล่าวอนุญาตในโลกสิ่งนั้นก็จะกล่าวอนุญาตในสวรรค์ด้วยเช่นกัน (มัทธิว 16:19) เปโตรมีความเชื่อสมบูรณ์แบบมากยิ่งขึ้นหลังจากท่านได้รับพระวิญญาณบริสุทธิ์ ท่านเป็นพยานถึงพระเยซูคริสต์อย่างกล้าหาญและอุทิศตนเองเพื่อแผ่นดินของพระเจ้าตลอดชีวิตของท่านจนกระทั่งท่านกลายเป็นผู้สละชีพเพื่อความเชื่อ

เราต้องก้าวหน้าไปสู่สวรรค์เหมือนเปโตร ถวายเกียรติแด่พระเจ้า และเข้าสู่นครเยรูซาเล็มใหม่ด้วยความเชื่อที่พอพระทัยพระองค์

2. ไพฑูรย์: ความเที่ยงตรงและความซื่อสัตย์

ไพฑูรย์ (ฐานที่สองของกำแพงนครเยรูซาเล็มใหม่) มีสีน้ำเงินเข้มสดใส อะไรคือความหมายฝ่ายวิญญาณของไพฑูรย์ ไพฑูรย์เป็นสัญลักษณ์ของความเที่ยงตรงและความซื่อสัตย์แห่งความจริงซึ่งยืนหยัดต่อสู้อย่างมั่นคงกับการทดลองหรือสิ่งคุกคามของโลกนี้ ไพฑูรย์เป็นแร่ที่เป็นเครื่องหมายของความสว่างแห่งความจริงซึ่งมุ่งตรงไปข้างหน้าอย่างต่อเนื่องโดยไม่เปลี่ยนแปลงและ "จิตใจเที่ยงตรง" ที่มองเห็นน้ำพระทัยของพระเจ้าทั้งสิ้นอย่างแม่นยำ

ดาเนียลกับสหายทั้งสามของท่าน

ตัวอย่างที่ดีในพระคัมภีร์เกี่ยวกับความเที่ยงตรงและความซื่อสัตย์ฝ่ายวิญญาณปรากฏให้เห็นในชีวิตของดาเนียลและสหายทั้งสามของท่าน—ชัดรัค เมชาค และอาเบดเนโก ดาเนียลไม่ประนีประนอมกับสิ่งใดที่ไม่เป็นไปตามความชอบธรรมของพระเจ้า แม้ว่าสิ่งนั้นจะเป็นคำสั่งจากกษัตริย์ก็ตาม ดาเนียลยืนหยัดมั่นคงในความชอบธรรมของท่านต่อพระพักตร์พระเจ้าจนกระทั่งท่านถูกโยนลงไปในถ้ำสิงห์ พระเจ้าทรงพอพระทัยกับความเที่ยงตรงแห่งความเชื่อของดาเนียลมากจนพระองค์ทรงปกป้องรักษาดาเนียลไว้ด้วยการส่งทูตสวรรค์ไปปิดปากสิงห์และทำให้ท่านถวายสง่าราศีอันยิ่งใหญ่แด่พระเจ้า

ดาเนียล 3:16-18 กล่าวว่าสหายทั้งสามคนของดาเนียลก็ยืนหยัดมั่นคงในความเชื่อของตนด้วยจิตใจเที่ยงตรงจนกระทั่งทั้งสามถูกโยนเข้าไปในเตาไฟที่ลุกอยู่ เพื่อจะไม่ทำบาปด้วยการกราบไหว้รูปเ

คารพ ทั้งสามคนกราบทูลต่อกษัตริย์อย่างกล้าหาญว่า

ข้าแต่เนบูคัดเนสซาร์ ข้าพระบาททั้งหลายไม่จำเป็นต้องตอบฝ่าพระบาทในเรื่องนี้ ถ้าพระเจ้าของพวกข้าพระบาทผู้ซึ่งพวกข้าพระบาทปรนนิบัติพอพระทัยจะช่วยกู้พวกข้าพระบาทให้พ้นจากเตาที่ไฟลุกอยู่ ข้าแต่พระราชา พระองค์ก็จะทรงช่วยกู้พวกข้าพระบาทให้พ้นพระหัตถ์ของฝ่าพระบาท ถึงแม้ไม่เป็นเช่นนั้น ข้าแต่พระราชา ขอฝ่าพระบาททรงทราบว่าพวกข้าพระบาทก็ไม่ปรนนิบัติพระของฝ่าพระบาทหรือนมัสการปฏิมากรทองคำซึ่งฝ่าพระบาทได้ทรงตั้งขึ้น

ในที่สุด แม้กษัตริย์จะรับสั่งให้ทำเตาไฟให้ร้อนกว่าเดิมอีกเจ็ดเท่า สหายทั้งสามคนของดาเนียลก็ไม่ถูกไฟเผาแม้แต่นิดเดียว เพราะว่าพระเจ้าทรงสถิตอยู่กับคนเหล่านั้น ช่างเรื่องที่น่าอัศจรรย์ใจมากที่แม้แต่ผมที่ศีรษะของเขาก็ไม่งอและไม่มีกลิ่นควันไฟที่ตัวเขาเลย เมื่อทรงเห็นสิ่งที่เกิดขึ้น กษัตริย์จึงตรัสออกมาว่า "สาธุการแด่พระเจ้าของชัดรัค เมชาค และเอเบดเนโก ผู้ได้ส่งทูตสวรรค์ของพระองค์มาช่วยกู้ผู้รับใช้ของพระองค์ ผู้ที่วางใจในพระองค์ กระทำให้พระบัญชาของพระราชาล้มเหลวไปและยอมพลีร่างกายของเขาเสียดีกว่าที่จะปรนนิบัติและนมัสการพระอื่น นอกจากพระเจ้าของเขาเอง เพราะฉะนั้นเราจึงออกกฤษฎีกาว่าชนชาติ ประชาชาติ หรือภาษาใด ๆ ที่กล่าวมิดีมิร้ายต่อพระเจ้าของชัดรัค เมชาค และเอเบดเนโก แขนขาต้องถูกทึ้งออกเสียและบ้านเรือนของเขาจะต้องถูกทำลาย เพราะว่าไม่มีพระองค์อื่นที่จะสามารถช่วยกู้ในทางนี้ได้" (ดาเนียล 3:28-29) กษัตริย์ถวายเกียรติแด่พระเจ้าและสหายทั้งสามคนของดาเนียลได้รับการเลื่อนยศ

เพื่อเข้าสู่นครเยรูซาเล็มใหม่ เราต้องมีจิตใจเที่ยงตรงเหมือนไพฑูรย์ซึ่งเป็นฐานที่สองของนครแห่งนี้ เราจะไม่สามารถเข้าไปสู่นครเยรูซาเล็มใหม่แม้เราได้ไปสวรรค์ด้วยความเชื่อที่ทำให้เรารอด เว้นแต่เราจะมีจิตใจเที่ยงตรงเหมือนดาเนียลและสหายทั้งสามของท่าน

เราควรทูลขอด้วยความเชื่อโดยไม่มีความสงสัย

ยากอบ 1:6-8 บอกเราว่าพระเจ้าทรงเกลียดชังจิตใจที่ไม่เที่ยงตรงเพียงใด

แต่จงให้ผู้นั้นทูลขอด้วยความเชื่อ อย่าสงสัยเลย เพราะว่าผู้ที่สงสัยเป็นเหมือนคลื่นในทะเลซึ่งถูกลมพัดซัดไปมา ผู้นั้นจงอย่าคิดว่าจะได้รับสิ่งใดจากพระเจ้าเลย เขาเป็นคนสองใจไม่มั่นคงในบรรดาทางที่ตนประพฤตินั้น

ถ้าเรามีจิตใจไม่เที่ยงตรงและมีความสงสัยแม้แต่เพียงเล็กน้อย เราก็เป็นคนสองใจ คนที่สงสัยจะหวั่นไหวต่อการทดลองของโลกนี้ได้ง่ายเพราะคนประเภทนี้เป็นคนไม่ใส่ใจและกลับกลอก ยิ่งกว่านั้น คน “สองใจ” ไม่อาจมองเห็นพระสิริของพระเจ้าได้เพราะเขาไม่ได้แสดงออกถึงความเชื่อของตนหรือไม่เชื่อฟัง ด้วยเหตุนี้ ยากอบจึงเตือนเราให้ระลึกว่า “ผู้นั้นจงอย่าคิดว่าจะได้รับสิ่งใดจากพระเจ้าเลย”

ไม่นานหลังจากการก่อตั้งคริสตจักรของข้าพเจ้า ลูกสาวทั้งสามคนของข้าพเจ้าเกือบเสียชีวิตจากการได้รับสารคาร์บอนมอนอกไซด์เข้าไปในร่างกาย ถึงกระนั้น ข้าพเจ้าก็ไม่วิตกกังวลและไม่เคยคิดที่จะพาลูกทั้งสามไปโรงพยาบาลเพราะข้าพเจ้าเชื่อในพระเจ้าผู้ยิ่งใหญ่อย่างสุดหัวใจ ข้าพเจ้าเพียงแต่เดินขึ้นไปยังห้องนมัสการและคุกเข่าลงเพื่ออธิษฐานด้วยการขอบพระคุณ หลังจากนั้น ข้าพเจ้าอธิษฐานด้วยความเชื่อว่า “ในพระนามของพระเยซูคริสต์ เราขอสั่งให้แก๊สพิษจงออกไป” จากนั้นลูกสาวทั้งสามคนของข้าพเจ้าที่นอนหมดสติอยู่ก็ลุกขึ้นยืนทันทีเมื่อข้าพเจ้าอธิษฐานเผื่อเขาแต่ละคน สมาชิกคริสตจักรจำนวนมากที่เห็นเหตุการณ์นี้ประหลาดใจและชื่นชมยินดีพร้อมกับถวายเกียรติอย่างยิ่งใหญ่แด่พระเจ้า

ถ้าเรามีความเชื่อที่ไม่ยอมประนีประนอมกับโลกนี้และมีจิตใจเที่ยงตรงที่พระเจ้าทรงพอพระทัย เราก็สามารถถวายเกียรติแด่พระองค์อย่างไม่จำกัดและดำเนินชีวิตอย่างเป็นพระพรในพระคริสต์

3. โมรา: การไร้มลทินแสความรักอย่างเสียสละ

โมรา (ฐานทีสามของนครเยรูซาเล็มใหม่) ในฝ่ายวิญญาณเปีนสัญลักษณ์ของการไร้มลทินและความรักอย่างเสียสละ ความรักอย่างเสียสละเป็นความรักที่ไม่เคยขอสิงใดเป็นการตอบแทนถ้าสีงนันเป็นการกระทำเพือความชอบธรรมและแผ่นดินของพระเจ้า ถ้าบุคคลมีความรักอย่างเสียสละ เขาจะพึงพอใจกับข้อเท็จจริงทีว่าเขารักคนอืนในทุกสถานการณ์และไม่แสวงหาสิงใดเป็นการตอบแทน ทังนีก็เพราะความรักฝ่ายวิญญาณไม่แสวงหาประโยชน์ของตนเอง แต่แสวงหาประโยชน์ของคนอืนเท่านัน

แต่ถ้าบุคคลไม่มีความรักฝ่ายวิญญาณ เขาจะรู้สึกว่างเปล่าเศร้าหมอง และหัวใจสลายถ้าเขาไม่ได้รับความรักจากคนอืนเป็นการตอบแทนเพราะสาระสำคัญของความรักประเภทนีคือความเห็นแก่ตัว ด้วยเหตุนี คนทีมีความรักฝ่ายเนือหนังซึงไม่มีหัวใจทีเสียสละในทีสุดจะเกลียดชังคนอืนหรือเป็นศัตรูกับคนทีเขาเคยใกล้ชิด

เพราะเหตุนี เราต้องตระหนักว่าความรักแท้คือความรักขององค์พระผู้เป็นเจ้าผู้ทรงรักมนุษย์ทุกคนและกลายเป็นเครืองบูชาลบล้างความผิดบาป

ความรักอย่างเสียสละทีไม่แสวงหาสิงใดเป็นการตอบแทน

พระเยซูองค์พระผู้เป็นเจ้าของเราผู้ทรงสภาพเป็นพระเจ้าทรงสละและถ่อมพระองค์เองลงมาในโลกนีโดยรับสภาพเป็นมนุษย์เพือช่วยมนุษย์ทุกคนให้รอด พระองค์ทรงบังเกิดในคอกสัตว์และบรรทมอยู่ในรางหญ้าเพือช่วยมนุษย์ซึงเป็นเหมือนสัตว์และทรงดำเนินชีวิตอยู่ในความยากจนตลอดพระชนม์ชีพของพระองค์เพือช่วยเราให้พ้นจากความยากจน พระเยซูทรงรักษาคนป่วยเสริมกำลังคนอ่อนแอ ให้ความหวังกับคนสินหวัง และเป็นเพือนกับคนทีถูกทอดทิง พระองค์สำแดงให้เราเห็นเฉพา

ะความดีงามและความรักเท่านั้น แต่พระองค์กลับถูกคนชั่วร้ายที่ไม่สำนึกว่าพระองค์เสด็จมาเพื่อเป็นผู้ไถ่ของตนดูหมิ่นเหยียดหยาม เฆี่ยนตี และในที่สุดก็จับพระองค์ไปตรึงที่กางเขนโดยให้สวมมงกุฎหนามไว้ที่พระเศียรของพระองค์

แม้พระเยซูทรงทนทุกข์กับความเจ็บปวดของการถูกตรึง แต่พระองค์ทรงอธิษฐานต่อพระเจ้าพระบิดาด้วยความรักเผื่อคนเหล่านั้นที่ดูหมิ่นเหยียดหยามและตรึงพระองค์ พระองค์ทรงไร้ตำหนิและจุดด่างพร้อย แต่พระองค์ทรงสละพระองค์เองเพื่อมนุษย์ผู้เป็นคนบาป องค์พระผู้เป็นเจ้าของเราทรงมอบความรักที่เสียสละนี้แก่มนุษย์ทุกคนและทรงต้องการให้ทุกคนรักซึ่งกันและกัน ดังนั้น เราที่ได้รับความรักนี้จากองค์พระผู้เป็นเจ้าจึงไม่ควรต้องการหรือคาดหวังสิ่งใดเป็นการตอบแทนถ้าเรารักคนอื่นอย่างแท้จริง

เนื่องจากข้าพเจ้ารู้จักความรักขององค์พระผู้เป็นเจ้า ข้าพเจ้าจึงไม่เคยเกลียดชังหรือแช่งด่าผู้หนึ่งผู้ใดแม้ข้าพเจ้าถูกหักหลังหลายต่อหลายครั้ง แม้ผู้คนที่ครั้งหนึ่งเคยได้รับพระคุณได้ละทิ้งคริสตจักรไป ให้คำพยานเท็จ แพร่สะพัดข่าวลือ และประพฤติตนอย่างชั่วร้าย แต่ข้าพเจ้าก็ยังคงรักและอธิษฐานเผื่อคนเหล่านั้นอย่างร้อนรน

เมื่อข้าพเจ้าช่วยเหลือคนขัดสน ข้าพเจ้าไม่เคยแสวงหาสิ่งใดเป็นการตอบแทน ข้าพเจ้าเสียสละเวลา พลังงาน และทรัพยากรต่าง ๆ ด้วยความรักและความเมตตาที่มีต่อคนขัดสน ไม่ใช่เพราะต้องการได้รับชื่อเสียงหรือสิ่งหนึ่งสิ่งใดตอบแทน

เราจะสามารถแบ่งปันความรักแท้ (ซึ่งเป็นมีโมราเป็นสัญลักษณ์) ได้ก็ต่อเมื่อเราเสียสละตนเองและให้โดยไม่ต้องการสิ่งใดตอบแทนเท่านั้น เพราะพระเยซูมีความรักแท้และมีหัวใจที่เสียสละแบบนี้พระองค์จึงสามารถรักยูดาสอิสคาริโอทจนถึงวาระสุดท้ายแม้พระองค์ทรงทราบแล้วว่าอีกไม่นานยูดาสจะทรยศหักหลังพระองค์

ฟีลิปได้รับฤทธิ์อำนาจของพระเจ้าด้วยความรักอย่างเสียสละ
ตัวอย่างที่ดีเยี่ยมในพระคัมภีร์เกี่ยวกับบุคคลที่ไร้มลทินและมีความรักอย่างเสียสละ (ซึ่งมีโมราเป็นสัญลักษณ์) ได้แก่ตัวอย่างของฟีลิป กิจการ 8:5-8 ให้คำอธิบายโดยละเอียดแก่เราเกี่ยวกับฟีลิป

ส่วนฟีลิปก็ไปยังเมืองหนึ่งในแคว้นสะมาเรียและประกาศเรื่องพระคริสต์ให้ชาวเมืองนั้นฟัง ประชาชนก็พร้อมใจกันฟังถ้อยคำที่ฟีลิปได้ประกาศเพราะเขาได้ยินท่านพูดและได้เห็นหมายสำคัญซึ่งท่านได้กระทำนั้น ด้วยว่าผีโสโครกที่สิงอยู่ในคนหลายคนได้พากันร้องด้วยเสียงดังแล้วออกมาจากคนเหล่านั้นและคนที่เป็นโรคอัมพาตกับคนง่อยก็หายเป็นปกติ จึงความปลื้มปีติอย่างยิ่งในเมืองนั้น

ในสมัยของคริสตจักรในยุคแรก ฟีลิปทำหมายสำคัญและการอัศจรรย์ในหมู่ประชาชนแม้ท่านจะเป็นเพียงมัคนายกคนหนึ่ง พระเจ้าเท่านั้นที่ประทานฤทธิ์อำนาจนี้จากเบื้องบนแก่คนที่บริสุทธิ์ด้วยการกำจัดความชั่วร้ายของตนออกไป ทำให้ความรักและความชอบธรรมสำเร็จเป็นจริงในจิตใจของตน และเชื่อฟังน้ำพระทัยทั้งสิ้นของพระเจ้า

ฟีลิปรับเอาฤทธิ์อำนาจของพระเจ้าได้อย่างไร กิจการ 8:26-40 เล่าถึงเหตุการณ์ที่ทูตขององค์พระผู้เป็นเจ้าสั่งฟีลิปว่า "จงลุกขึ้นไปยังทิศใต้ตามทางที่ลงไปจากกรุงเยรูซาเล็มถึงเมืองกาซา" (ข้อ 26) ท่านเชื่อฟังคำสั่งดังกล่าวโดยไม่ให้ความคิดของตนเข้ามามีส่วน ฟีลิปเดินทางพบขันทีชาวเอทิโอเปียคนหนึ่งตามที่พระเจ้าทรงวางแผนไว้ ท่านได้ให้ความกระจ่างแก่ขันทีคนนั้นด้วยคำสอนที่มีพลังอำนาจ นำขันทีกลับใจและให้ท่านรับบัพติศมา ต่อมาขันทีผู้นี้เดินทางกลับไปยังประเทศของท่านและได้เผยแพร่พระกิตติคุณออกไปในทำนองเดียวกัน ฟีลิปสามารถได้ยินพระสุรเสียงของพระวิญญาณบริสุทธิ์เพราะท่านได้กำจัดความชั่วร้ายในจิตของท่านออกไปและทำให้ความรักและความชอบธรรมของพระเจ้าสำเร็จ นี่คือสาเหตุ

ที่ฟีลิปสามารถสำแดงถึงฤทธิ์เดชอำนาจอันยิ่งใหญ่ของพระเจ้าได้แม้ท่านจะเป็นเพียงมัคนายกคนหนึ่ง

ยิ่งกว่านั้น ครอบครัวของฟีลิปรักพระเจ้าและเกิดผลเป็นอย่างดี กิจการ 21:9 บอกเราว่า “ฟีลิปมีบุตรหญิงหรหมจารีสี่คนซึ่งเป็นผู้ทำนาย” เราอาจพูดได้ว่าพระวิญญาณบริสุทธิ์ทรงนำฟีลิปและครอบครัวของท่านเสมอ

เราควรรับเอาฤทธิ์อำนาจของพระเจ้าดำเนินชีวิตที่ปราศจากมลทินและมีความรักอย่างเสียสละ ทำให้แผ่นดินและความชอบธรรมของพระเจ้าสำเร็จ และถวายเกียรติพระเจ้าอย่างยิ่งใหญ่ด้วยเช่นกัน

4. มรกต: ความชอบธรรมและความสะอาด

มรกต (ฐานที่สี่ของกำแพงนครเยรูซาเล็มใหม่) มีสีเขียวและเป็นสัญลักษณ์ของความงดงามและความเขียวอันอ่อนละมุนของธรรมชาติ มรกต (ซึ่งถูกนำมาใช้เป็นเครื่องประดับชนิดแรกในประวัติศาสตร์ของมนุษย์) ในฝ่ายวิญญาณเป็นสัญลักษณ์ของความชอบธรรมและความสะอาดและเป็นเครื่องหมายของผลของความสว่าง

ด้วยว่าผลของความสว่างนั้นคือความดีทุกอย่างและความชอบธรรมทั้งมวลและความจริงทั้งปวง (เอเฟซัส 5:9)

“ความชอบธรรม” ที่พระเจ้าทรงยอมรับคือการละทิ้งความผิดบาป การรักษาคำสั่งทั้งสิ้นในพระคัมภีร์ การชำระตนเองจากความอธรรมทุกชนิด และการสัตย์ซื่อด้วยชีวิตของตน เป็นต้น นอกจากนั้น การแสวงหาแผ่นดินและความชอบธรรมของพระเจ้าตามน้ำพระทัยของพระองค์ การประพฤติอย่างมีวินัยและตรงไปตรงมา การยึดมั่นในความยุติธรรม การยืนหยัดอย่างมั่นคงเพื่อความถูกต้อง และคุณสมบัติอื่น ๆ ล้วนเป็น “ความชอบธรรม” ที่พระเจ้าทรงยอมรับ

ไม่ว่าเราจะเป็นคนอ่อนสุภาพและเป็นคนดีเพียงใดก็ตาม เราจะไม่มีผลของความสว่างเว้นแต่เราจะเป็นคนชอบธรรม สมมุติว่ามีคนบีบคอคุณพ่อของท่านและพูดจาดูหมิ่นท่านแม้ว่าท่านไม่มีความผิด ถ้าท่านนิ่งเงียบและมองดูคุณพ่อทนทุกข์โดยไม่ทำสิ่งใด เราไม่สามารถเรียกสิ่งนี้ว่าเป็นความชอบธรรมที่แท้จริง เราพูดไม่ได้ว่าท่านกำลังทำหน้าที่ของท่านในฐานะลูกที่พึงกระทำต่อคุณพ่อของตน

ด้วยเหตุนี้ ความดีที่ไม่มีความชอบธรรมจึงไม่ใช่ "ความดี" ฝ่ายวิญญาณในสายพระเนตรของพระเจ้า ความคิดลังเลและความขี้ขลาดจะเป็นสิ่งที่ดีได้อย่างไร ในทางกลับกัน ความชอบธรรมที่ปราศจากความดีก็ไม่อาจเป็น "ความชอบธรรม" ในสายพระเนตรของพระเจ้าเช่นกัน แต่อาจเป็นความชอบธรรมในสายตาของเรา

ความชอบธรรมและความสะอาดของดาวิด

โยอาบ (ผู้นำกองทัพของกษัตริย์ดาวิด) กล่าวหาอับเนอร์ที่แปรพักตร์ว่าเป็นผู้สอดแนมและฆ่าเขาเพราะอับเนอร์ฆ่าอาสาเฮลน้องชายของโยอาบในการสู้รบที่กิเบโอน (2 ซามูเอล 3:22-30) โยอาบฆ่าคนตายโดยอ้างความชอบธรรมของตนเพื่อแก้แค้นให้กับน้องชาย ยิ่งกว่านั้น แม้ว่าดาวิดทรงห้ามโยอาบไม่ให้สังหารอับซาโลมโอรสของดาวิดซึ่งทรยศและล้มล้างบัลลังก์ของท่าน แต่โยอาบก็ยังสังหารอับซาโลมอย่างโหดเหี้ยมโดนใช้ความชอบธรรมของตนเอง (2 ซามูเอล 18:9-15) โยอาบไม่อาจทำตามความชอบธรรมของพระเจ้าได้เพราะเขาไม่มีความดีงามอยู่ในจิตใจของตน

ถึงกระนั้น กษัตริย์ดาวิดผู้มีจิตใจที่ดีงามทรงร้องไห้คร่ำครวญต่อการเสียชีวิตของอับซาโลมแม้อับซาโลมเคยทรยศและพยายามฆ่าดาวิดก็ตาม (2 ซามูเอล 18:33) ดาวิดไม่ได้ทำตามความชอบธรรมของตนเอง แต่ทำทุกสิ่งตามความดีงาม ยิ่งกว่านั้น ก่อนขึ้นครองราช ดาวิดเคยมีโอกาสสังหารซาอูล

(ซึ่งพยายามฆ่าดาวิด) ถึงสองครั้ง แต่ดาวิดไม่เคยกระทำสิ่งที่อยุติธรรมเลยแม้แต่ครั้งเดียว (1 ซามูเอล 24:4; 26:8-12)

การมีผลของความสว่าง

พระเจ้าทรงปรารถนาให้เรามีความดีงามและความชอบธรรมเหมือนดาวิด ในเวลาเดียวกัน พระองค์ทรงต้องการให้เราปลูกฝังความดีงามและความชอบธรรมจนกว่าเราจะเก็บเกี่ยวผลของความสว่างในความจริง

ความจริงไม่หลอกลวงหรือไม่แปรเปลี่ยนในทุกสถานการณ์ แต่ความจริงจะรักษาสัญญาเอาไว้ เพราะดาวิดรักโยนาธาน (โอรสของกษัตริย์ซาอูล) อย่างสุดหัวใจ หลังจากการสิ้นพระชนม์ของโยนาธาน ดาวิดได้เสาะหาโอรสของโยนาธาน มอบที่ดินทั้งหมดคืนให้กับเขา และอนุญาตให้โอรสของโยนาธานรับประทานอาหารร่วมโต๊ะกับกษัตริย์ดาวิดเสมอไป (2 ซามูเอล 9:7) ดาวิดมีความดีงามและความชอบธรรมในจิตใจของท่านด้วยความจริงที่ไม่เปลี่ยนแปลง

นับตั้งแต่ข้าพเจ้ารู้จักน้ำพระทัยของพระเจ้าจากส่วนลึกของจิตใจ ข้าพเจ้ายังคงรับใช้บุคคลหลายคนซึ่งเป็นพระพรกับข้าพเจ้าและท่าทีของข้าพเจ้าจะไม่มีวันเปลี่ยนแปลงจนกว่าองค์พระผู้เป็นเจ้าเสด็จกลับมา ในบรรดาคนเหล่านี้ ข้าพเจ้ารู้สึกขอบคุณเป็นพิเศษสำหรับผู้คนที่นำข้าพเจ้ามารู้จักกับพระเจ้าและช่วยส่งเสริมความเชื่อให้กับข้าพเจ้า ข้าพเจ้าไม่อาจลืมพระคุณของคนเหล่านี้ได้

ในทำนองเดียวกัน เราจะมีผลของความสว่างซึ่งได้แก่ความดีงาม ความชอบธรรม และความจริงได้อย่างบริบูรณ์ก็ต่อเมื่อจิตใจของเราไม่แปรเปลี่ยน ดังนั้น มรกต (ฐานที่สี่ของนครเยรูซาเล็มใหม่) จึงเป็นสัญลักษณ์ของการมีผลของความสว่างและเป็นสีสันของความชอบธรรมซึ่งพระเจ้าทรงพอพระทัย

5. โกเมน: ความสัตย์ซื่อฝ่ายวิญญาณ

โกเมน (ฐานที่สี่ของกำแพงนครเยรูซาเล็มใหม่) ในฝ่ายวิญญาณเป็นสัญลักษณ์ของความสัตย์ซื่อฝ่ายวิญญาณ คำว่า "ความสัตย์ซื่อ" ในที่นี้ไม่ได้หมายถึงการทำหน้าที่ซึ่งพระเจ้าทรงมอบหมายให้เท่านั้น แต่ยังหมายถึงการทำให้ทุกสิ่งสำเร็จอย่างสุดความสามารถและทำให้ดีที่สุดโดยไม่มีความเกียจคร้านในภารกิจต่าง ๆ ที่เราได้รับมอบหมายด้วยเช่นกัน แต่การทำหน้าที่ของตนในฐานะสามี ภรรยา หรือบุตรไม่ถือเป็น "ความสัตย์ซื่อ" เพราะหน้าที่เหล่านี้เป็นรากฐานที่สำคัญที่สุด การทำหน้าที่ของตนให้ดีในฐานะลูกจ้างที่รับค่าจ้างก็ไม่ถือเป็น "ความสัตย์ซื่อ" ด้วยเช่นกัน

เหมือนโมเสสผู้สัตย์ซื่อต่อทุกสิ่งในชุมชนของพระเจ้า
ความสัตย์ซื่อจากทัศนะของพระเจ้าคือการทำหน้าที่ของเราด้วยสุดจิตใจ สุดความคิด สุดกำลัง และสุดชีวิตของตนและการสัตย์ซื่อต่อทุกสิ่งในชุมชนของพระเจ้าตามตำแหน่งของเรา การที่เราจะสัตย์ซื่อได้นั้นเราต้องมีความชอบธรรมเพราะเราไม่อาจเสียสละตนเองถ้าเราไม่มีจิตใจที่ชอบธรรม

โมเสสเป็นผู้พยากรณ์ที่พระเจ้าทรงให้การยอมรับมากจนพระองค์ตรัสกับท่านหน้าต่อหน้า โมเสสทำหน้าที่ของท่านอย่างสมบูรณ์เพื่อทำให้สิ่งที่พระเจ้าบัญชาไว้สำเร็จโดยไม่คำนึงถึงความยากลำบากของตนเอง คนอิสราเอลบ่นและไม่เชื่อฟังทุกครั้งเมื่อคนเหล่านั้นพบกับความยุ่งยากเพียงเล็กน้อยแม้ว่าเขาเคยเห็นและมีประสบการณ์กับการอัศจรรย์และหมายสำคัญมากมายของพระเจ้ามาแล้วก็ตาม แต่โมเสสนำผู้คนเหล่านั้นด้วยความเชื่อและความรักอย่างต่อเนื่อง แม้ในยามที่พระเจ้าทรงพระพิโรธต่อคนอิสราเอลเนื่องจากบาปของเขา โมเสสก็ไม่ได้หันหลังให้กับประชากรของท่าน แต่ท่านกลับอธิ

ษฐานขอการยกโทษสำหรับเขา โมเสสจึงกลับไปเฝ้าพระเจ้าและทูลว่า

โอ พระเจ้าข้า ประชากรนี้ทำบาปอันใหญ่ยิ่ง เขาพระด้วยทองคำสำหรับตัวเอง แต่บัดนี้ขอพระองค์โปรดยกโทษบาปของเขา ถ้าหาไม่ขอพระองค์ทรงลบชื่อของข้าพระองค์เสียจากทะเบียนที่พระองค์ทรงจดไว้ (อพยพ 32:31-32)

โมเสสอดอาหารเพื่อประชาชน เสี่ยงชีวิตของท่านเอง และสัตย์ซื่อมากกว่าที่พระเจ้าทรงคาดเอาไว้ เพราะเหตุนี้ พระเจ้าจึงทรงยอมรับและทรงให้ความมั่นใจกับโมเสสว่า "ในประชาชนของเราเขาสัตย์ซื่อ" (กันดารวิถี 12:7)

การรักพระเจ้าอย่างสุดจิตใจของเราคือการให้หัวใจทั้งสิ้นของเราแด่พระเจ้า เราต้องไม่รักพระองค์เฉพาะในส่วนที่เรามอบให้กับพระองค์ได้ไม่ยากเท่านั้น แต่เราต้องรักพระองค์ทั้งในส่วนที่เรามอบให้กับพระองค์ได้ยากด้วยเช่นกัน ในทำนองเดียวกัน ถ้าเราทำจิตใจของเราให้พร้อม ทำหน้าที่ของเราอย่างสุดกำลัง และประพฤติตนด้วยพระทัยของพระเยซูคริสต์ เราก็จะสามารถสัตย์ซื่อต่อทุกสิ่งในชุมชนของพระเจ้า

สัตย์ซื่อตราบจนวันตาย

ยิ่งกว่านั้น ความสัตย์ซื่อที่มีโกเมนเป็นสัญลักษณ์คือความสัตย์ซื่อตราบจนวันตายตามที่ระบุไว้ในวิวรณ์ 2:10 ความสัตย์ซื่อเช่นนี้จะเกิดขึ้นได้ก็ต่อเมื่อเรารักพระเจ้าก่อนเท่านั้น สิ่งนี้เป็นการให้เวลา ทรัพย์สินเงินทองทั้งสิ้นที่เรามีอยู่ และแม้กระทั่งชีวิตของเรา รวมถึงการทำมากกว่าที่เราได้รับมอบหมายให้ทำด้วยสุดจิตใจและสุดความคิดของเรา

ในสมัยโบราณ มีบรรดาราชองค์รักษ์ที่คอยให้ความช่วยเหลือกษัตริย์และสัตย์ซื่อต่อประเทศชาติแม้คนเหล่านั้นต้องสละชีวิตของตน ถ้ากษัตริย์เป็นผู้ปกครองกดขี่ ราชองค์รักษ์เหล่านี้จะถวายคำแ

นะนำแด่กษัตริย์เพื่อให้ทำในสิ่งที่ถูกต้อง แม้การกระทำเช่นนี้อาจส่งผลให้คนเหล่านั้นเสียชีวิตของตนก็ตาม ราชองค์รักษ์เหล่านี้อาจถูกเนรเทศหรือถูกประหารชีวิต แต่คนเหล่านั้นมีความจงรักภักดีเพราะเขารักกษัตริย์และประเทศชาติของตนแม้ความรักนั้นอาจพรากเอาชีวิตไปจากเขาก็ตาม

การที่เราจะสามารถทำได้มากกว่าที่พระเจ้าทรงคาดหวังจากเรานั้นเราต้องรักพระเจ้าก่อนเหมือนกับที่องค์รักษ์เหล่านั้นพร้อมสละชีวิตของตนเพื่อชาติและเหมือนที่โมเสสมีความสัตย์ซื่อต่อทุกสิ่งในชุมชนของพระเจ้าเพื่อทำให้แผ่นดินและความชอบธรรมของพระองค์สำเร็จ ดังนั้น เราต้องชำระตนเองให้บริสุทธิ์อย่างรวดเร็วและสัตย์ซื่อในทุกด้านของชีวิตเราเพื่อให้เรามีคุณสมบัติที่จะเข้าไปสู่นครเยรูซาเล็มใหม่

6. ทับทิม: ความรัก

ทับทิมมีสีแดงเข้มสุกใสและแสดงถึงแสงอันเจิดจ้าของดวงอาทิตย์ ทับทิมเป็นฐานที่หกของกำแพงนครเยรูซาเล็มใหม่และในฝ่ายวิญญาณทับทิมเป็นสัญลักษณ์ความหลงใหล ความกระตือรือร้น และความรักต่อการทำให้แผ่นดินและความชอบธรรมของพระเจ้าสำเร็จ หัวใจที่มีความรักแบบทับทิมเป็นหัวใจที่มุ่งทำภารกิจและหน้าที่ซึ่งได้รับมอบให้สำเร็จอย่างสัตย์ซื่อและสุดกำลังของตน

ความรักระดับต่าง ๆ

ความรักมีหลายระดับ โดยทั่วไปเราอาจแบ่งเป็นความรักฝ่ายวิญญาณและความรักฝ่ายเนื้อหนัง ความรักฝ่ายวิญญาณไม่เคยแปรเปลี่ยนเพราะเป็นความรักที่พระเจ้าประทานให้ แต่ความรักฝ่ายเนื้อหนังเปลี่ยนแปลงง่ายเพราะเป็นความรักที่เห็นแก่ตัว

ไม่ว่าความรักของผู้คนในโลกนี้จะแท้จริงเพียงใดก็ตาม ความรั

กนี้ก็ไม่มีวันเป็นความรักฝ่ายวิญญาณได้ เพราะความรักฝ่ายวิญญาณเป็นความรักขององค์พระผู้เป็นเจ้าซึ่งจะได้มาโดยความจริงเท่านั้น นอกจากนั้น เราไม่สามารถมีความรักฝ่ายวิญญาณได้ในทันทีที่เราเข้าสู่ความจริง เราจะมีความรักฝ่ายวิญญาณนี้ได้ก็ต่อเมื่อเรามีจิตใจเหมือนพระทัยขององค์พระผู้เป็นเจ้าเท่านั้น

ท่านมีความรักฝ่ายวิญญาณแล้วหรือยัง ท่านสามารถสำรวจตนเองจากคำนิยามของความรักฝ่ายวิญญาณซึ่งปรากฏอยู่ใน 1 โครินธ์ 13:4-7

ความรักนั้นก็อดทนทานและกระทำคุณให้ ความรักไม่อิจฉา ไม่อวดตัว ไม่หยิ่งผยอง ไม่หยาบคาย ไม่คิดเห็นแก่ตนเองฝ่ายเดียว ไม่ฉุนเฉียว ไม่ช่างจดจำความผิด ไม่ชื่นชมยินดีเมื่อมีการประพฤติผิด แต่ชื่นชมยินดีเมื่อมีการประพฤติชอบ ความรักทนได้ทุกอย่างแม้ความผิดของคนอื่นและเชื่อในส่วนดีของเขาอยู่เสมอและมีความหวังอยู่เสมอและทนต่อทุกอย่าง

ยกตัวอย่าง ถ้าเราเป็นคนอดทนแต่เห็นแก่ตัวหรือไม่โกรธง่ายแต่เป็นคนหยาบคาย เราก็ยังไม่มีความรักฝ่ายวิญญาณตามที่เปาโลระบุไว้ เราต้องไม่ขาดคุณลักษณะแม้แต่อย่างเดียวเพื่อเราจะมีความรักฝ่ายวิญญาณ

ในด้านหนึ่ง ถ้าท่านยังมีความรู้โดดเดี่ยวหรือว่างเปล่าแม้ท่านคิดว่าท่านมีความรักฝ่ายวิญญาณ ที่เป็นเช่นนี้ก็เพราะท่านต้องการรับบางสิ่งบางอย่างตอบแทนโดยที่ท่านไม่รู้ตัว จิตใจของท่านยังไม่ได้รับการเติมเต็มด้วยความจริงของความรักฝ่ายวิญญาณอย่างสมบูรณ์

ในอีกด้านหนึ่ง ถ้าท่านเต็มล้นไปด้วยความรักฝ่ายวิญญาณ ท่านจะไม่รู้สึกโดดเดี่ยวหรือว่างเปล่า แต่ท่านจะรู้สึกยินดี มีความสุขและขอบพระคุณตลอดเวลา ความรักฝ่ายวิญญาณชื่นชมยินดีกับการให้ ยิ่งท่านให้มากเท่าใด ท่านก็จะรู้สึกยินดี ขอบพระคุณ และมีความสุขมากยิ่งขึ้นเท่านั้น

ความรักฝ่ายวิญญาณชื่นชมยินดีกับการให้

โรม 5:8 บอกเราว่า "แต่พระเจ้าทรงสำแดงความรักของพระองค์แก่เราทั้งหลาย คือขณะที่เรายังเป็นคนบาปอยู่นั้น พระคริสต์ได้ทรงสิ้นพระชนม์เพื่อเรา"

พระเจ้าทรงรักพระเยซูพระบุตรองค์เดียวของพระองค์อย่างมากเพราะพระเยซูทรงเป็นความจริงที่มีลักษณะเหมือนกับพระเจ้า ถึงกระนั้น พระองค์ยังประทานพระบุตรองค์เดียวของพระองค์เพื่อเป็นเครื่องบูชาลบล้างความผิดบาป ความรักของพระเจ้ายิ่งใหญ่และมีคุณค่ามากทีเดียว

พระเจ้าทรงสำแดงความรักของพระองค์ต่อเราด้วยการเสียสละพระบุตรองค์เดียวของพระองค์ เพราะเหตุนี้ 1 ยอห์น 4:16 จึงกล่าวว่า "ฉะนั้นเราทั้งหลายจึงรู้และเชื่อในความรักที่พระเจ้าทรงมีต่อเรา พระเจ้าทรงเป็นความรักและพระเจ้าก็ทรงสถิตอยู่ในผู้นั้น"

เพื่อจะเข้าสู่นครเยรูซาเล็มใหม่ เราต้องมีความรักของพระเจ้าซึ่งทำให้เราสามารถเสียสละตนเองและชื่นชมยินดีกับการให้เพื่อเราจะมีหลักฐานที่ยืนยันถึงชีวิตของเราในพระเจ้า

ความรักอันแรงกล้าของอัครทูตเปาโลต่อดวงวิญญาณ

อัครทูตเปาโลเป็นแบบอย่างที่ดีในพระคัมภีร์ ท่านผสมผสานความร้อนรนของท่านกับความรักอย่างเหมาะสมเพื่อทำให้ท่านมีความรักอันแรงกล้า เปาโลกล่าวไว้ในโรม 9:3 ว่า "เพราะถ้าเป็นประโยชน์ ข้าพเจ้าปรารถนาจะให้ข้าพเจ้าเองถูกสาปและถูกตัดขาดจากพระคริสต์เพราะเห็นแก่พี่น้องของข้าพเจ้า คือญาติของข้าพเจ้าตามเชื้อชาติ" คำว่า "พี่น้อง" ในที่นี้หมายถึงคนอิสราเอลซึ่งเป็นชนชาติที่พระเจ้าทรงเลือกสรร

เนื่องจากเปาโลมีความรักฝ่ายวิญญาณท่านจึงสามารถพูดว่าท่านพร้อมที่จะตกนรกถ้าสิ่งนั้นทำให้ประชากรของพระเจ้าได้รับความรอด ในทำนองเดียวกัน ความรักฝ่ายวิญญาณที่พระเจ้าประท

านให้ไม่ต้องการสิ่งใดตอบแทนแม้ว่าเราต้องสละชีวิตของเราเพื่อคนอื่น ความรักฝ่ายวิญญาณไม่เคยเปลี่ยนแปลง เมื่อวันเวลาผ่านไปความรักนี้จะเติบโตขึ้นอย่างต่อเนื่อง ความรักนี้ไม่เคยเปลี่ยนแปลงเพราะความรักฝ่ายวิญญาณไม่แสวงหาประโยชน์ส่วนตน แต่จะแสวงหาประโยชน์ของคนอื่น

ด้วยเหตุนี้ เราควรละทิ้งความรักฝ่ายเนื้อหนังและพยายามมีความรักฝ่ายวิญญาณของพระเจ้าผู้ทรงเสียสละพระบุตรองค์เดียวของพระองค์และเป็นความรักขององค์พระผู้เป็นเจ้าผู้ทรงเชื่อฟังและสละชีวิตของพระองค์เอง ข้าพเจ้าขออวยพรท่านในพระนามขององค์พระผู้เป็นเจ้าเพื่อท่านจะนำดวงวิญญาณจำนวนนับไม่ถ้วนมาสู่ความรอดด้วยความรักอันแรงกล้าซึ่งมีทับทิมเป็นสัญลักษณ์เหมือนที่อัครทูตเปาโลได้กระทำและเข้าไปสู่นครเยรูซาเล็มใหม่

7. บุษราคำน้ำแก่: ความเมตตา

บุษราคำน้ำแก่ (ฐานที่เจ็ดของนครเยรูซาเล็มใหม่) เป็นแร่สุกใสหรือกึ่งสุกใสที่มีสีเหลือง สีเขียว สีน้ำเงิน สีชมพู หรือบางครั้งก็มีลักษณะสุกใสอย่างสมบูรณ์

ในฝ่ายวิญญาณบุษราคำน้ำแก่เป็นสัญลักษณ์ของอะไร บุษราคำน้ำแก่เป็นสัญลักษณ์ของความเมตตาในความจริงซึ่งสามารถยกโทษให้กับผู้คนที่เราไม่เข้าใจหรือไม่ควรได้รับการยกโทษ พระทัยของพระเยซูคริสต์ไม่มีความเกลียดชังหรือการรังเกียจผู้หนึ่งผู้ใด พระองค์มีแต่ความเข้าใจ ความอดกลั้น และความเมตตาต่อทุกคน ความเมตตาคือการเกลียดชังความบาปแต่ไม่ใช่เกลียดชังคนที่มีบาป ความเมตตาเข้าใจและสำแดงถึงพระคุณ

จิตใจที่สามารถยกโทษทุกสิ่งในความจริง

แม้พระเยซูทรงทราบล่วงหน้าว่ายูดาสอิสคาริโอทจะทรยศต่อพ

ระองค์ พระองค์ไม่เคยเกลียดชังยูดาสแต่ทรงรักเขาจนถึงวาระสุดท้าย แม้ว่าพระเยซูทรงถูกตรึงโดยไม่มีความบาป พระองค์ไม่เคยเกลียดชังผู้หนึ่งผู้ใด แต่พระองค์ทรงอธิษฐานและขอการยกโทษให้กับผู้คนที่ตรึงพระองค์

แล้วเรื่องราวของสเทเฟนล่ะ ในขณะที่ท่านกำลังถูกหินขว้างจนถึงแก่ความตายคนชั่ว ท่านคุกเข่าอธิษฐานต่อพระเจ้าด้วยความรักและทูลขอการยกโทษให้กับคนเหล่านั้น ในปัจจุบัน คนจำนวนมากไวต่อการชี้ความผิดของคนอื่นด้วยความเกลียดชังและรังเกียจเมื่อมีคนทำความผิดหรือความบาป แต่คนที่มีใจเมตตาจะสำแดงความกรุณาต่อคนที่ถูกทอดทิ้งและปฏิบัติต่อเขาอย่างดีเพื่อเสริมกำลังและหนุนใจบุคคลนั้น

เนื่องจากดาวิดเป็นบุคคลที่มีจิตใจเมตตา ท่านจึงไม่สังหารกษัตริย์ซาอูลด้วยมือของท่านแม้ดาวิดรู้ว่ากษัตริย์ซาอูลถูกพระเจ้าทอดทิ้ง เมื่อกษัตริย์ซาอูลสิ้นพระชนม์ เราพบว่าดาวิดฉีกเสื้อผ้าของท่าน ร้องไห้คร่ำครวญ และอดอาหาร การกระทำที่งดงามนี้เกิดมาจากพระทัยที่เมตตาขององค์พระผู้เป็นเจ้าที่ทรงมีพระเมตตาต่อศัตรูของพระองค์

เราต้องทำลายความคิดว่าตนเป็นฝ่ายถูก

อะไรคือสาเหตุที่ทำให้คนจำนวนมากไร้ความเมตตา ผู้คนไร้ความเมตตาเพราะเขาเห็นแก่ตัว คิดว่าตนเป็นฝ่ายถูก และถูกครอบงำด้วยความคิดโอนเอียงซึ่งคอยบงการว่าเขาเป็นฝ่ายถูกเสมอในทุกสิ่งทุกอย่าง

สมมุติว่าท่านเปิดร้านขายของ ท่านควรมีจิตใจแบบใดเมื่อร้านค้าที่อยู่ถัดไปขายดีกว่าท่าน ถ้าท่านบ่นว่า "ทำไมร้านนั้นจึงขายดีจัง ฉันอยากย้ายหนีไปอยู่ที่อื่นเหลือเกิน" การพูดเช่นนี้ไม่ถือว่าท่านมีจิตใจดีงามหรือใจเมตตา

ถ้าท่านมีจิตใจเมตตาท่านต้องทำสิ่งใด

ท่านต้องละทิ้งความเห็นแก่ตัวซึ่งคอยยุยงท่านให้คิดว่าร้านของท่านต้องขายดีกว่าเพื่อนบ้านของท่าน (คู่แข่งของท่าน) ท่านต้องทำลายโครงสร้างของความคิดตัวเองและเรียนรู้สิ่งที่ดีจากร้านอื่นเพื่อทั้งสองร้านจะขายดีด้วยกัน ถ้าท่านรักเพื่อนบ้านของท่าน มีความเมตตา ชื่นชมยินดีกับผู้อื่น และมีจิตใจดีงามที่ต้องการให้คนอื่นได้ดี ท่านจะได้รับพระพรอย่างบริบูรณ์เพราะพระเจ้าจะทรงเทความรักและพระพรของพระองค์มาเหนือท่านอย่างไม่ต้องสงสัย

ในฐานะศิษยาภิบาล ข้าพเจ้าดีใจที่เห็นหรือได้ยินว่าคริสตจักรแห่งหนึ่งกำลังเจริญเติบโตอย่างมากถึงแม้ว่าคริสตจักรของข้าพเจ้าไม่ได้เติบโตมากหรือรวดเร็วขนาดนั้น ข้าพเจ้าอธิษฐานเผื่อคริสตจักรแห่งนั้นอย่างสุดหัวใจของข้าพเจ้าต่อพระเจ้าว่า "ขอให้คริสตจักรของพระเจ้าทั้งหมดรับการฟื้นฟูอย่างยิ่งใหญ่และขอให้ศิษยาภิบาลเป็นที่รักของพระองค์มากขึ้น" เมื่อดวงวิญญาณจำนวนมากได้รับความรอดและแผ่นดินและความชอบธรรมของพระเจ้าสำเร็จผ่านทางคริสตจักรอื่น ๆ พระเจ้าจะทรงชื่นชมยินดีในสิ่งนั้น ดังนั้นข้าพเจ้าสามารถชื่นชมยินดีเสมือนหนึ่งว่าข้าพเจ้ากำลังถวายสง่าราศีแด่พระเจ้าด้วยตนเอง

ในทำนองเดียวกัน เราจะมีจิตใจเมตตาได้ก็ต่อเมื่อเราละทิ้งความเห็นแก่ตัวและการคิดว่าตนเองเป็นฝ่ายถูกและเข้าใจคนอื่น

ความสงสารฝ่ายเนื้อหนังและความเมตตาฝ่ายวิญญาณ

อย่างไรก็ตาม การให้สิ่งสารพัดโดยไม่มีขอบเขตก็ไม่ถือเป็น "ความเมตตา" บางครั้งเราอาจฉกฉวยโอกาสที่คนอื่นจะสามารถยืนหยัดด้วยตนเองไปจากเขาหรือชักนำคนเหล่านั้นให้หลงไปด้วยการกระทำที่ไม่สอดคล้องกับแนวทางที่ถูกต้องในสายพระเนตรของพระเจ้า

ถ้าพ่อแม่ปกป้องลูกของตนมากเกินไป เขาก็จะทำให้ลูกของตนเสียคนและอาจกลายเป็นปัญหาใหญ่ให้กับสังคม ถ้าพ่อแม่ทำทุกสิ่งทุ

กอย่างให้ลูกตั้งแต่เด็กจนโต คนเหล่านี้จะอยู่ในสังคมได้อย่างไร เขาจะกลายเป็นคนไร้ความสามารถที่พึ่งพิงพ่อแม่ในทุกเรื่องอยู่ตลอดเวลา หรือกลายคนพยศที่ชอบบ่นต่อว่าเมื่อเขาไม่สามารถทำในสิ่งที่ตนต้องการ

ยิ่งกว่านั้น การให้ความช่วยเหลือคนเกียจคร้านทั้งที่เขามีสุขภาพแข็งแรง หรือการช่วยเหลือคนที่เสียทรัพย์สินของตนไปกับการพนันและการดื่มกินก็ไม่ใช่สิ่งที่ถูกต้องในสายพระเนตรของพระเจ้าเช่นกัน การกระทำเช่นนี้ไม่ถือเป็นความเมตตา การช่วยคนกลุ่มนี้รังแต่จะทำให้เกิดขึ้นปัญหาเพิ่มมากขึ้น เพราะการกระทำเช่นนั้นจะทำให้เขาพึ่งพาคนอื่นมากขึ้นจนไม่สามารถดำเนินชีวิตด้วยตนเอง

ถึงกระนั้น เราควรมีใจเมตตาช่วยเหลือทุกคนที่ต่อสู้กับความยากจนซึ่งเป็นผลจากโรคภัยไข้เจ็บหรือผู้คนที่ยังจมปลักอยู่ในความยากจนแม้เขาได้ทุ่มเททำงานหนักเพียงใดก็ตาม

เราควรทำสิ่งใดกับคนที่พบกับการทดลองเพราะการที่เขาไม่เชื่อฟังพระคำของพระเจ้า

ผู้พยากรณ์โยนาห์ไม่เชื่อฟังน้ำพระทัยของพระเจ้าในการช่วยชาวนีนะเวห์ให้รอดและท่านหนีไปยังเมืองทารชิช แต่โยนาห์ประสบกับพายุใหญ่ พวกลูกเรือที่อยู่บนเรือ (ซึ่งรู้ว่าพายุใหญ่เป็นผลจากการไม่เชื่อฟังของโยนาห์) จำเป็นต้องโยนโยนาห์ลงไปในทะเล แต่เมื่อคนเหล่านั้นอยากช่วยเหลือโยนาห์เพราะความรู้สึกสงสารฝ่ายเนื้อหนัง เขากลับพบกับปัญหาที่ยิ่งใหญ่กว่า พวกลูกเรือสูญเสียทรัพย์สินทั้งหมดของตนในพายุใหญ่ที่เกิดขึ้นเพราะเขาพยายามให้ความช่วยเหลือโยนาห์ผู้ไม่เชื่อฟังพระเจ้า (โยนาห์ 1)

การช่วยเหลือโยนาห์ไม่ใช่การกระทำแห่งความเมตตา การกระทำเช่นนั้นเป็นการไม่เชื่อฟังน้ำพระทัยพระเจ้าเช่นกัน แต่การให้ความช่วยเหลือคนที่พบกับการทดลองภายในการจัดเตรียมของพระเจ้าถือเป็นการกระทำแห่งความเมตตาและพระเจ้าจะประทานพร

ะพรเป็นบำเหน็จรางวัล ยกตัวอย่าง ผู้คนที่ติดตามดาวิดในขณะที่ท่านพบกับการทดลองภายในการจัดเตรียมของพระเจ้ากลายเป็นคนรับใช้ที่จงรักภักดีของดาวิดและได้รับเกียรติและสง่าราศีต่อพระพักตร์พระเจ้า ด้วยเหตุนี้ ก่อนที่เราจะแสดงออกถึงความเมตตา เราต้องคิดก่อนว่าการกระทำของเราเป็นสิ่งที่ถูกต้องในสายพระเนตรของพระเจ้าหรือไม่

จิตใจเมตตาที่พร้อมจะอุ้มชูทุกสิ่งทุกอย่าง

อะไรคือความแตกต่างระหว่างความรักกับความเมตตา

ความรักฝ่ายวิญญาณคือการเสียสละตนเองโดยไม่แสวงหาผลกำไรหรือผลประโยชน์ให้กับตนเองและไม่ต้องการสิ่งใดตอบแทน ในขณะที่ความเมตตามุ่งให้น้ำหนักกับการยกโทษและความอดกลั้น กล่าวคือ ความเมตตาเป็นจิตใจที่เข้าใจและไม่เกลียดชังแม้แต่คนที่เราไม่สามารถเข้าใจหรือไม่น่ารัก ความเมตตาไม่เกลียดชังหรือดูหมิ่นผู้ใดแต่จะเสริมกำลังและเล้าโลมคนอื่น ถ้าท่านมีจิตใจอันอบอุ่นเช่นนี้ ท่านจะไม่ชี้ไปที่ความผิดพลาดของคนอื่น ตรงกันข้ามท่านจะอุ้มชูคนเหล่านั้นเอาไว้เพื่อรักษาความสัมพันธ์ที่ดีกับเขา

เราควรทำอย่างไรกับคนชั่วร้าย เราต้องจำไว้ว่าครั้งหนึ่งเราทุกคนเป็นคนชั่วร้าย แต่เรามารู้จักกับพระเจ้าเพราะมีบางคนนำเรามาถึงความจริงด้วยความรักและการยกโทษ

นอกจากนั้น เมื่อเราพบกับคนโกหกเรามักลืมไปว่าเราเองก็เคยโกหกเพื่อผลประโยชน์ของตนเองก่อนที่เรามาเชื่อในพระเจ้าเช่นกัน แทนที่จะหลีกเลี่ยงคนเหล่านี้ เราควรแสดงความเมตตาของเราเพื่อเขาจะหันกลับจากทางที่ชั่วร้ายของตน คนเหล่านี้จะสามารถรับการเปลี่ยนแปลงและพบความจริงจนกระทั่งเขารู้ถึงความจริงนี้ได้ก็ต่อเมื่อเราเข้าใจและชี้นำเขาด้วยความอดกลั้นและความรักในทำนองเดียวกัน ความเมตตาคือการปฏิบัติกับทุกคนอย่างเท่าเทีย

มกันโดยไม่มีอคติ ไม่ทำให้คนอื่นเดือดร้อน และพยายามเข้าใจทุกสิ่งในทางที่ดีไม่ว่าท่านชอบหรือไม่ก็ตาม

ด้วยเหตุนี้ ข้าพเจ้าจึงวิงวอนท่านให้มีผลแห่งความเมตตาที่มีทับทิม (ซึ่งเป็นฐานที่เจ็ดของกำแพงนครเยรูซาเล็มใหม่) เป็นสัญลักษณ์

8. เพทาย: ความอดทน

เพทาย (ฐานที่แปดของกำแพงนครเยรูซาเล็มใหม่) มีสีน้ำเงินหรือสีเขียวเข้มซึ่งทำให้คิดถึงสีของน้ำทะเล ในฝ่ายวิญญาณเพทายเป็นสัญลักษณ์ของอะไร เพทายเป็นสัญลักษณ์ของความอดทนในทุกสิ่งในการทำให้แผ่นดินและความชอบธรรมของพระเจ้าสำเร็จ เพทายแสดงถึงการอดทนนานด้วยความรักแม้แต่กับผู้คนที่ข่มเหง แช่งสาป และเกลียดชังท่าน และไม่เกลียดชัง ไม่ทะเลาะหรือไม่ต่อสู้กับคนเหล่านั้น

ยากอบ 5:10 หนุนใจเราว่า “พี่น้องทั้งหลาย จงเอาแบบอย่างในการทนทุกข์และการอดทนของผู้เผยพระวจนะผู้ได้กล่าวความในพระนามขององค์พระผู้เป็นเจ้า” เราสามารถเปลี่ยนแปลงคนอื่นเมื่อเราอดทนกับคนเหล่านั้น

ความอดทนเป็นผลของพระวิญญาณบริสุทธิ์และของความรัก

ท่านสามารถอ่านเกี่ยวกับความอดทนซึ่งเป็นผลหนึ่งในเก้าชนิดของพระวิญญาณบริสุทธิ์ในกาลาเทีย 5 และเป็นผลอย่างหนึ่งของความรักใน 1 โครินธ์ 13 ความอดทนที่เป็นผลของพระวิญญาณบริสุทธิ์และความอดทนที่เป็นผลของความรักแตกต่างกันหรือไม่

ในด้านหนึ่ง ความอดทนด้วยความรักหมายถึงความอดทนที่บุ

คคลต้องมีในการยืนหยัดต่อสู้กับปัญหาและความวุ่นวายที่เกิดขึ้น อาทิ เช่น การอดทนต่อผู้คนที่ดูหมิ่นท่านหรือต่อความยากลำบากที่ท่านพบในชีวิต ในอีกด้านหนึ่ง ความอดทนที่เป็นผลของพระวิญญาณบริสุทธิ์หมายถึงความอดทนในความจริงและความอดทนต่อพระพักตร์พระเจ้าในทุกสิ่ง

ด้วยเหตุนี้ ความอดทนที่เป็นผลของพระวิญญาณบริสุทธิ์จึงมีความหมายกว้างกว่าซึ่งรวมถึงความอดทนในเรื่องส่วนตัวและเรื่องอื่น ๆ ที่เชื่อมโยงกับแผ่นดินและความชอบของพระเจ้า

ความอดทนในความจริงประเภทต่าง ๆ

ความอดทนสามารถแบ่งออกเป็น 3 ประเภท ประเภทแรกคือความอดทนระหว่างพระเจ้ากับมนุษย์ ชาวนาหว่านเมล็ดพืชและดูแลเมล็ดพืชนั้นด้วยความอดทนเพื่อเก็บเกี่ยวผลที่ดีฉันใด เราจำเป็นต้องมีความอดทนในการกำจัดสิ่งที่เป็นฝ่ายเนื้อหนังและการมีคุณสมบัติฝ่ายวิญญาณด้วยฉันนั้น

การรับคำตอบต่อคำอธิษฐานของเราก็เช่นเดียวกัน ถ้าเราอธิษฐานต่อพระเจ้า เราต้องรอคอยคำตอบของพระองค์ด้วยความอดทน เวลาที่ใช้ในการรับเอาคำตอบนั้นแตกต่างกันเหมือนกับที่พระเจ้าประทานฝนในฤดูใบไม้ผลิและฝนในฤดูหนาว ดังนั้นเราต้องไม่หวั่นไหวและอธิษฐานอย่างต่อเนื่องจนกว่าเราได้รับคำตอบ

ประเภทที่สอง ความอดทนในท่ามกลางผู้คน ความอดทนประเภทนี้หมายถึงความอดทนของมนุษย์ซึ่งจะช่วยให้เราเข้าใจกัน ยอมรับความผิดพลาด ข้อบกพร่อง และจุดอ่อนของกันและกัน ตลอดจนยกโทษและพร้อมที่จะคงความสัมพันธ์ที่ดีกับคนอื่น ยกตัวอย่าง ถ้าผู้คนแช่งด่าและข่มเหงท่านเมื่อท่านประกาศพระกิตติคุณกับเขา หลายคนในพวกท่านอาจล้มเลิกและพยายามตัดความสัมพันธ์กับคนเหล่านั้น แต่ถ้าท่านสำแดงความอดทนและประกาศพระกิตติคุณอย่างต่อเนื่องด้วยการอธิษฐานและด้วยความรัก พระเจ้

าจะทรงกระทำให้สิ่งเหล่านั้นเป็นผลดีสำหรับท่าน สรุป การมีความอดทนต่อผู้คนที่ดูหมิ่นและข่มเหงท่านคือความอดทนในท่ามกลางผู้คน

ประเภทที่สาม ความอดทนที่จะเปลี่ยนแปลงจิตใจของตน บ่อยครั้งเราเห็นว่ายิ่งเรามีความชั่วร้ายในจิตใจของเรามากขึ้นเท่าใด การที่เราจะมีความอดทนก็ยิ่งเป็นสิ่งที่ยากมากขึ้นเท่านั้น เพื่อรับการเปลี่ยนแปลงไปสู่การเป็นคนของพระเจ้า เราต้องเปลี่ยนจิตใจของเราให้เป็นวิญญาณด้วยความอดทน

แต่ผู้คนมีแนวทางในการอดทนแตกต่างกัน บางคนพยายามกัดฟันทนด้วยอาการสั่นระริก บางคนพยายามเก็บกดความโกรธไว้ภายใน และบางคนใช้สารเสพติด เช่น เครื่องดื่มผสมแอลกอฮอลโดยหวังที่ลืมปัญหาที่เกิดขึ้น บางคนปิดปากเงียบและไม่ยอมพูดเป็นเวลานาน ในขณะที่คนอื่น ๆ เที่ยวเตร็ดเตร่ไปทั่วเพื่อค้นหาคำตอบ แต่คนเหล่านี้กำลังพยายามแสดงอดทนด้วยเจตนาที่ชั่วร้ายในจิตใจของตน

เมื่อเราพบว่าบ่อยครั้งเราพยายามอดทนด้วยเจตนาที่ชั่วร้าย เราต้องรู้ว่าเรามีสิ่งที่เป็นฝ่ายเนื้อหนังหลายอย่างอยู่ในใจของเราและเราต้องสำรวจว่า “ตัวตนที่เป็นเนื้อหนัง” เหล่านี้ก่อตัวเป็นความเท็จซึ่งเราฟูมฟักเอาไว้ภายในเรามากน้อยเพียงใด ถ้าเราไม่มีความชั่วร้ายภายในเรา คำว่า “ความอดทน” คงไม่ใช่สิ่งที่จำเป็นอีกต่อไป ในทำนองเดียวกัน ถ้าเรามีเพียงความรัก การยกโทษ และความเข้าใจ คงไม่มีที่ว่างสำหรับ “ความอดทน” ด้วยเช่นกัน

ดังนั้น พระเจ้าจึงทรงบอกเราให้มีความอดทนในการกำจัดความชั่วร้ายออกจากจิตใจของเรา การกำจัดธรรมชาติของเนื้อหนังที่เป็นบาป (อย่างเช่น ความเกลียดชังและความโกรธ) และการแทนที่สิ่งเหล่านี้ด้วยความดีงามและความจริงถือเป็นความอดทนในความจริง

การมีผลของความอดทนอย่างเต็มที่

อะไรคือความหมายของความอดทนซึ่งมีเพทายเป็นสัญลักษณ์ฝ่ายวิญญาณ นี่เป็นความอดทนที่ไม่ต้องมีคำว่า "อดทน" ที่จริง พระเจ้า (ผู้ทรงเป็นความดีงามและความรัก) ไม่จำเป็นต้องมีความอดทน แต่พระองค์ตรัสกับเราว่าพระองค์ทรง "อดทน" กับเราเพื่อช่วยให้เราเข้าใจแนวคิดเรื่อง "ความอดทน" เราต้องรู้ว่ายิ่งเรามีลักษณะต่าง ๆ ที่จะทำให้เราต้องอดทนมากขึ้นในแต่ละสถานการณ์ เราก็ยิ่งจะมีความชั่วร้ายเพิ่มมากขึ้นในจิตใจของเราในสายพระเนตรของพระเจ้า

ถ้าเราไม่จำเป็นต้องอดทนในเรื่องหนึ่งเรื่องใดหลังจากเรามีผลของความอดทนอย่างสมบูรณ์ เราก็จะมีความสุขอยู่เสมอ ได้ยินเฉพาะข่าวคราวที่ดีจากที่นี่และที่โน่น และรู้สึกเบาใจเหมือนกำลังเดินอยู่บนก้อนเมฆ

ด้วยเหตุนี้ ชาวนาจะเก็บเกี่ยวพืชผลอย่างอุดมสมบูรณ์ก็ต่อเมื่อเขามีความอดทนฉันใด เราจะมีผลแห่งความอดทนได้ก็ต่อเมื่อเรามีความอดกลั้นและความอุตสาหะด้วยฉันนั้นซึ่งจะทำให้เราเข้าไปสู่นครเยรูซาเล็มใหม่

9. บุษราคำน้ำอ่อน: ความดีงาม

บุษราคำน้ำอ่อน (ฐานที่เก้าของกำแพงนครเยรูซาเล็มใหม่) เป็นเพชรพลอยสีส้มผสมกับสีแดงที่สุกใส อะไรคือความหมายฝ่ายวิญญาณของบุษราคำน้ำอ่อน บุษราคำน้ำอ่อนเป็นสัญลักษณ์ของความดีงาม ความดีงามคือจิตใจที่เต็มไปด้วยความจริงซึ่งกำจัดความบาปและความชั่วร้ายทุกชนิดออกไปและแสวงหาความจริงอันงดงามในพระวิญญาณบริสุทธิ์ ความดีงามเป็นพระทัยของพระคริสต์ผู้ไม่ทรงทะเลาะเบาะแว้งหรือส่งเสียงดังและไม่มีใครได้ยินเสียงของพระองค์ตามท้องถนน พระองค์ทรงกระทำสิ่งที่ดีงามเท่านั้น

ด้วยเหตุนี้ ความดีงามซึ่งมีบุษราคำน้ำอ่อนเป็นสัญลักษณ์จึงได้แก่ความสามารถในการส่งกลิ่นหอมจากจิตใจที่อ่อนละมุนและสะอาดบริสุทธิ์ออกไป

ความดีงามส่งกลิ่นหอมจากจิตใจที่บริสุทธิ์

จากพจนานุกรมฉบับ The Random House Dictionary of the English Language คำว่า "ความบริสุทธิ์" ได้แก่ "สภาพหรือลักษณะของความบริสุทธิ์ อิสรภาพจากสิ่งต่าง ๆ ที่ทำให้เสื่อม มีสิ่งเจือปน หรือเป็นมลพิษ" พจนานุกรมฉบับนี้อธิบาย "ความบริสุทธิ์" ว่าหมายถึง "อิสรภาพจากสิ่งที่แตกต่าง ต่ำกว่า หรือสิ่งเจือปน อิสรภาพจากสิ่งที่มาจากภายนอก" แต่พระเจ้าทรงให้คำจำกัดความของความบริสุทธิ์ว่าเป็น "การแสดงถึงความอ่อนสุภาพด้วยการกระทำ"

ตัวอย่างของผู้คนในพระคัมภีร์ที่มีจิตใจบริสุทธิ์ได้แก่อับราฮัม โยบ และนาอามาน ในโลกนี้เราเรียกผู้คนที่ประพฤติตัวอย่างดีงามว่า "บริสุทธิ์" แต่ในปัจจุบันเป็นการยากที่จะพบความดีงามเนื่องจากโลกเต็มไปด้วยความบาป ผู้คนคดโกงและหลอกลวงคนอื่นเพราะในโลกนี้ไม่มีความบริสุทธิ์หลงเหลืออยู่มากนัก

แม้แต่ในสถานการณ์เช่นนี้ คนที่บริสุทธิ์และดีงามจะเป็นผู้ที่มีคุณสมบัติที่ใสสะอาด ไม่มีความคิดหรือคำพูดที่ชั่วร้าย และมีชีวิตที่สะอาดบริสุทธิ์ ถ้าคนหนึ่งชี้นิ้วด่าทอคนอื่นและพูดคำหยาบคายเพราะความโกรธของตน เราจะไม่เรียกบุคคลนี้ว่า "ดีงาม"

เหมือนที่ฟีลิปปี 2:14-15 บอกเราว่า "จงทำสิ่งสารพัดโดยปราศจากการบ่นและการทุ่มเถียงกัน เพื่อท่านทั้งหลายจะไม่ถูกติเตียนและไม่มีความผิด เป็นบุตรที่ปราศจากตำหนิของพระเจ้าในท่ามกลางพงศ์พันธุ์ที่คดโกงและวิปลาส" คนที่บริสุทธิ์จะไม่บ่นหรือโต้เถียงกันแม้ในยามที่คนเหล่านี้ถูกเอารัดเอาเปรียบและไม่ตอบแทนความชั่ว

ด้วยความชั่ว คนเหล่านี้คิดทุกสิ่งด้วยความดีงามและยอมรับทุกสิ่งด้วยการบังคับตนเอง

จิตสำนึกและความดีงามฝ่ายวิญญาณ

ผู้คนมีมาตรฐานในชีวิตของตนซึ่งมาตรฐานเหล่านี้ถูกกำหนดโดยสิ่งที่ตนเห็น ได้ยิน และได้รับการสั่งสอนมาตั้งแต่เกิด เราเรียกสิ่งนี้ว่า "จิตสำนึก" ในทำนองเดียวกัน แม้แต่บุคคลฝ่ายวิญญาณก็มีกรอบขั้นพื้นฐานซึ่งเป็นผลมาจากพระวิญญาณบริสุทธิ์และเราเรียกสิ่งนี้ว่า "ความดีงามฝ่ายวิญญาณ" เราต้องสามารถแยกแยะจิตสำนึกซึ่งเป็นความดีงามฝ่ายเนื้อหนังออกจากความดีงามฝ่ายวิญญาณ บ่อยครั้งเราอาจสงสัยว่า "เรากำลังดำเนินชีวิตอยู่ในความดีงาม แต่ทำไมเราจึงไม่ได้รับพระพรเล่า" ท่านควรพิจารณาว่าท่านประพฤติตนจากความดีงามฝ่ายเนื้อหนังด้วยมาตรฐานของท่านเองหรือไม่

ข้าพเจ้าเคยถูกเรียกว่า "บุคคลที่สามารถดำเนินชีวิตโดยไม่ต้องอาศัยกฎเกณฑ์" แต่หลังจากที่ข้าพเจ้าต้อนรับเอาพระเยซูคริสต์และมองย้อนกลับไปดูชีวิตของข้าพเจ้าด้วยความจริง ข้าพเจ้ารู้สึกอับอาย จิตสำนึกและมาตรฐานเรื่องความดีงามของข้าพเจ้าไม่ใช่ความดีงามที่แท้จริง เมื่อข้าพเจ้าสะท้อนชีวิตของข้าพเจ้าด้วยความจริง ข้าพเจ้าพบว่าเกือบทุกสิ่งที่ข้าพเจ้าเคยคิด เคยเห็น เคยได้ยิน และเคยพูด ล้วนเป็นความชั่วร้ายทั้งสิ้น แม้กระทั่งจิตสำนึกของข้าพเจ้าที่ข้าพเจ้าคิดว่าเป็นสิ่งที่ดีก็ไม่ใช่สิ่งที่ดีเลย

ผู้คนมีจิตสำนึกแตกต่างกันและจิตสำนึกเหล่านั้นเป็นสิ่งที่ไม่ใช่ความจริง แต่ความดีงามฝ่ายวิญญาณมีมาตรฐานของความจริง ดังนั้นความดีงามฝ่ายวิญญาณจึงเป็นความจริง

ความดีงามของพระเยซู

มัทธิว 12:19-20 บอกให้เราทราบพระเยซูทรงมีพระทัยที่ดีงาม

เพียงใด

ท่านจะไม่ทะเลาะวิวาทและไม่ร้องเสียง ไม่มีใครจะได้ยินเสียงของท่านตามถนน ไม้อ้อช้ำแล้วท่านจะไม่หัก ไส้ตะเกียงเป็นควันจวนดับแล้วท่านจะไม่ดับ กว่าท่านจะได้นำความยุติธรรมให้มีชัยชนะ

วลีที่ว่า "กว่าท่านจะได้นำความยุติธรรมให้มีชัยชนะ" ย้ำเน้นว่าพระเยซูทรงกระทำการด้วยพระทัยที่ดีงามเท่านั้นในขั้นตอนต่าง ๆ ตั้งแต่การถูกตรึงไปจนถึงการเป็นขึ้นมาโดยพระองค์ได้ประทานชัยชนะแก่เราด้วยพระคุณแห่งความรอดของพระองค์

เนื่องจากพระเยซูทรงมีความดีงามฝ่ายวิญญาณ พระองค์จึงไม่เคยทำร้ายหรือเทาะเลาะวิวาทกับผู้ใด พระองค์ทรงยอมรับทุกสิ่งด้วยสติปัญญาแห่งความดีงามฝ่ายวิญญาณและถ้อยคำแห่งความจริงแม้ในยามที่พระองค์ทรงเผชิญกับสถานการณ์ที่รุนแรงและรับได้ยาก ยิ่งกว่านั้น พระเยซูไม่เคยต่อสู้กับผู้คนที่พยายามฆ่าพระองค์หรือไม่พยายามอธิบายและพิสูจน์ถึงความบริสุทธิ์ของพระองค์ พระเยซูทรงมอบทุกสิ่งไว้กับพระเจ้าและทรงกระทำทุกสิ่งให้สำเร็จด้วยพระสติปัญญาและความจริงในความดีงามของพระองค์

การมีความดีงามที่แท้จริง

ยากอบ 1:19-20 บอกเราว่า "ดูก่อนพี่น้องที่รักของข้าพเจ้า จงทราบข้อนี้ จงให้ทุกคนไวในการฟัง ช้าในการพูด ช้าในการโกรธ เพราะว่าความโกรธของมนุษย์ไม่ได้กระทำให้เกิดความชอบธรรมแห่งพระเจ้า" เรารู้ว่าการมีความดีงามในการทำให้ความชอบธรรมของพระเจ้าสำเร็จนั้นเป็นสิ่งสำคัญเพียงใด ความดีงามหมายถึงจิตใจดีงามและตรงกันข้ามกับความโกรธ การโกรธเป็นสิ่งที่ไม่ชอบธรรมและเป็นการมุ่งร้าย

พระเยซูทรงกระทำเฉพาะสิ่งที่ดีงามเพื่อผู้คนเพราะพระองค์เองทรงเป็นความดีงาม แต่ผู้คนที่อิจฉาพระเยซูกลับใส่ร้ายพระองค์ด้วยวิธีการต่าง ๆ และกระทำการชั่วต่อพระองค์ พระเยซูไม่ทรงเผชิญ

หน้าหรือทะเลาะวิวาทกับคนเหล่านั้น แต่พระองค์ทรงพยายามทำให้เขารู้ถึงความผิดของตนด้วยถ้อยคำที่ดีงามและอ่อนโยน หรือบางครั้งพระองค์ทรงดำเนินเลี่ยงคนเหล่านั้นไป พระองค์ทรงทำทุกสิ่งทุกอย่างให้สำเร็จด้วยสันติวิธี

ในปัจจุบัน บ่อยครั้งเราเห็นผู้คนตะโกนด่าคนอื่นและทำร้ายความรู้สึกของผู้อื่นถ้าหากสิ่งต่าง ๆ ไม่ได้เป็นไปตามความคิด แผนการและความต้องการของตนเอง พ่อแม่ทำร้ายความรู้สึกของลูกและเพื่อนบ้านทำร้ายซึ่งกันและกัน

นับตั้งแต่ข้าพเจ้าเป็นศิษยาภิบาลอาวุโสของคริสตจักร ผู้รับใช้และคนงานคริสตจักรหลายคนทำผิดซึ่งบางครั้งเป็นสิ่งที่ไม่อาจยกโทษให้ได้ แต่ข้าพเจ้ามีความอดทนอยู่เสมอกับคนเหล่านั้นและอธิษฐานเผื่อเขาเพื่อว่าคนเหล่านั้นจะเปลี่ยนแปลง ผลลัพธ์ก็คือ ปัจจุบันมีผู้รับใช้และคนงานคริสตจักรที่มีความสามารถจำนวนมากซึ่งทำให้แผ่นดินของพระเจ้าสำเร็จด้วยความกระตือรือร้น

ชาวสะมาเรียผู้ใจดี

เราเห็นได้ไม่ยากว่าบุคคลประเภทใดมีความดีงามในจิตใจของตนจากคำอุปมาเรื่องชาวสะมาเรียผู้ใจดีซึ่งปรากฏอยู่ในลูกา 10:25-37

มีชายคนหนึ่งลงไปจากกรุงเยรูซาเล็มจะไปยังเมืองเยรีโคและเขาถูกพวกโจรปล้น โจรนั้นได้ย่างชิงเสื้อผ้าของเขาและทุบตีแล้วก็ละทิ้งเขาไว้เกือบจะตายแล้ว เผอิญปุโรหิตคนหนึ่งเดินลงไปทางนั้น เมื่อเห็นคนนั้นก็เดินเลยไปเสียอีกฟากหนึ่ง คนหนึ่งในพวกเลวีก็ทำเหมือนกัน เมื่อมาถึงที่นั่นและเห็นแล้วก็เลยไปเสียอีกฟากหนึ่ง แต่ชาวสะมาเรียคนหนึ่งเมื่อเดินทางมาถึงคนนั้น ครั้นเห็นแล้วก็มีใจเมตตา เข้าไปหาเขาเอาผ้าพันบาดแผลให้พลางเอาน้ำมันกับเหล้าองุ่นเทใส่บาดแผลนั้นแล้วให้เขาขึ้นขี่สัตว์ของตนเอง พามาถึงโรงแรมแห่งหนึ่งและรักษาพยา

บาลเขาไว้ วันรุ่งขึ้นเมื่อจะไป เขาก็เอาเงินสองเดนาริอันมอบให้เจ้าของโรงแรมบอกว่า 'จงรักษาเขาไว้เถิด และเงินที่จะเสียเกินนี้เมื่อกลับมาฉันจะใช้ให้' ในสามคนนั้นท่านคิดเห็นว่าคนไหนปรากฏว่าเป็นเพื่อนบ้านของคนที่ถูกปล้น (ลูกา 10:30-36)

ระหว่างปุโรหิต คนเลวี และชาวสะมาเรีย ใครคือเพื่อนบ้านที่แท้จริงและใครเป็นบุคคลแห่งความรัก ชาวสะมาเรียสามารถเป็นเพื่อนบ้านที่แท้จริงของชายที่ถูกโจรปล้นเพราะเขามีความดีงามอยู่ในจิตใจของตนเพื่อเลือกทำในสิ่งที่ถูกต้องแม้เขาเป็นคนต่างชาติ เช่นเดียวกัน เมื่อท่านเห็นผู้คนที่ไม่สามารถให้ความช่วยเหลือกับท่านได้เพราะคนเหล่านั้นอ่อนแอและป่วยไข้ ความดีงามที่แท้จริงจะบอกกับเราว่า "อย่าเพิกเฉยและเดินเลยเขาไป" แต่จงรักและดูแลคนเหล่านั้น

สาเหตุที่เราไม่สามารถมีความดีงาม

อะไรคือสาเหตุที่ทำให้เราไม่สามารถมีความดีงามในจิตใจของเราแม้ว่าเรารู้จักความจริง ขอให้เราอ่านมาระโก 14:37-38

[พระองค์] จึงเสด็จกลับมาทรงเห็นเหล่าสาวกนอนหลับอยู่และตรัสกับเปโตรว่า "ซีโมนเอ๋ย ท่านนอนหลับหรือจะคอยเฝ้าอยู่สักทุ่มเดียวไม่ได้หรือ ท่านทั้งหลายจงเฝ้าระวังและอธิษฐานเพื่อท่านจะไม่ต้องถูกการทดลอง จิตใจพร้อมก็จริง แต่กายยังอ่อนกำลัง"

เราต้องตื่นตัวและอธิษฐานอย่างต่อเนื่องเพราะการอธิษฐานเป็นการหายใจฝ่ายวิญญาณ แต่บางครั้งเราไม่สามารถอธิษฐานเพราะร่างกายของเราอ่อนแอ คำว่า "ร่างกายอ่อนแอ" ในที่นี้ไม่ได้หมายความว่าร่างกายทางด้านกายภาพของเราอ่อนแอ แต่หมายความว่าเราไม่สามารถกระทำสิ่งที่ดีงามได้เพราะความคิดฝ่ายเนื้อหนังของเรา

เพราะเหตุนี้ เราจึงไม่สามารถมีความดีงามในจิตใจของเราเพราะร่างกายของเราอ่อนแอแม้ว่าวิญญาณของเราจะพร้อมก็ตาม กล่าวคือ เพราะเรายังมีธรรมชาติบาปอยู่ภายในเรา

เราต้องทำสิ่งใดเพื่อให้มีความดีงามในจิตใจของเราและเข้าสู่นครเยรูซาเล็มใหม่ พระเจ้าทรงสำแดงหนทางให้กับเราในฟีลิปปี 4:8-9

ดูก่อนพี่น้องทั้งหลาย ในที่สุดนี้ขอจงใคร่ครวญถึงสิ่งที่จริง สิ่งที่น่านับถือ สิ่งที่ยุติธรรม สิ่งที่บริสุทธิ์ สิ่งที่น่ารัก สิ่งที่ทรงคุณ คือถ้ามีสิ่งใดที่ล้ำเลิศ สิ่งใดที่ควรแก่การสรรเสริญ ก็ขอจงใคร่ครวญดู จงกระทำทุกสิ่งที่ท่านได้เรียนรู้และได้รับไว้ ได้ยิน และได้เห็นในข้าพเจ้าแล้วและพระเจ้าแห่งสันติสุขจะทรงสถิตกับท่าน

ถ้าเรานำสิ่งที่เราเรียนรู้ สิ่งที่เราได้รับ หรือสิ่งที่เราได้ยินจากองค์พระผู้เป็นเจ้าหรือได้เห็นในองค์พระผู้เป็นเจ้ามาปฏิบัติ จะไม่มีสิ่งใดที่เป็นไปไม่ได้เพราะ "พระเจ้าแห่งสันติสุข" จะทรงสถิตอยู่กับเรา จากนั้นเราก็สามารถถวายเกียรติแด่พระเจ้าด้วยการทำดีเหมือนที่พระเยซูได้ทรงกระทำ

เราต้องมีความดีงามอยู่ในจิตใจของเราด้วยการอธิษฐานและมีท่าทีที่ดีในทุกสิ่งเหมือนอย่างพระเยซูผู้ไม่ทรงทะเลาะวิวาทหรือส่งเสียงดัง นอกจากนั้น เราต้องมีความดีพร้อมในเรื่องการประพฤติที่เรียบร้อย ถ้อยคำที่เต็มไปด้วยความจริง และการกระทำที่ยำเกรงพระเจ้า "โดยการทำลายการของฝ่ายกายเสีย" ด้วยพระวิญญาณบริสุทธิ์

10. หยก: การบังคับตนเอง

หยก (ฐานที่สิบของกำแพงนครเยรูซาเล็มใหม่) ถือเป็นแร่ที่มีราคาแพงที่สุดในกลุ่มโมรา หยกมีสีเขียวเข้มกึ่งสุกใสและเป็นสิ่งที่สตรีชาวเกาหลีในสมัยโบราณถือว่ามีคุณค่ามากที่สุดสำหรับสตรีเหล่านั้น หยกเป็นสัญลักษณ์ของความบริสุทธิ์และความสะอาดหมดจดของผู้หญิง

ในฝ่ายวิญญาณหยกเป็นสัญลักษณ์ของอะไร หยกเป็นเครื่องหม

ายของการบังคับตนเอง การมีสิ่งสารพัดในพระเจ้าอย่างบริบูรณ์เป็นสิ่งที่ดี แต่ต้องมีการบังคับตนเองเพื่อทำให้สิ่งสารพัดเหล่านั้นสวยงาม การบังคับตนเองเป็นผลชนิดหนึ่งของผลทั้งเก้าชนิดของพระวิญญาณบริสุทธิ์เช่นกัน

การบังคับตนเองเพื่อบรรลุถึงความสมบูรณ์

ทิตัส 1:7-9 บอกเราเกี่ยวกับเงื่อนไขของการเป็นผู้ปกครองดูแลคริสตจักรและเงื่อนไขข้อหนึ่งคือการบังคับตนเอง ถ้าบุคคลที่ขาดการบังคับตนเองเป็นผู้ปกครองดูแล ชีวิตที่ขาดการบังคับตนเองของเขาจะบรรลุถึงสิ่งใดได้

สิ่งใดก็ตามที่เราทำเพื่อองค์พระผู้เป็นเจ้าและในองค์พระผู้เป็นเจ้า เราควรแยกความแตกต่างระหว่างความจริงกับความเท็จและทำตามน้ำพระทัยของพระวิญญาณบริสุทธิ์ด้วยการบังคับตนเอง ถ้าเราได้ยินพระสุรเสียงของพระวิญญาณบริสุทธิ์เราก็มีความมั่งคั่งในทุกสิ่งเนื่องจากเรามีการบังคับตนเอง แต่ถ้าเราไม่มีการบังคับตนเอง ทุกสิ่งอาจผิดพลาดและเราอาจพบกับอุบัติเหตุ (ทั้งที่เป็นเหตุตามธรรมชาติและหายนะที่มนุษย์สร้างขึ้น) โรคภัยไข้เจ็บ และปัญหาอื่น ๆ อีกมากมาย

ในทำนองเดียวกัน การบังคับตนเอง (ซึ่งเป็นผลของพระวิญญาณ) มีความสำคัญมากและผลชนิดนี้เป็นสิ่งที่เราต้องมีเพื่อบรรลุถึงความสมบูรณ์ เมื่อเรามีความรักเป็นผลของพระวิญญาณบริสุทธิ์ เราก็สามารถมีความปลาบปลื้มใจ สันติสุข ความอดกลั้นใจ ความปรานี ความดี ความสัตย์ซื่อ ความสุภาพอ่อนน้อม และผลเหล่านี้จะครบถ้วนสมบูรณ์ด้วยการบังคับตนเอง

การบังคับตนเองอาจเปรียบได้กับทวารหนักในร่างกายของเรา แม้จะมีขนาดเล็กแต่อวัยวะส่วนนี้มีบทบาทสำคัญมากต่อร่างกาย อะไรจะเกิดขึ้นถ้าทวารหนักสูญเสียพลังในการเกร็ง ระบบการขับถ่าย

ของเสียจะขาดการควบคุมและตัวเราคงเปรอะเปื้อนไปด้วยอุจจาระและสิ่งสกปรก

ในทำนองเดียวกัน ถ้าเราสูญเสียการบังคับตนเอง ทุกสิ่งอาจยุ่งเหยิงและไร้ระเบียบ ผู้คนดำเนินชีวิตอยู่ในความเท็จเพราะเขาไม่สามารถบังคับตนเองในฝ่ายวิญญาณ เพราะเหตุนี้ ผู้คนจึงพบกับการทดลองและไม่อาจเป็นที่รักของพระเจ้าได้ ถ้าเราไม่สามารถบังคับตนเองในฝ่ายร่างกาย เราก็จะทำสิ่งที่เป็นอธรรมและไร้กฎเกณฑ์เพราะเราจะกินและดื่มตามที่เราต้องการซึ่งจะทำให้ชีวิตของเราไร้ระเบียบวินัย

ด้วยเหตุนี้ เราควรรู้ถึงความหมายฝ่ายวิญญาณของหยก (ซึ่งเป็นฐานที่สิบของกำแพงนครเยรูซาเล็มใหม่) และมีคุณสมบัติพร้อมเพื่อเข้าสู่นครเยรูซาเล็มใหม่ด้วยการบรรลุถึงความสมบูรณ์ด้วยการบังคับตนเองในทุกสิ่ง

11. นิล: ความสะอาดบริสุทธิ์

นิล (ฐานที่สิบเอ็ดของกำแพงนครเยรูซาเล็มใหม่) เป็นแร่สีน้ำเงินสุกใส ในฝ่ายวิญญาณ นิลเป็นสัญลักษณ์ของความสะอาดบริสุทธิ์ เหมือนที่พระเยซูตรัสกับเราในมัทธิว 5:8 ว่า "บุคคลผู้ใดมีใจบริสุทธิ์ ผู้นั้นเป็นสุข เพราะว่าเขาจะได้เห็นพระเจ้า" ผู้คนที่มีจิตใจสะอาดบริสุทธิ์จะสามารถมองเห็นพระเจ้า

คำว่า "บริสุทธิ์" ในที่นี้หมายถึงสถานะของการไม่มีบาปและความสะอาดโดยไม่มีจุดด่างพร้อยและมลทิน การ "เห็นพระเจ้า" หมายความว่าเราสามารถพบและมีประสบการณ์กับพระองค์ได้เสมอในชีวิตประจำวันของเรา ใครคือคนที่มีจิตใจบริสุทธิ์และเราจะมีจิตใจที่บริสุทธิ์ได้อย่างไร

จิตใจบริสุทธิ์ในสายพระเนตรของพระเจ้า

เหตุผลที่บุคคลผู้มีใจบริสุทธิ์เห็นพระเจ้าได้ก็เพราะเขาสามารถสื่อสารกับพระเจ้าด้วยการรู้จักความจริง การหยั่งรู้น้ำพระทัยของพระเจ้า และการทำตามน้ำพระทัยนั้น

ด้วยเหตุนี้ เพื่อให้มีจิตใจบริสุทธิ์ เราต้องรู้จักความหมายฝ่ายวิญญาณของพระคำพระเจ้าในพระคัมภีร์และทำตามพระคำนั้นอย่างครบถ้วน ท่านไม่ควรทำตามพระคำเพียงบางส่วน แต่ทำตามอย่างครบถ้วนตามความจริงซึ่งเป็นการสวมยุทธภัณฑ์ทั้งชุดของพระเจ้าเอาไว้ (เอเฟซัส 6:13-17) กล่าวคือ ท่านสามารถพูดว่าท่านมีจิตใจที่บริสุทธิ์ได้ก็ต่อเมื่อพระคำของพระเจ้าสำเร็จครบถ้วนจนกลายเป็นวิญญาณจิตในชีวิตท่านแล้วเท่านั้น

เราพูดได้หรือไม่ว่าเราสะอาดบริสุทธิ์เพียงเพราะเราอาบน้ำทุกวัน ใส่เสื้อผ้าสวยงาม และสวมใส่เครื่องประดับ ไม่ได้เลย พระเจ้าไม่ได้ทอดพระเนตรดูลักษณะภายนอก แต่พระองค์ทรงทอดพระเนตรดูภายในจิตใจของมนุษย์ บุคคลที่บริสุทธิ์ในสายพระเนตรของพระเจ้าคือบุคคลที่ไม่มีจุดด่างพร้อยและไร้ตำหนิ สุภาพอ่อนน้อมเต็มด้วยความจริง และจิตใจซื่อตรง คนเช่นนี้จะพูดและทำด้วยความบริสุทธิ์เพราะจิตใจของเขาบริสุทธิ์

พระเจ้าจะทรงใช้บุคคลที่ชำระตนเอง

2 ทิโมธี 2:20-21 เตือนให้เรารู้ว่าบุคคลที่ชำระจิตใจของตนให้บริสุทธิ์จะเป็นผู้ที่พระเจ้าทรงใช้เพื่อพระประสงค์อันดีเลิศของพระองค์

ในบ้านหลังหนึ่ง ๆ มิได้มีแต่ภาชนะทองและเงินเท่านั้น แต่มีภาชนะไม้และภาชนะดินด้วย บ้างก็เพื่อศิลปะและบ้างก็สามัญ ถ้าผู้ใดชำระตัวให้พ้นจากสิ่งที่ไม่มีค่า เขาก็จะเป็นภาชนะที่มีค่าซึ่งชำระให้บริสุทธิ์แล้วเหมาะที่เจ้าของเรือนจะใช้ให้เป็นประโยชน์พร้อมกับการดีทุกอย่าง

พระเจ้าทรงพอพระทัยกับจิตใจที่บริสุทธิ์และประทานกำลังและ

พระพรให้กับผู้ที่มีจิตใจบริสุทธิ์เพื่อคนเหล่านั้นจะเป็นเครื่องมือสำหรับพระประสงค์อันดีเลิศของพระองค์

ด้วยเหตุนี้ ข้าพเจ้าจึงวิงวอนท่านให้มีจิตใจบริสุทธิ์ (ซึ่งมีนิล–ฐานที่สิบเอ็ดของกำแพงนครเยรูซาเล็มใหม่–เป็นสัญลักษณ์) และชื่นชมกับพระพรทั้งสิ้นที่พระเจ้าทรงจัดเตรียมไว้เพื่อท่าน

12. พลอยสีม่วง: ความงามและความอ่อนสุภาพ

พลอยสีม่วง (ฐานที่สิบสองของกำแพงนครเยรูซาเล็มใหม่) เป็นหินเขียวหนุมานชนิดหนึ่งที่มีตั้งแต่สีม่วงสดใสไปจนถึงสีม่วงเข้ม พลอยสีม่วงกลายเป็นที่ชื่นชมของผู้คนจำนวนมากมาเป็นเวลานาน

ในฝ่ายวิญญาณ พลอยสีม่วงเป็นสัญลักษณ์ของความงามและความอ่อนสุภาพ "ความอ่อนสุภาพ" หมายถึงความละมุนละไม ความอ่อนโยน และความสามารถในการอุ้มชูคนอื่น ผู้คนที่อ่อนสภาพไม่ทำให้ผู้ใดรู้สึกอึดอัด ยกตัวอย่าง ถ้าสามีเป็นคนมีจิตใจนุ่มนวลและอ่อนโยนซึ่งทำให้เขาอดกลั้นกับคนในครอบครัวของตน ภรรยาก็จะรักและให้เกียรติเขา นอกจากนั้น ถ้าภรรยามีจิตใจอ่อนโยนและปฏิบัติตนเหมือนแม่ พี่สาว น้องสาว หรือเพื่อนของสามี ความสัมพันธ์ของสามีภรรยาคู่นี้จะงดงามและมีความสุข

บุคคลที่มีจิตใจอ่อนสุภาพไม่ทำร้ายผู้ใด แต่เขาจะเป็นที่พักพิงให้กับคนอื่นได้พักผ่อน เช่นเดียวกัน ความอ่อนสุภาพหยิบยื่นความอ่อนโยนและการเล้าโลมแก่ผู้อื่น ดังนั้นพระเจ้าจึงทรงเห็นว่าความอ่อนสุภาพเป็นสิ่งสวยงาม

ความอ่อนสุภาพฝ่ายเนื้อหนังกับความอ่อนสุภาพฝ่ายวิญญาณ

ความสุภาพฝ่ายวิญญาณมีลักษณะที่ละมุนละไมและอ่อนโยนรวมทั้งให้ความรู้สึกที่อ่อนโยนและอบอุ่นด้วยความดีงาม บุคคลที่มีคว

ามอ่อนสุภาพในความจริงจะไม่พิพากษาหรือประณามคนอื่นด้วยความชั่วร้าย แต่เขาจะเข้าใจ ยกโทษ และอุ้มชูผู้อื่น บุคคลนี้จะไม่ทำตัวให้เป็นอุปสรรคกับผู้ใด แต่เขาจะอดกลั้นกับทุกสิ่งและสละชีวิตของตนเพื่อผู้อื่น นอกจากนั้น เขาจะไม่ตีความสิ่งใดด้วยความชั่วร้าย หรือโต้แย้งสิ่งที่คนอื่นพูดหรือบ่นต่อว่า บุคคลเช่นนี้มีจิตใจที่งดงาม

แต่ไม่ว่าเราจะอ่อนสุภาพสักเพียงใดก็ตาม ถ้าเราขาดความกระตือรือร้นและความสัตย์ซื่อในงานของพระเจ้า สิ่งนั้นก็จะเป็นเพียงความอ่อนสุภาพฝ่ายเนื้อหนัง ถ้าเราอ่อนสุภาพในฝ่ายวิญญาณ ความรักของเราที่มีต่อพระเจ้าจะเร่าร้อนและเราจะสัตย์ซื่อจากส่วนลึกแห่งจิตใจของเรา

ในกันดารวิถี 12 เราพบว่าพระเจ้าทรงรักโมเสสมากเพราะท่านอ่อนสุภาพกว่ามนุษย์ทุกคนบนแผ่นดินโลก นั่นคือสาเหตุที่พระเจ้าไม่ตรัสกับโมเสสในความฝันหรือนิมิต แต่ตรัสกับท่านหน้าต่อหน้า

เช่นเดียวกัน ความอ่อนสุภาพฝ่ายวิญญาณเป็นผล (ของพระวิญญาณ) ที่พระเจ้าทรงพอพระทัย นั่นคือสาเหตุที่ผีมารซาตานเกรงกลัวผู้คนที่มีจิตใจอ่อนสุภาพและอยู่ห่างไกลคนเหล่านี้

ตัวอย่างในประวัติศาสตร์ของจีน

ในสมัยราชวงศ์ฉีของประเทศจีนโบราณ มีเพื่อนสนิทสองคนชื่อกวนสงกับเปาซือหยา ทั้งสองคนเป็นเพื่อนสนิทกันมาตั้งแต่เด็ก แต่เปาซือหยารู้ว่ากวนสงมีความฉลาดและความสามารถมากกว่าตน แม้ว่ากวนสงเป็นคนฉลาดแกมโกงและหลอกลวงเปาซือหยาหลายครั้ง แต่ด้วยความอดกลั้น เปาซือหยาไม่เคยพูดเรื่องนี้กับผู้ใด

ในเวลานั้น กวนสงทำงานรับใช้องค์ชายเจาในขณะที่เปาซือหยารับใช้องค์ชายโซหวน ต่อมาเกิดการกบฏขึ้นในราชวงศ์ฉีและกษัตริย์ทรงสิ้นพระชนม์ องค์ชายเจาและองค์ชายโซหวนต้องทำสงครามกันเพื่อแย่งชิงบัลลังก์ องค์ชายเจาเสียชีวิตในการทำสงครามนี้และกวนสงถูกจับกุม ตอนนี้เปาซือหยาแนะนำกวนสงให้กับกษัตริย์โซหว

นเพือกวนสงจะได้รับใช้กษัตริย์องค์ใหม่ แต่กษัตริย์องค์นีต้องการใ หัประหารชีวิตกวนสงเพราะครั้งหนึงเขาเคยเป็นศัตรูของพระองค์

เปาซือหยายังคงแนะนำกษัตริย์ว่าเป็นการยากทีจะปกครอ งประเทศได้ดีถ้าปราศจากบุคคลทีมีความสามารถอย่างกวนสง เพราะเหตุนี กวนสงจึงได้รับแต่งตังให้เป็นขุนนางชันผู้ใหญ่คนหนึ งและกษัตริย์โซหวนทรงมอบหมายงานการเมืองทังหมดไว้กับกวน สง ในทีสุด กษัตริย์โซหวนทรงสามารถรวบรวมหัวเมืองต่าง ๆ เอา ไว้เป็นหนึงเดียวด้วยความช่วยเหลือจากสติปัญญาของกวนสง

การมีใจถ่อมถือว่าคนอืนดีกว่าตัว

ด้วยจิตใจถ่อมของตน เปาซือหยาพยายามยกชู รับใช้ และช่วยเ หลือกวนสงผู้มีสติปัญญาและความสามารถมากกว่าตน ต่อมาเหตุก ารณ์นีนำไปสู่การวางรากฐานอันมันคงให้กับราชวงศ์ฉี แม้จะรู้ว่าก วนสงอาจมีตำแหน่งสูงกว่าตน เปาซือหยาก็ยังต้องการให้แต่งตังกว นสงเป็นขุนนางชันผู้ใหญ่เพือผลประโยชน์ของประเทศชาติ

ท่านมีจิตใจแบบไหน จิตใจอ่อนสุภาพของเปาซือหยาคือพระทัย ของพระเยซู ถ้าเรามีความอ่อนสุภาพ เราก็สามารถทำงานด้วยควา มถ่อมใจโดยปราศจากการทะเลาะวิวาทเพราะเราไม่มีสิงใดทีจะทำใ ห้คนอืนเสียหาย เพราะเหตุนี ฟีลิปปี 2:3 จึงบอกเราว่า “อย่าทำสิงใ ดในทางชิงดีกันหรือถือดี แต่จงมีใจถ่อมถือว่าคนอืนดีกว่าตัว”

ถ้าท่านมีความถ่อมใจและถือว่าคนอืนดีกว่าตน ท่านก็จะไม่ทำให้คนอืนขุ่นเคือง หรือทำร้ายคนอืน หรือเข้าใจคนอืนผิด ตรงกันข้าม ท่านพร้อมทีจะรับใช้คนอืน แสวงหาผลประโยชน์ของเขา และยกชูเขาขึน

บุคคลผู้มีจิตใจบริบูรณ์เช่นนีจะมีความสุข ผู้คนจะมีความสุขเพร าะเขาด้วยเช่นกัน พระเจ้าจะทรงรักและทรงพอพระทัยกับเขามากยิ งขึน

ด้วยเหตุนี ข้าพเจ้าจึงวิงวอนท่านให้มีจิตใจถ่อมและอ่อนสุภาพเ

หมือนพระทัยขององค์พระผู้เป็นเจ้าและเป็นที่รักของพระเจ้าเพื่อท่านจะมีสันติสุขและได้รับการหยุดพักอย่างแท้จริง (มัทธิว 11:28-30)

บุคคลที่อ่อนสุภาพจะได้รับแผ่นดินสวรรค์เป็นมรดก

ในมัทธิว 5:5 พระเยซูตรัสกับเราถึงพระพรซึ่งบุคคลที่อ่อนสุภาพจะได้รับเป็นมรดกในแผ่นดินสวรรค์

บุคคลผู้ใดมีใจอ่อนโยน ผู้นั้นเป็นสุข เพราะว่าเขาจะได้รับแผ่นดินโลกเป็นมรดก

อะไรคือความหมายของวลีที่ว่า "[บุคคลผู้ใดมีใจอ่อนโยน] จะได้รับแผ่นดินโลกเป็นมรดก" ในด้านหนึ่ง ผู้คนที่มีความอ่อนสุภาพฝ่ายวิญญาณจะมีจิตใจเหมือนพระทัยขององค์พระผู้เป็นเจ้าได้อย่างรวดเร็วเพราะจิตใจของคนเหล่านี้ไม่แข็งกระด้าง ในอีกด้านหนึ่ง ผู้คนที่ไม่อ่อนสุภาพต้องต่อสู้กับความบาปของตนเพื่อกำจัดความบาปเหล่านั้น ดังนั้น บางครั้งคนเหล่านี้ยังย่ำอยู่กับที่โดยไม่มีความก้าวหน้าหรืออาจถดถอยไปในการทดลอง

แต่ผู้คนที่อ่อนสุภาพจะก้าวไปข้างหน้าได้อย่างรวดเร็วเพราะคนเหล่านี้ไม่มีสิ่งใดที่เขาต้องต่อสู้หลงเหลืออยู่ในชีวิตของตน ยิ่งกว่านั้น ผู้คนที่อ่อนสุภาพจะครองจิตใจของผู้คนจำนวนมากและสิ่งนี้คือสิทธิอำนาจฝ่ายวิญญาณ พระเจ้าจะประทานสิทธิอำนาจฝ่ายวิญญาณให้กับผู้คนที่มีความอ่อนโยนซึ่งเกิดมาจากความอ่อนสุภาพและจะทรงยกชูคนเหล่านี้ขึ้น บุคคลเช่นนี้จะได้รับพื้นที่ขนาดใหญ่ในแผ่นดินสวรรค์ แต่ไม่ได้หมายความว่าทุกคนที่อ่อนสุภาพจะเข้าไปสู่นครเยรูซาเล็มใหม่

ทารกเกิดใหม่อาจดูเหมือนอ่อนสุภาพเพราะธรรมชาติบาปที่อยู่ภายในเขายังไม่ปรากฏออกมาภายนอก แต่เมื่อเด็กทารกนี้เติบโตขึ้น ธรรมชาติบาปของเขาจะค่อย ๆ ปรากฏตัวออกมาผ่านประสบการณ์และสถานการณ์หลายรูปแบบ

ในทำนองเดียวกัน แม้บุคคลหนึ่งอาจมีลักษณะอ่อนสุภาพเป็นส่วนใหญ่ แต่ถ้าเขายังรู้สึกหวั่นไหวกับสถานการณ์บางอย่าง บุคคลนี้ยังคงอยู่ห่างไกลจากความอ่อนสุภาพฝ่ายวิญญาณ ด้วยเหตุนี้ เราต้องมีความอ่อนสุภาพฝ่ายวิญญาณด้วยการละทิ้งความชั่วร้ายทุกชนิดและมีจิตใจที่อ่อนสุภาพ (ไม่ใช่แข็งกระด้าง) เหมือนพระทัยขององค์พระผู้เป็นเจ้า

เพื่อให้มีจิตใจเช่นนี้ เราต้องใคร่ครวญพระคำของพระเจ้าทุกวันและทำให้เสียงหัวเราะ การเดิน และการแสดงออกทุกอย่างของเราสุภาพอ่อนโยนด้วยความดีงามเสมอโดยไม่มีความอึกทึกครึกโครม เราไม่ควรทำผิดกับผู้หนึ่งผู้ใดและไม่ควรรู้สึกปวดใจเพราะเหตุการณ์และผู้คนจำนวนมากที่เราพบในแต่ละวัน

ข้าพเจ้าหวังว่าท่านจะเป็นบุคคลที่พระเจ้าทรงรักเหมือนโมเสส (ผู้มีจิตใจถ่อมมากกว่าคนอื่นใดบนโลกใบนี้) ผู้ซึ่งพระเจ้าทรงรับรองและทรงทะนุถนอม

เราได้สำรวจถึงความสำคัญฝ่ายวิญญาณของเพชรพลอยสิบสองชนิดที่เป็นฐานของกำแพงนครเยรูซาเล็มใหม่ การผสมผสานกันของเพชรพลอยเหล่านี้คือพระทัยของพระเยซูคริสต์และพระทัยของพระเจ้าซึ่งเป็นจุดสูงสุดของความรัก องค์พระผู้เป็นเจ้าทรงทำให้พระบัญญัติสมบูรณ์ด้วยความรัก เนื่องจากความรักมีสีสันที่หลากหลาย ความรักจึงถูกสำแดงออกมาด้วยสีสันอันหลากหลายของเพชรพลอยสิบสองชนิดเหล่านี้

หัวใจสำคัญของฐานสิบสองฐาน (ซึ่งเป็นสัญลักษณ์ของจุดสูงสุดของความรัก) อาจอธิบายได้ด้วยการนำเอาลักษณะของผู้เป็นสุขในมัทธิว 5 ความรักฝ่ายวิญญาณใน 1 โครินธ์ 13 และผลของพระวิญญาณบริสุทธิ์ทั้งเก้าชนิดในกาลาเทีย 5 มาผสมผสานเข้าด้วยกัน

ถ้าท่านมีหัวใจแบบฐานทั้งสิบสองฐานเหล่านี้ก็หมายความว่าท่านมีพระทัยของพระเยซูคริสต์และท่านจะเข้าไปสู่นครเยรูซาเล็มใหม่อย่างแน่นอน ยิ่งกว่านั้น บ้านเรือนของท่านในนครเยรูซาเล็มใ

หม่จะส่องแสงเจิดจ้าและสดใสด้วยการผสมผสานของเพชรพลอยทั้งสิบสองชนิดเหล่านี้และได้รับการตกแต่งไว้อย่างงดงามเหนือจินตนาการ นครเยรูซาเล็มใหม่งดงาม ใหญ่โต และโอ่อ่ามากเนื่องจากผู้คนที่มีจิตใจงดงาม (เหมือนการรวมตัวกันของเพชรพลอยสิบสองชนิด) จะไปอาศัยอยู่ที่นั่น

ข้าพเจ้าอธิษฐานในพระนามของพระเยซูคริสต์องค์พระผู้เป็นเจ้าเพื่อท่านจะมีพระทัยของพระเยซูคริสต์ซึ่งจะทำให้ท่านสามารถอาศัยอยู่ในนครเยรูซาเล็มใหม่—ซึ่งเป็นเยรูซาเล็มที่พระเจ้าพระผู้สร้างได้ทรงสร้างไว้อย่างใหญ่โต โอ่อ่า และงดงามบนฐานสิบสองฐาน—ชั่วนิจนิรันดร์

บทที่ 6

ประตูไข่มุกสิบสองประตูและถนนทองคำ

1. ประตูไข่มุกสิบสองประตู
2. ถนนทำด้วยทองคำ

ประตูทั้งสิบสองประตูนั้นทำด้วยไข่มุกสิบสองเม็ด
ประตูละเม็ด และถนนในนครนั้นเป็นทองคำบริสุทธิ์
ใสราวกับแก้ว

- วิวรณ์ 21:21 -

นครเยรูซาเล็มใหม่มีประตูสิบสองประตู กำแพงทางด้านเหนือมีสามประตู ด้านใต้สามประตู ด้านตะวันออกสามประตู และด้านตะวันตกสามประตู ทูตสวรรค์จำนวนมากเฝ้าประตูแต่ละประตูเอาไว้ เมื่อชำเลืองดูเราจะเห็นถึงความโอ่อ่าและสิทธิอำนาจของนครเยรูซาเล็มใหม่ แต่ละประตูมีรูปทรงเป็นประตูหลักและมีขนาดใหญ่มากจนเราต้องมองดูจากที่ไกล ประตูแต่ละประตูสร้างด้วยไข่มุกขนาดมหึมา แต่ละประตูเลือนเปิดได้ทั้งสองด้านและมีด้ามจับประตูซึ่งทำด้วยทองคำและเพชรพลอยชนิดอื่น ประตูเปิดปิดเองโดยอัตโนมัติโดยไม่ต้องเปิดปิดด้วยมือ

พระเจ้าทรงสร้างประตูทั้งสิบสองประตูด้วยไข่มุกงามและทรงสร้างถนนด้วยทองคำบริสุทธิ์เพื่อบุตรที่รักของพระองค์ โครงสร้างของนครแห่งนี้จะงดงามและหรูหรามากสักเพียงใด

ก่อนที่เราจะเจาะลึกลงไปในตัวตึกและที่ตั้งในนครเยรูซาเล็มใหม่ อันดับแรกขอให้เราพิจารณาถึงเหตุผลที่พระเจ้าทรงสร้างนครเยรูซาเล็มใหม่ด้วยไข่มุกและนอกเหนือจากถนนทองคำแล้วพระองค์ทรงสร้างถนนประเภทใดบ้าง

1. ประตูไข่มุกสิบสองประตู

วิวรณ์ 21:21 กล่าวว่า “ประตูทั้งสิบสองประตูนั้นทำด้วยไข่มุกสิบสองเม็ด ประตูละเม็ด และถนนในนครนั้นเป็นทองคำบริสุทธิ์ใสราวกับแก้ว” เพราะเหตุใดประตูทั้งสิบสองประตูจึงสร้างด้วยไข่มุกในเมื่อมีเพชรพลอยชนิดอื่นในนครเยรูซาเล็มใหม่ บางคนอาจพูดว่าคงเป็นสิ่งที่ดีกว่าถ้าจะตกแต่งประตูแต่ละประตูด้วยเพชรพลอยชนิดต่าง ๆ เนื่องจากมีสิบสองประตู แต่พระเจ้าทรงตกแต่งประตูทั้งสิบสองประตูด้วยไข่มุกเพียงอย่างเดียว

ที่เป็นเช่นนี้ก็เพราะว่ามีการจัดเตรียมของพระเจ้าและความสำ

คัญฝ่ายวิญญาณอยู่ในการออกแบบนี้ ไข่มุกแตกต่างจากเพชรพลอยชนิดอื่นเนื่องจากไข่มุกมีคุณค่าบางอย่างที่แตกต่าง ไข่มุกถือเป็นสิ่งที่มีคุณค่ามากกว่าเพราะไข่มุกเกิดขึ้นจากกระบวนการที่แสนเจ็บปวด

เหมือนกระบวนการของหอยที่สร้างไข่มุก

ไข่มุกเกิดขึ้นได้อย่างไร ไข่มุกเป็นของมีค่าทางชีวภาพหนึ่งในสองชนิดที่มาจากทะเล อีกชนิดหนึ่งได้แก่ปะการัง ไข่มุกเป็นสิ่งที่ผู้คนจำนวนมากชื่นชมเนื่องจากไข่มุกเป็นมันแวววาวอย่างงดงามโดยไม่ต้องขัดเงา

ไข่มุกก่อตัวขึ้นที่ผิวด้านในของตัวหอยมุก ไข่มุกคือสิ่งที่ถูกขับออกมาอย่างผิดปกติซึ่งรวมตัวเป็นก้อนที่เงามันแวววาวส่วนใหญ่ประกอบธาตุแคลเซียมคาร์บอเนตและอยู่ในรูปกึ่งทรงกลมหรือรูปทรงกลม เมื่อสารแปลกปลอมจากภายนอกแทรกซึมเข้าไปในเนื้อที่อ่อนนุ่มของหอย หอยจะเกิดอาการเจ็บปวดอย่างรุนแรงเหมือนมีเข็มทิ่มแทงลงไปในเนื้อหอย จากนั้นหอยจะต่อสู้กับสารแปลกปลอมดังกล่าวพร้อมกับแบกรับเอาความเจ็บปวดอย่างแสนสาหัสไว้ ในขั้นตอนนี้ไข่มุกจะถูกสร้างขึ้นเมื่อสิ่งที่หอยขับออกมาครอบสารแปลกปลอมนั้นเอาไว้ซ้ำแล้วซ้ำอีก

ไข่มุกมีอยู่สองชนิด ได้แก่ ไข่มุกตามธรรมชาติและไข่มุกเพาะเลี้ยง เมื่อมนุษย์ค้นพบหลักการของการสร้างไข่มุก คนเหล่านั้นจึงเพาะเลี้ยงหอยจำนวนมากและสอดใส่สารเทียมเข้าไปในหอยเพื่อหอยจะสร้างไข่มุก ไข่มุกเหล่านี้มีลักษณะเหมือนไข่มุกตามธรรมชาติแต่ไข่มุกเหล่านี้มีราคาถูกกว่าเพราะมีชั้นมุกที่บอบบางกว่า

หอยสร้างไข่มุกที่สวยงามโดยผ่านกระบวนการของความเจ็บปวดอย่างรุนแรงซึ่งเกิดจากสารแปลกปลอมฉันใด การที่บุตรของพระเจ้าจะรื้อฟื้นพระฉายาของพระองค์ที่สูญหายไปกลับขึ้นมาใหม่ได้ก็ต้องผ่านกระบวนการด้วยฉันนั้น บุตรของพระเจ้าจะสามารถ

ก้าวออกมาด้วยความเชื่อเหมือนทองคำบริสุทธิ์ซึ่งทำให้ตนเข้าสู่นครเยรูซาเล็มใหม่ได้ก็ต่อเมื่อเขาสู้ทนกับความยากลำบากและความทุกข์โศกในขณะที่อาศัยอยู่บนโลกนี้เท่านั้น

เอาชนะการทดลองแห่งความเชื่อ

เราต้องมีความเชื่อเหมือนทองคำบริสุทธิ์เพื่อจะผ่านประตูสิบสองประตูของนครเยรูซาเล็มใหม่เข้าไป ความเชื่อประเภทนี้ไม่ใช่สิ่งที่ได้มาง่าย ๆ เราจะได้รับความเชื่อนี้เป็นรางวัลก็ต่อเมื่อเราผ่านและเอาชนะการทดลองแห่งความเชื่อแล้วเท่านั้นเหมือนกับหอยที่สู้ทนกับความเจ็บปวดอย่างรุนแรงกว่าจะสร้างไข่มุกขึ้นมา แต่การมีชัยด้วยความเชื่อไม่ใช่สิ่งที่ง่ายเพราะผีมารซาตานจะพยายามทุกวิถีทางเพื่อขัดขวางเราไม่ให้มีความเชื่อ ยิ่งกว่านั้น ถ้าเราไม่ได้ยืนอยู่บนศิลาแห่งความเชื่อ เราอาจรู้สึกว่าหนทางไปสู่สวรรค์เป็นสิ่งที่ยากและเจ็บปวดเพราะเราต้องทำสงครามอย่างดุเดือดกับผีมารซาตานและกับความเท็จที่อยู่ในจิตใจของเรา

แต่เราสามารถเอาชนะได้เพราะพระเจ้าประทานพระคุณและพระกำลังให้แก่เราและพระวิญญาณบริสุทธิ์จะทรงช่วยและทรงนำเรา ถ้าเรายืนอยู่บนศิลาแห่งความเชื่อหลังจากทำตามขั้นตอนเหล่านี้ เราก็สามารถเอาชนะความยากลำบากทุกชนิดและชื่นชมยินดีแทนที่จะเป็นทุกข์

พระภิกษุในพุทธศาสนาทุบตีร่างกายตนเองและ "พิชิต" ร่างกายนั้นผ่านการนั่งวิปัสสนาเพื่อกำจัดสิ่งที่เป็นฝ่ายโลกทุกชนิดให้หมดสิ้นไป ภิกษุบางองค์บำเพ็ญตบะเป็นเวลาหลายทศวรรษ เมื่อภิกษุเหล่านี้มรณภาพไป จะมีการเก็บรวบรวมอัฐิ (ซึ่งเป็นสิ่งที่มีค่าเหมือนไข่มุก) ของคนเหล่านี้เอาไว้ คุณค่าของสิ่งนี้เกิดขึ้นหลังจากหลายปีแห่งการต่อสู้อดทนและการบังคับตนเอง เหมือนกับที่ไข่มุกถูกสร้างขึ้นจากหอยมุก

เราต้องต่อสู้อดทนกับความเจ็บปวดและบังคับตนเองมากเพีย

งใดถ้าเราจะพยายามกำจัดความสนุกสนานฝ่ายโลกและควบคุมตัณหาของร่างกายด้วยกำลังของเราเอง แต่บุตรของพระเจ้าสามารถกำจัดความสนุกสนานฝ่ายโลกได้อย่างรวดเร็วด้วยพระคุณและพระกำลังของพระเจ้าโดยพึ่งพิงการทำงานของพระวิญญาณบริสุทธิ์ นอกจากนั้น เราสามารถเอาชนะความยากลำบากทุกชนิดได้ด้วยความช่วยเหลือของพระเจ้า เราสามารถวิ่งแข่งฝ่ายวิญญาณเพราะสวรรค์ถูกจัดเตรียมไว้เพื่อเรา

ด้วยเหตุนี้ บุตรของพระเจ้าที่มีความเชื่อจึงไม่จำเป็นต้องทนต่อการทดลองของตนด้วยความเจ็บปวด แต่เราสามารถเอาชนะการทดลองด้วยความชื่นชมยินดีและการขอบพระคุณพร้อมกับคาดหวังพระพรที่เราจะได้รับในไม่ช้า

เพราะเหตุใดประตูสิบสองประตูจึงทำด้วยไข่มุก

กว่าจะได้ไข่มุกในโลกนี้ต้องใช้เวลานานมาก แต่ในสวรรค์พระเจ้าทรงสร้างไข่มุกขึ้นมาในทันทีด้วยฤทธิ์อำนาจอันยิ่งใหญ่ของพระองค์ นอกจากนั้น บนโลกนี้ไข่มุกจะไม่ใหญ่กว่าขนาดของหอย แต่ในสวรรค์ไข่มุกจะมีขนาดใหญ่เท่าใดก็ได้ แน่นอน ความแวววาวและความงดงามของไข่มุกทุกชนิดที่พบในโลกนี้ไม่อาจนำมาเทียบกับความแวววาวและความงดงามกว่าของไข่มุกในสวรรค์ได้

ทำไมพระเจ้าจึงทรงสร้างประตูสิบสองประตูของนครเยรูซาเล็มใหม่ด้วยไข่มุกในท่ามกลางเพชรพลอยจำนวนมาก ไม่ว่าตึกจะงดงามและโอ่อ่าเพียงใดก็ตาม เราไม่สามารถเข้าไปในตึกนั้นได้ถ้าไม่มีประตู ประตูของนครเยรูซาเล็มใหม่ทำด้วยเพชรพลอยที่เหมาะสมเพราะประตูเหล่านี้มีความสำคัญมากในแง่นี้

เหมือนที่ข้าพเจ้าได้อธิบายไว้ก่อนหน้านี้ว่า เมื่อพิจารณาถึงกระบวนการผลิต ไข่มุกถือเป็นสิ่งที่มีคุณค่ามาก หอยต้องทนทุกข์กับความเจ็บปวดและสู้ทนเพื่อสร้างไข่มุกฉันใด

เราต้องเอาชนะและสู้ทนกับความเจ็บปวดเพื่อเข้าสู่นครเยรูซาเล็มใหม่ด้วยฉันนั้น เราจะผ่านประตูเหล่านี้เข้าไปได้ก็ต่อเมื่อเรามีชัยชนะในสงครามแห่งความเชื่อเท่านั้น ประตูเหล่านี้ถูกสร้างเพื่อให้เป็นสัญลักษณ์ของความจริงข้อนี้

ฮีบรู 12:4 บอกเราว่า "ในการต่อสู้กับบาปนั้น ท่านทั้งหลายยังไม่ได้สู้จนถึงต้องเสียโลหิตเลย" และส่วนหลังของวิวรณ์ 2:10 กำชับเราว่า "แต่เจ้าจงมีใจมั่นคงอยู่ตราบเท่าวันตายและเราจะมอบมงกุฎแห่งชีวิตให้แก่เจ้า"

พระคัมภีร์บอกเราว่าเราจะเข้าสู่นครเยรูซาเล็มใหม่ (ซึ่งเป็นสถานที่งดงามที่สุดในสวรรค์) ได้ก็ต่อเมื่อเราละทิ้งความชั่วร้ายทุกชนิด สัตย์ซื่อมั่นคงตราบจนวันตาย และทำหน้าที่ของเราให้สำเร็จเท่านั้น กระบวนการนี้อาจดูเป็นสิ่งที่ยากถ้าเราไม่ได้ยืนหยัดอยู่บนศิลาแห่งความเชื่อ เนื่องจากบุตรของพระเจ้าเชื่อในพระองค์และในแผ่นดินสวรรค์ คนเหล่านี้จึงสามารถชื่นชมยินดี ขอบพระคุณ และมีชัยชนะอยู่เสมอ เหมือนที่พระคัมภีร์บอกเราว่า "จงชื่นบานอยู่เสมอ จงอธิษฐานอย่างสม่ำเสมอ จงขอบพระคุณในทุกกรณีเพราะนี่แหละเป็นน้ำพระทัยของพระเจ้าซึ่งปรากฏอยู่ในพระเยซูคริสต์เพื่อท่านทั้งหลาย" (1 เธสะโลนิกา 5:16-18)

ด้วยเหตุนี้ เราจึงสามารถเดินผ่านประตูไข่มุกของนครเยรูซาเล็มใหม่เข้าไปได้ด้วยการอธิษฐานอย่างร้อนรนและความหวังใจพร้อมทั้งมีชัยชนะในความเชื่อ

ประตูไข่มุกสิบสองประตูมีไว้สำหรับผู้ชนะในความเชื่อ

ประตูไข่มุกสิบสองประตูทำหน้าที่เป็นประตูชัยสำหรับผู้มีชัยชนะในความเชื่อ เหมือนกับที่ผู้บัญชาการรบเดินทางกลับบ้านหลังจากประสบความสำเร็จในการทำสงครามโดยคนเหล่านี้ต้องเดินผ่านอนุสาวรีย์แห่งชัยชนะเพื่อเป็นการยกย่องความสำเร็จของผู้บัญชาการเหล่านี้

ในสมัยโบราณ เพื่อให้การต้อนรับและยกย่องบรรดาทหารและผู้บัญชาการรบที่เดินทางกลับบ้านพร้อมกับชัยชนะ ผู้คนมักสร้างอนุสาวรีย์และสิ่งก่อสร้างหลายรูปแบบพร้อมกับตั้งชื่ออนุสาวรีย์และสิ่งก่อสร้างเหล่านี้ตามชื่อของผู้ที่เป็นวีรบุรุษ นายพลที่มีชัยชนะมักได้รับการยกย่องและเดินผ่านประตูชัยพร้อมกับการต้อนรับจากฝูงชนขนาดใหญ่บนรถม้าซึ่งกษัตริย์ส่งไปรับ

เมื่อขบวนแห่วีรบุรุษเดินทางมาถึงสถานที่จัดงานเลี้ยงท่ามกลางเสียงร้องเพลงแห่งชัยชนะ บรรดาขุนนางชั้นผู้ใหญ่ที่นั่งอยู่ใกล้กับกษัตริย์และพระราชินีจะให้การต้อนรับนักรบผู้กล้า จากนั้น ผู้บัญชาการรบจะก้าวลงจากรถม้าและถวายบังคมต่อกษัตริย์ของตน กษัตริย์จะยกชูท่านขึ้นพร้อมกับกล่าวยกย่องวีรกรรมอันกล้าหาญของท่าน จากนั้น ผู้คนทั้งหมดจะกิน ดื่ม และร่วมชื่นชมยินดีกับชัยชนะของท่าน ผู้บัญชาการรบอาจได้รับการปูนนำเหน็จรางวัลให้มีสิทธิอำนาจ ความมั่งคั่ง และเกียรติยศเทียบเท่ากับสิทธิอำนาจ ความมั่งคั่ง และเกียรติยศของกษัตริย์

ถ้าสิทธิอำนาจของผู้บัญชาการรบและกองทัพยิ่งใหญ่ขนาดนี้ สิทธิอำนาจของผู้คนที่ผ่านเข้าไปทางประตูสิบสองประตูของนครเยรูซาเล็มใหม่จะยิ่งใหญ่กว่านี้สักเพียงใด คนเหล่านี้จะได้รับความรักและการเล้าโลมจากพระเจ้าพระบิดาและอาศัยอยู่ที่นั่นตลอดไปด้วยสง่าราศีที่สูงส่งกว่าสง่าราศีของผู้บัญชาการรบหรือของทหารที่เดินผ่านประตูชัยแบบเทียบกันไม่ได้ เมื่อคนเหล่านี้เดินผ่านประตูสิบสองประตูที่ทำด้วยไข่มุกทั้งหมด เขาจะระลึกถึงการเดินอยู่ในความเชื่อของตนในช่วงเวลาที่เขาต่อสู้และพยายามอย่างสุดกำลังพร้อมกับหลั่งน้ำตาที่ไหลออกมาจากส่วนลึกแห่งจิตใจของตนด้วยการสำนึกในพระคุณ

ความสง่างามของประตูไข่มุกสิบสองประตู

ในสวรรค์ผู้คนไม่ลืมสิ่งหนึ่งสิ่งใดแม้หลังจากเวลาอันยาวนานเ

พระสวรรค์เป็นส่วนหนึ่งของโลกฝ่ายวิญญาณ ตรงกันข้าม บางครั้งผู้คนในสวรรค์จะสงวนเวลาเอาไว้เพื่อการระลึกถึงอดีต

เพราะเหตุนี้ ผู้คนที่เข้าไปสู่นครเยรูซาเล็มใหม่จะรู้สึกตื่นตันใจเมื่อใดก็ตามที่คนเหล่านี้มองดูประตูไข่มุกสิบสองประตูพร้อมกับคิดว่า "เรามีชัยชนะเหนือการทดลองและในที่สุดเราก็มาถึงนครเยรูซาเล็มใหม่" คนเหล่านี้ชื่นชมยินดีในการจดจำถึงความจริงที่ว่าตนเคยต่อสู้กับการทดลองและในที่สุดก็มีชัยชนะเหนือผีมารซาตานและโลกพร้อมได้กำจัดความเท็จทั้งสิ้นที่ตนมีอยู่ออกไป เขาขอบพระคุณพระเจ้าพระบิดาอีกครั้งหนึ่งพร้อมทั้งจดจำถึงความรักของพระองค์ซึ่งนำเขาให้มีชัยชนะเหนือโลก นอกจากนั้น ผู้คนในสวรรค์ยังขอบคุณผู้คนที่เคยช่วยเขาจนสามารถเข้ามาอยู่ในสถานที่แห่งนี้อีกด้วย

ในโลกนี้ บางครั้งความรู้สึกขอบคุณมักลดน้อยหรือจืดจางลงเมื่อวันเวลาผ่านไป แต่เพราะในสวรรค์ไม่มีการหลอกลวง ความรู้สึกขอบคุณ ความชื่นชมยินดี และความรักของผู้คนที่นั่นจึงเติบโตมากขึ้นเมื่อวันเวลาผ่านไป ดังนั้น เมื่อใดก็ตามที่ผู้คนในนครเยรูซาเล็มใหม่มองดูประตูไข่มุก คนเหล่านั้นจะรู้สึกขอบพระคุณสำหรับความรักของพระเจ้าและผู้คนที่เคยช่วยให้ตนไปถึงที่นั่น

ข้าพเจ้ารู้สึกขอบคุณผู้คนที่ประกาศพระกิตติคุณแก่ข้าพเจ้าหรือผู้คนที่สำแดงพระคุณกับข้าพเจ้า ข้าพเจ้าเป็นอย่างที่ข้าพเจ้าเป็นอยู่ทุกวันนี้ก็เพราะคนเหล่านั้น ข้าพเจ้าคงไม่กล้าขอบคุณคนเหล่านั้นเพียงครั้งเดียวและก้าวต่อไป แต่ข้าพเจ้าจะขอบคุณคนเหล่านั้นมากยิ่งขึ้นทุกวัน

2. ถนนทำด้วยทองคำ

เมื่อผู้คนรำลึกถึงชีวิตของตนบนโลกนี้และเดินผ่านประตูชัยอันสง่างามที่ทำด้วยไข่มุก คนเหล่านั้นจะเข้าสู่นครเยรูซาเล็มใหม่ใ

นที่สุด นครแห่งนี้เต็มไปด้วยแสงแห่งพระสิริของพระเจ้า เสียงร้องสรรเสริญอันแสนสงบซึ่งดังมาจากสถานที่ห่างไกลออกไป และกลิ่นหอมชื่นใจของดอกไม้นานาพันธุ์ ในขณะที่คนเหล่านี้ก้าวเข้าสู่นครเยรูซาเล็มใหม่แต่ละก้าว เขาจะรู้สึกถึงความสุขและความปลาบปลื้มอย่างเหลือล้นจนไม่อาจบรรยายได้

ข้าพเจ้าได้อธิบายไปแล้วว่ากำแพงของนครแห่งนี้ถูกตกแต่งด้วยเพชรพลอยสิบสองชนิดพร้อมด้วยประตูไข่มุกสิบสองประตู ถนนในนครเยรูซาเล็มใหม่สร้างด้วยอะไร วิวรณ์ 21:21 บอกเราว่า "ประตูทั้งสิบสองประตูนั้นทำด้วยไข่มุกสิบสองเม็ด ประตูละเม็ด และถนนในนครนั้นเป็นทองคำบริสุทธิ์ ใสราวกับแก้ว" พระเจ้าทรงสร้างถนนของนครเยรูซาเล็มใหม่ด้วยทองคำบริสุทธิ์เพื่อบุตรของพระองค์ที่จะเข้าไปสู่นครแห่งนี้

พระเยซูคริสต์ทรงเป็นหนทาง

ในโลกนี้มีถนนหนทางอยู่หลายแบบตั้งแต่ทางเดินขนาดเล็กไปจนถึงทางรถไฟ ตั้งแต่ถนนที่คับแคบไปจนถึงถนนหลวงขนาดใหญ่ ผู้คนจะเลือกทางเดินแตกต่างกันทั้งนี้ขึ้นอยู่กับจุดหมายปลายทางและความต้องการของผู้ใช้เส้นทาง แต่ทางไปสวรรค์มีอยู่เพียงทางเดียว นั่นคือ พระเยซูคริสต์

เราเป็นทางนั้น เป็นความจริง และเป็นชีวิต ไม่มีผู้ใดมาถึงพระบิดาได้นอกจากจะมาทางเรา (ยอห์น 14:6)

พระเยซู (ผู้เป็นพระบุตรองค์เดียวของพระเจ้า) ทรงเปิดหนทางแห่งความรอดด้วยการถูกตรึงบนกางเขนแทนมนุษย์ทุกคนซึ่งต้องตายเพราะความผิดบาปของตน จากนั้นพระองค์ทรงเป็นขึ้นมาในวันที่สาม เมื่อเราเชื่อในพระเยซูคริสต์เราจึงมีคุณสมบัติที่จะรับเอาชีวิตนิรันดร์ ด้วยเหตุนี้ พระเยซูคริสต์จึงทรงเป็นหนทางเดียวที่จะนำเราไปสู่สวรรค์ ความรอด และชีวิตนิรันดร์ ยิ่งกว่านั้น การต้อนรับเอาพระเยซูคริสต์และการมีลักษณะเหมือนพระองค์คือหน

ทางไปสู่ชีวิตนิรันดร์

ถนนทองคำ
แต่ละฟากฝั่งของแม่น้ำที่มีน้ำแห่งชีวิตมีถนนซึ่งจะทำให้ผู้คนค้นพบพระที่นั่งของพระเจ้าได้ไม่ยากในสวรรค์ที่ไร้จุดจำกัด แม่น้ำที่มีน้ำแห่งชีวิตมีแหล่งกำเนิดมาจากพระที่นั่งของพระเจ้าและของพระเมษโปดก ไหลผ่านนครเยรูซาเล็มใหม่ และที่อยู่อาศัยทุกแห่งในสวรรค์และไหลกลับไปสู่พระที่นั่งของพระเจ้า

ท่านได้ชี้ให้ข้าพเจ้าดูแม่น้ำที่มีน้ำแห่งชีวิต ใสเหมือนแก้วไหลมาจากพระที่นั่งของพระเจ้าและพระที่นั่งของพระเมษโปดก ไหลไปตามกลางถนนในนครนั้นและริมแม่น้ำทั้งสองฟากมีต้นไม้แห่งชีวิตซึ่งออกผลสิบสองชนิด ออกผลทุก ๆ เดือนและใบของต้นไม้นั้นสำหรับรักษาบรรดาประชาชาติให้หาย (วิวรณ์ 22:1-2)

ในฝ่ายวิญญาณ "น้ำ" เป็นสัญลักษณ์ของพระคำของพระเจ้า เนื่องจากเราได้รับชีวิตผ่านทางพระคำของพระองค์และเข้าสู่หนทางแห่งชีวิตนิรันดร์ผ่านทางพระเยซูคริสต์ น้ำแห่งชีวิตจึงไหลออกมาจากพระที่นั่งของพระเจ้าและของพระเมษโปดก

ยิ่งกว่านั้น เนื่องจากแม่น้ำที่มีน้ำแห่งชีวิตไหลเวียนอยู่ในสวรรค์ เราจึงสามารถไปถึงนครเยรูซาเล็มใหม่ได้ไม่ยากด้วยการเดินตามถนนทองคำที่อยู่สองฟากฝั่งของแม่น้ำ

ความสำคัญของถนนทองคำ
ถนนทองคำไม่ได้พาดผ่านเฉพาะในนครเยรูซาเล็มใหม่เท่านั้น แต่ยังพาดผ่านไปตามสถานที่ต่าง ๆ ในสวรรค์ด้วยเช่นกัน อย่างไรก็ตาม ความสว่างไสว วัสดุ และความงามของที่อยู่อาศัยแต่ละแห่งแตกต่างกันฉันใด ความสว่างไสวของถนนทองคำในที่อยู่แต่ละแห่งก็แตกต่างกันด้วยฉันนั้น

ทองคำบริสุทธิ์ในสวรรค์ไม่อ่อนนิ่มเหมือนทองคำบริสุทธิ์ที่พ

บในโลกนี้ แต่เป็นทองคำบริสุทธิ์ที่มีความแข็งแกร่ง ถึงกระนั้น เมื่อเราเดินบนถนนทองคำ เราจะรู้สึกว่าทองคำนั้นอ่อนนิ่ม ยิ่งกว่านั้น เนื่องจากในสวรรค์ไม่มีฝุ่นละอองหรือสิ่งสกปรกและไม่มีสิ่งใดเสื่อมสภาพ ถนนทองคำจึงไม่ชำรุดเสียหาย แต่ละด้านของถนนมีดอกไม้ที่เบ่งบานอย่างงดงามและดอกไม้เหล่านั้นทักทายบุตรของพระเจ้าที่กำลังเดินอยู่บนถนน

อะไรคือความสำคัญและเหตุผลของการสร้างถนนด้วยทองคำบริสุทธิ์ ถนนทองคำบริสุทธิ์ถูกสร้างขึ้นเพื่อเตือนเราให้ระลึกว่ายิ่งจิตใจของเราสะอาดบริสุทธิ์มากขึ้นเพียงใด ที่อยู่อาศัยของเราในสวรรค์ก็จะมีสภาพที่ดีมากยิ่งขึ้นด้วยฉันนั้น ยิ่งกว่านั้น เนื่องจากเราจะเข้าสู่นครเยรูซาเล็มใหม่ได้ก็ต่อเมื่อเรามุ่งหน้าไปสู่นครแห่งนี้ด้วยความเชื่อและความหวังเท่านั้น พระเจ้าจึงทรงสร้างถนนด้วยทองคำบริสุทธิ์ซึ่งเป็นสัญลักษณ์ของความเชื่อฝ่ายวิญญาณและความหวังอันแรงกล้าซึ่งเกิดขึ้นมาจากความเชื่อดังกล่าว

ถนนบุปผชาติ

การเดินบนสนามหญ้า บนหิน และบนถนนลาดยางให้ความรู้สึกที่แตกต่างกันฉันใด การเดินบนถนนทองคำและบนถนนบุปผชาติก็มีความรู้สึกที่แตกต่างกันด้วยฉันนั้น นอกจากนั้น ยังมีถนนที่ทำด้วยเพชรพลอยและเมื่อเราเดินบนถนนเหล่านี้เราจะมีความรู้สึกที่แตกต่างกันด้วย เราสัมผัสถึงความแตกต่างในเรื่องความสะดวกสบายของการเดินทางด้วยเครื่องบิน รถไฟ หรือรถบัสเช่นกัน ในสวรรค์ก็เหมือนกัน การเดินอยู่บนถนนด้วยตัวเราเองแตกต่างอย่างสิ้นเชิงกับการถูกขนย้ายไปโดยอัตโนมัติด้วยฤทธิ์อำนาจของพระเจ้า

ถนนบุปผชาติในสวรรค์ไม่มีดอกไม้อยู่สองข้างทางเนื่องจากตัวถนนทำด้วยดอกไม้เพื่อให้ผู้คนสามารถเดินไปบนดอกไม้เหล่านั้น การเดินบนถนนบุปผชาติให้ความรู้สึกอ่อนนุ่มและละมุนละไ

มเหมือนเดินอยู่บนพรมที่นุ่มละมุนด้วยเท้าเปล่า ดอกไม้จะไม่ได้รับความเสียหายหรือเหี่ยวแห้งไปเพราะร่างกายของเราเป็นกายฝ่ายวิญญาณที่มีน้ำหนักเบามากและดอกไม้จะไม่ถูกเหยียบย่ำ

ยิ่งกว่านั้น ดอกไม้ในสวรรค์ชื่นชมยินดีและส่งกลิ่นหอมของตนออกมาเมื่อบุตรของพระเจ้าเดินไปบนดอกไม้เหล่านั้น ดังนั้น เมื่อบุตรของพระเจ้าเดินอยู่บนถนนบุปผชาติ ร่างกายของคนเหล่านี้จะดูดซับเอากลิ่นหอมของดอกไม้เข้าไปเพื่อทำให้จิตใจของเขาเต็มไปด้วยความสุขและความสดชื่น

ถนนเพชรพลอย

ถนนหลายสายทำด้วยเพชรพลอยหลากสีสันและสุกใสงดงาม สิ่งที่น่าสนใจยิ่งกว่านั้นก็คือถนนเหล่านี้จะทอแสงความสว่างสุกใสที่งดงามยิ่งขึ้นเมื่อร่างกายฝ่ายวิญญาณเดินไปบนถนน แม้แต่เพชรพลอยก็ส่งกลิ่นหอมออกมาและเราสามารถสัมผัสถึงความสุขและความชื่นชมยินดีที่อยู่เหนือความเข้าใจ นอกจากนั้น เรายังสามารถสัมผัสถึงความตื่นเต้นเมื่อเราเดินอยู่บนถนนเพชรพลอยเพราะเราจะรู้สึกเหมือนเดินอยู่บนน้ำ แต่ไม่ได้หมายความว่าเรารู้สึกเหมือนกำลังจะจมลงไปในน้ำ แต่เป็นความรู้สึกเคลิบเคลิ้มในแต่ละย่างพร้อมกับความรู้สึกเกร็งบ้างเล็กน้อย

เราจะพบเห็นถนนเพชรพลอยได้ในสถานที่บางแห่งเท่านั้นในสวรรค์ กล่าวคือ ถนนเพชรพลอยเป็นรางวัลที่พระเจ้าทรงสร้างไว้รอบบ้านและในบ้านของผู้คนที่มีจิตใจเหมือนพระทัยขององค์พระผู้เป็นเจ้าและเป็นผู้ที่มีส่วนร่วมอย่างมากในการทำให้การจัดเตรียมของพระเจ้าสำหรับการฝึดร่อนมนุษย์สำเร็จลุล่วง ถนนนี้คล้ายกับทางเดินขนาดเล็กที่ถูกตกแต่งด้วยเครื่องประดับอันหรูหราในปราสาทหรือพระราชวังของกษัตริย์ซึ่งทำด้วยวัสดุที่มีคุณภาพสูงสุด

ผู้คนจะไม่รู้สึกเหน็ดเหนื่อยหรือเบื่อหน่ายกับสิ่งหนึ่งสิ่งใดในส

วรรค์แต่คนเหล่านั้นจะรักทุกสิ่งตลอดไปเนื่องจากสวรรค์เป็นโลกฝ่ายวิญญาณ นอกจากนั้น ผู้คนที่อยู่ในสวรรค์จะสัมผัสถึงความสุขและความชื่นชมยินดีเพราะแม้แต่สิ่งของขนาดเล็กล้วนแฝงไว้ด้วยความสำคัญฝ่ายวิญญาณ เพราะฉะนั้น ความรักและความรู้สึกชื่นชมของผู้คนจะเพิ่มมากขึ้นอย่างต่อเนื่อง

นครเยรูซาเล็มใหม่งดงามและมหัศจรรย์มากทีเดียว พระเจ้าทรงจัดเตรียมนครแห่งนี้ไว้สำหรับบุตรที่รักของพระองค์ แม้แต่ผู้คนที่อยู่ในเมืองบรมสุขเกษม สวรรค์ชั้นที่หนึ่ง ชั้นที่สอง และชั้นที่สามก็ชื่นชมยินดีและรู้สึกขอบพระคุณอย่างยิ่งเมื่อคนเหล่านี้เดินผ่านประตูไข่มุกหลังจากที่เขาได้รับเชิญให้เข้าไปสู่นครเยรูซาเล็มใหม่

ท่านลองจินตนาการดูซิว่าบุตรของพระเจ้าจะรู้สึกขอบพระคุณและชื่นชมยินดีมากสักเพียงใดจากข้อเท็จจริงที่ว่าที่ตนสามารถเข้าสู่นครเยรูซาเล็มใหม่แห่งนั้นได้ก็เพราะตนได้ติดตามองค์พระผู้เป็นเจ้าผู้เป็นหนทางที่แท้จริงอย่างสัตย์ซื่อ

ข้าพเจ้าอธิษฐานในพระนามของพระเยซูคริสต์องค์พระเป็นเจ้าเพื่อท่านจะเอาชนะอุปสรรคและสถานการณ์ทุกอย่างด้วยความเชื่อและมุ่งหน้าไปสู่ประตูไข่มุกสิบสองประตูแห่งนครเยรูซาเล็มใหม่ เหมือนกับหอยที่สร้างไข่มุกอันงดงามหลังจากต้องทนทุกข์กับความเจ็บปวดอย่างแสนสาหัส

บทที่ 7

ภาพที่น่าตื่นเต้นหลงไหล

1. ไม่มีความต้องการแสงอาทิตย์หรือแสงจันทร์
2. ความน่าปลาบปลื้มของนครเยรูซาเล็มใหม่
3. อยู่กับองค์พระผู้เป็นเจ้าผู้เป็นเจ้าบ่าวของเราตลอดไป
4. สง่าราศีของผู้อาศัยในนครเยรูซาเล็มใหม่

ข้าพเจ้าไม่เห็นมีวิหารในนครนั้นเลยเพราะพระเจ้าผู้ทรงฤทธานุภาพสูงสุดและพระเมษโปดกทรงเป็นพระวิหารในนครนั้น นครนั้นไม่ต้องการแสงของดวงอาทิตย์และดวงจันทร์เพราะว่าพระสิริของพระเจ้าเป็นแสงสว่างของนครนั้นและพระเมษโปดกทรงเป็นดวงประทีปของนครนั้น บรรดาประชาชาติจะเดินไปในท่ามกลางแสงสว่างของนครนั้น และบรรดากษัตริย์ในแผ่นดินโลกจะนำศักดิ์ศรีของตนเข้ามาในนครนั้น ประตูนครทุกประตูจะไม่ปิดเลยในเวลากลางวันและจะไม่มีเวลากลางคืนในนครนั้นเลย และคนทั้งหลายจะนำศักดิ์ศรีและเกียรติของบรรดาประชาชาติเข้ามาในนครนั้น สิ่งใดที่เป็นมลทินหรือผู้ใดที่ประพฤติเป็นที่น่าสะอิดสะเอียนหรือพูดมุสาจะเข้าไปในนครนั้นไม่ได้เลยเพราะคนที่มีชื่อจดไว้ในหนังสือชีวิตของพระเมษโปดกเท่านั้นจึงจะเข้าไปได้

- วิวรณ์ 21:22-27 -

อัครทูตยอห์น (ซึ่งได้รับการสำแดงเกี่ยวกับนครเยรูซาเล็มใหม่จากพระวิญญาณบริสุทธิ์) ได้บันทึกภาพของนครแห่งนี้ไว้โดยละเอียดในขณะที่ท่านมองดูนครนี้จากที่สูง ยอห์นอยากเห็นพื้นที่ด้านในของนครเยรูซาเล็มใหม่มาเป็นเวลานาน ในที่สุดเมื่อท่านเห็นพื้นที่ด้านในอันงดงามของนครแห่งนี้ ยอห์นรู้สึกดีใจอย่างเหลือล้น

ถ้าเรามีคุณสมบัติที่จะเข้าสู่นครเยรูซาเล็มใหม่และยืนอยู่หน้าประตู เราจะมองเห็นประตูชัยที่ทำด้วยไข่มุกเปิดอยู่ซึ่งประตูนี้มีขนาดใหญ่เกินกว่าที่เราจะมองเห็นจุดสิ้นสุดได้

ในช่วงเวลานั้น แสงสว่างอันงดงามเหนือคำบรรยายจากนครเยรูซาเล็มใหม่จะสาดส่องออกมาและห้อมล้อมร่างกายของเราเอาไว้ เราจะสัมผัสถึงความรักอันยิ่งใหญ่ของพระเจ้าในทันทีและไม่อาจกลั้นน้ำตาของเราเอาไว้ได้

จากการที่เราได้สัมผัสถึงความรักอย่างล้นหลามของพระเจ้าพระบิดาผู้ทรงปกป้องเราไว้ด้วยพระเนตรอันลุกโชนของพระองค์ พระคุณขององค์พระผู้เป็นเจ้าที่ทรงอภัยโทษเราด้วยพระโลหิตของพระองค์บนกางเขน และความรักของพระวิญญาณบริสุทธิ์ที่ดำรงอยู่ภายในจิตใจของเรา ผู้ทรงนำเราให้ดำเนินชีวิตในความจริง ทำให้เราต้องถวายพระสิริและเกียรติทั้งสิ้นแด่พระองค์

ตอนนี้ขอให้เราสำรวจนครเยรูซาเล็มใหม่โดยละเอียดจากคำบันทึกของอัครทูตยอห์น

1. ไม่มีความต้องการแสงอาทิตย์หรือแสงจันทร์

เมื่อมองเห็นภาพด้านในของนครเยรูซาเล็มใหม่ซึ่งเต็มไปด้วยพระสิริของพระเจ้า อัครทูตยอห์นกล่าวถ้อยคำเหล่านี้ออกมา

นครนั้นไม่ต้องการแสงของดวงอาทิตย์และดวงจันทร์เพราะว่าพระสิริของพระเจ้าเป็นแสงสว่างของนครนั้นและพระเมษโปดกทรงเป็นดวงประทีปของนครนั้น (วิวรณ์ 21:23)

นครเยรูซาเล็มใหม่เต็มล้นไปด้วยพระสิริของพระเจ้าเพราะพระองค์เองประทับและครอบครองอยู่เหนือนครนั้นและในนครนั้นคือที่ตั้งของจุดสูงสุดของมิติฝ่ายวิญญาณซึ่งพระเจ้าทรงสำแดงพระองค์ใน

ฐานะองค์ตรีเอกานุภาพเพื่อการทรงสร้างและการฝึดร่อนมนุษย์

พระสิริของพระเจ้าส่องอยู่เหนือนครเยรูซาเล็มใหม่

เหตุผลที่พระเจ้าทรงสร้างดวงอาทิตย์และดวงจันทร์สำหรับโลกนี้ก็เพื่อให้เรารู้จักความดีและความชั่วและเพื่อแยกแยะวิญญาณออกจากเนื้อหนังโดยผ่านความสว่างและความมืดเพื่อว่าเราจะสามารถดำเนินชีวิตในฐานะบุตรที่แท้จริงของพระเจ้าได้ พระองค์ทรงทราบทุกอย่างเกี่ยวกับวิญญาณและเนื้อหนัง ความชั่วและความดี แต่มนุษย์ไม่สามารถรู้ถึงสิ่งเหล่านี้โดยปราศจากการปลูกฝังเพราะมนุษย์เป็นเพียงสิ่งทรงสร้าง

เมื่ออาดัมมนุษย์คนแรกอาศัยอยู่ในสวนเอเดนก่อนการเริ่มต้นการฝึดร่อนมนุษย์ ท่านไม่เคยรู้เกี่ยวกับความชั่ว ความตาย ความมืด ความยากจน หรือโรคภัยไข้เจ็บ นั่นคือสาเหตุที่ท่านไม่อาจเข้าใจความหมายและความสุขที่แท้จริงของชีวิตหรือรู้สึกขอบพระคุณพระเจ้าผู้ประทานสิ่งสารพัดให้แก่ท่านแม้ชีวิตของท่านจะอุดมสมบูรณ์มากเพียงใดก็ตาม

เพื่อจะรู้จักความสุขที่แท้จริง อาดัมต้องหลั่งน้ำตา คร่ำครวญ ทนทุกข์จากความเจ็บปวดและโรคภัยไข้เจ็บและมีประสบการณ์กับความตาย นี่คือกระบวนการของการฝึดร่อนมนุษย์ ท่านสามารถอ่านรายละเอียดของเรื่องนี้จากหนังสือเรื่อง

"สาส์นจากกางเขน"

ต่อมาอาดัมทำบาปแห่งการไม่เชื่อฟังด้วยการกินผลจากต้นไม้แห่งการสำนึกในความดีและความชั่วพร้อมกับถูกขับไล่ออกจากสวนเอเดน อาดัมจึงเริ่มมีประสบการณ์กับหลักความสัมพันธ์ อาดัมเริ่มรู้ว่าชีวิตของตนในสวนเอเดนอุดมสมบูรณ์ มีความสุขและดีเลิศเพียงใด (และขอบคุณพระเจ้าอย่างแท้จริงในจิตใจของท่าน) หลังจากที่ท่านได้มีประสบการณ์กับหลักความสัมพันธ์นี้แล้วเท่านั้น

ลูกหลานของอาดัมเริ่มรู้จักแยกแยะความสว่างจากความมืด วิญญาณจากเนื้อหนัง และความดีจากความชั่วโดยผ่านการฝึดร่อน

มนุษย์ด้วยเช่นกันในขณะที่คนเหล่านั้นประสบกับความยากลำบากหลายรูปแบบ ด้วยเหตุนี้ เมื่อเราได้รับความรอดและไปสู่สวรรค์ แสงของดวงอาทิตย์หรือของดวงจันทร์ซึ่งเคยจำเป็นเพื่อการฝึดร่อนมนุษย์ในโลกนี้จะไม่ใช่สิ่งที่จำเป็นอีกต่อไป

เนื่องจากพระเจ้าเองประทับอยู่ในนครเยรูซาเล็มใหม่ ที่นั่นจึงไม่มีความมืดอยู่เลย ยิ่งกว่านั้น ความสว่างแห่งพระสิริของพระเจ้าจะส่องแสงเจิดจ้ามากที่สุดในนครเยรูซาเล็มใหม่ จึงเป็นเรื่องธรรมชาติที่นครแห่งนี้ไม่ต้องการดวงอาทิตย์ ดวงจันทร์ ดวงประทีป หรือแสงสว่างเหนือนครแห่งนี้

พระเมษโปดกผู้ทรงเป็นดวงประทีปของนครเยรูซาเล็มใหม่
ยอห์นไม่สามารถมองหาสิ่งใดที่ให้แสงสว่างเหมือนดวงอาทิตย์ ดวงจันทร์ หรือหลอดไฟ ทั้งนี้ก็เพราะพระเยซูคริสต์ผู้ทรงเป็นพระเมษโปดกทรงเป็นดวงประทีปในนครเยรูซาเล็มใหม่

ยอห์น 1:3 กล่าวว่า "พระเจ้าทรงสร้างสิ่งทั้งปวงขึ้นมาโดยพระวจนะ ในบรรดาสิ่งที่เป็นมานั้นไม่มีสักสิ่งเดียวที่ได้เป็นมานอกเหนือพระวาทะ" ในยอห์น 15:5 กล่าวว่า "เราเป็นเถาองุ่น ท่านทั้งหลายเป็นแขนง ผู้ที่เข้าสนิทอยู่ในเราและเราเข้าสนิทอยู่ในเขา ผู้นั้นก็จะเกิดผลมาก เพราะถ้าแยกจากเราแล้วท่านจะทำสิ่งใดไม่ได้เลย" เราต้องรู้ว่าสิ่งสารพัดถูกสร้างขึ้นโดยพระเยซูคริสต์ การฝึดร่อนมนุษย์เริ่มต้นขึ้นในโลกนี้ และหนทางแห่งความรอดของมนุษย์ถูกเปิดออก

เนื่องจากอาดัมทำบาปแห่งการไม่เชื่อฟัง เผ่าพันธุ์ทั้งสิ้นของมนุษย์จึงล้มลงไปสู่หนทางแห่งความตาย (โรม 6:23) พระเจ้าแห่งความรักทรงส่งพระเยซูมาในโลกนี้เพื่อแก้ปัญหาเรื่องความบาป พระเยซูพระบุตรของพระเจ้าผู้เสด็จมารับสภาพเป็นมนุษย์ในโลกนี้ทรงชำระเราให้พ้นจากความผิดบาปด้วยการหลั่งพระโลหิตของพระองค์และทรงเป็นผลแรกของการเป็นขึ้นมาด้วยการทำลายอำนาจของความตาย

ผลลัพธ์ก็คือ ทุกคนที่ต้อนรับเอาพระเยซูคริสต์เป็นพระผู้ช่วยให้รอดของตนจะได้รับชีวิตและสามารถมีส่วนในการเป็นขึ้นมา

ชื่นชมกับชีวิตนิรันดร์ในสวรรค์ และรับคำตอบของทุกสิ่งที่ตนทูลข
อในโลกนี้ ยิ่งกว่านั้น บัดนี้บุตรของพระเจ้าสามารถเป็นความสว่าง
ของโลกได้ด้วยการดำเนินชีวิตในความสว่างและถวายเกียรติแด่พร
ะเจ้าโดยทางพระเยซูคริสต์ กล่าวคือ ความสว่างแห่งพระสิริของพร
ะเจ้าจะส่องสว่างได้สุกใสมากขึ้นผ่านทางพระเยซูพระผู้ช่วยให้รอด
เหมือนกับที่ดวงประทีปส่องความสว่างออกไป

2. ความน่าปลาบปลื้มของนครเยรูซาเล็มใหม่

เมื่อเรามองดูนครเยรูซาเล็มใหม่จากที่ไกล เราสามารถมองเห็น
ตึกรามบ้านช่องที่งดงามซึ่งทำด้วยเพชรพลอยและทองคำหลากหลา
ยชนิดผ่านทางหมู่เมฆแห่งพระสิริ นครทั้งสิ้นดูมีชีวิตชีวาจากการผ
สมผสานกันของแสงสว่างชนิดต่าง ๆ เช่น แสงจากบ้านเรือนที่ทำด้
วยเพชรพลอย แสงแห่งพระสิริของพระเจ้า และแสงที่มาจากกำแพ
งที่ทำด้วยแก้วมณีโชติและทองคำบริสุทธิ์ด้วยสีน้ำเงินสุกใส

เราจะบรรยายถึงอารมณ์และความตื่นเต้นของการเข้าสู่นค
รเยรูซาเล็มใหม่ด้วยถ้อยคำได้อย่างไร นครแห่งนี้งดงาม โอ่อ่า
และน่าปลาบปลื้มเหนือจินตนาการ ณ ใจกลางของนครแห่งนี้คือพ
ระที่นั่งของพระเจ้าซึ่งเป็นแหล่งกำเนิดของแม่น้ำที่มีแม่น้ำแห่งชีวิต
รอบพระที่นั่งของพระเจ้าคือบ้านเรือนของเอลียาห์ เอโนค อับราฮัม
โมเสส มารีย์ชาวมักดาลา และนางมารีย์หญิงพรหมจารี ซึ่งคนเหล่า
นี้เป็นผู้ที่พระเจ้าทรงรักมาก

ปราสาทขององค์พระผู้เป็นเจ้า
ปราสาทขององค์พระผู้เป็นเจ้าตั้งอยู่ทางขวามือด้านล่างของพระ
ที่นั่งของพระเจ้าซึ่งเป็นที่ประทับของพระเจ้าสำหรับการนมัสการห
รืองานเลี้ยงในนครเยรูซาเล็มใหม่ ในปราสาทขององค์พระผู้เป็นเจ้
ามีตึกขนาดใหญ่ที่มุงด้วยทองคำตั้งอยู่ตรงกลางและมีตึกหลายขนา
ดจำนวนนับไม่ถ้วนกระจายตัวอยู่รอบตึกแห่งนี้ บนหลังคาทองคำรู
ปทรงโดมมีไม้กางเขนแห่งสง่าราศีจำนวนมากซึ่งล้อมรอบไว้ด้วยแ
สงสว่างอันสดใส กางเขนเหล่านี้เตือนให้เราระลึกถึงความจริงที่ว่าเ

ราได้รับความรอดและเข้าสู่สวรรค์ได้เพราะพระเยซูผู้ทรงแบกรับเอากางเขนเพื่อเรา

ตึกขนาดใหญ่ที่อยู่ตรงกลางมีโครงสร้างเป็นรูปทรงกระบอก แต่เนื่องจากตึกแห่งนี้ถูกแตกแต่งด้วยเครื่องเพชรที่ประดิษฐ์ขึ้นอย่างประณีต แสงอันงดงามที่ส่องออกมาจากเพชรแต่ละเม็ดผสมกันเป็นเหมือนสีของรุ้ง ถ้าเราจะเปรียบเทียบปราสาทขององค์พระผู้เป็นเจ้ากับตึกที่มนุษย์สร้างขึ้นบนโลกนี้ สิ่งก่อสร้างที่มีลักษณะใกล้เคียงกับปราสาทขององค์พระผู้เป็นเจ้ามากที่สุดคงได้แก่โบสถ์มหาวิหารของเซ็นต์เบซิลในกรุงมอสโค ประเทศรัสเซีย แต่รูปแบบ วัสดุ และขนาดของสิ่งก่อสร้างที่โอ่อ่าที่สุดที่มนุษย์เคยออกแบบเอาไว้หรือที่ถูกสร้างขึ้นบนโลกนี้ไม่สามารถนำมาเทียบกับปราสาทขององค์พระผู้เป็นเจ้าได้เลย

นอกเหนือจากตึกแห่งนี้ที่ตั้งอยู่ตรงกลางแล้วยังมีตึกอื่น ๆ อีกจำนวนมากที่อยู่ในปราสาทขององค์พระผู้เป็นเจ้า พระเจ้าพระบิดาทรงจัดเตรียมตึกเหล่านี้เอาไว้เพื่อให้ผู้คนที่มีความสัมพันธ์อันใกล้ชิดในวิญญาณสามารถพักอาศัยอยู่กับผู้คนที่ตนรัก บ้านของสาวกสิบสองคนตั้งเป็นแนวยาวโดยหันหน้าไปยังปราสาทขององค์พระผู้เป็นเจ้า บ้านของเปโตร ยอห์น และยากอบตั้งอยู่แถวหน้า ส่วนบ้านของสาวกคนอื่น ๆ ตั้งอยู่แถวหลังถัดไป สิ่งที่พิเศษก็คือภายในปราสาทขององค์พระผู้เป็นเจ้ามีที่พักสำหรับมารีย์ชาวมักดาลาและมารีย์หญิงพรหมจารี แน่นอน สถานที่ดังกล่าวเป็นที่พักชั่วคราวของสตรีทั้งสองคนเมื่อเขาได้รับเชิญจากองค์พระผู้เป็นเจ้า ที่พักอาศัยที่มีลักษณะคล้ายปราสาทของสตรีทั้งสองคนนี้ตั้งอยู่ใกล้กับพระที่นั่งของพระเจ้า

ปราสาทของพระวิญญาณบริสุทธิ์

ทางซ้ายมือด้านล่างของพระที่นั่งของพระเจ้าคือปราสาทของพระวิญญาณบริสุทธิ์ ปราสาทขนาดใหญ่แห่งนี้แสดงถึงพระลักษณะของความเป็น "แม่" ของพระวิญญาณบริสุทธิ์ที่มีความอ่อนสุภาพและอ่อนโยนพร้อมกับตึกรูปทรงโดมที่กลมกลืนอีกหลายขนาด

หลังคาของตึกขนาดใหญ่ที่สุดซึ่งอยู่ตรงกลางปราสาทมีลักษณะเ

หมือนทับทิมเม็ดใหญ่ซึ่งแสดงถึงความรักอย่างแรงกล้า รอบตึกแห่งนี้มีแม่น้ำที่มีน้ำแห่งชีวิตไหลอยู่ซึ่งแม่น้ำนี้ไหลออกมาจากพระที่นั่งของพระเจ้าและปราสาทขององค์พระผู้เป็นเจ้า

ปราสาททั้งหมดในนครเยรูซาเล็มใหม่มีขนาดใหญ่และสง่างามมากจนไม่อาจวัดไว้ แต่ปราสาทขององค์พระผู้เป็นเจ้าและพระวิญญาณบริสุทธิ์มีความงดงามและสง่างามมากเป็นพิเศษ ขนาดของปราสาทเหล่านี้มีขนาดเท่ากับเมือง ๆ หนึ่งมากกว่าที่จะเป็นปราสาท ปราสาทเหล่านี้ถูกสร้างด้วยรูปแบบพิเศษ ทั้งนี้ก็เพราะว่าพระเจ้าพระบิดาทรงสร้างปราสาทเหล่านี้ด้วยพระองค์เองซึ่งแตกต่างจากบ้านเรือนที่สร้างโดยเหล่าทูตสวรรค์ ยิ่งกว่านั้น บ้านเรือนของผู้คนที่เป็นหนึ่งเดียวกับพระวิญญาณบริสุทธิ์และทำให้แผ่นดินของพระเจ้าสำเร็จในยุคของพระวิญญาณบริสุทธิ์จะถูกสร้างไว้อย่างงดงามรอบ ๆ ปราสาทของพระวิญญาณบริสุทธิ์ เช่นเดียวกับปราสาทขององค์พระผู้เป็นเจ้า

สะพานเมฆแห่งสง่าราศีและสถานที่พบปะ

ระหว่างปราสาทขององค์พระผู้เป็นเจ้ากับปราสาทของพระวิญญาณบริสุทธิ์มีสะพานโค้งขนาดใหญ่ซึ่งทำด้วยเมฆสีขาวแวววาวสดใสที่เชื่อมต่อปราสาททั้งสองแห่งเข้าด้วยกัน ณ จุดกึ่งกลางของตัวสะพานคือสถานที่พบปะขององค์พระผู้เป็นเจ้าและพระวิญญาณบริสุทธิ์ซึ่งทั้งสองพระภาคทรงใช้เป็นที่พบปะและสนทนากัน

แม้แต่ผู้อาศัยในนครเยรูซาเล็มใหม่ก็ไม่ได้รับอนุญาตให้เข้าไปในสถานที่แห่งนี้เพราะสถานที่แห่งนี้มีไว้ให้กับองค์พระผู้เป็นเจ้าและพระวิญญาณบริสุทธิ์เท่านั้น บางครั้งองค์พระผู้เป็นเจ้าจะเสด็จมาก่อนและจะทรงรอคอยพระวิญญาณบริสุทธิ์ หรือบางครั้งพระวิญญาณบริสุทธิ์จะเสด็จมาถึงก่อนเพื่อรอคอยองค์พระผู้เป็นเจ้าที่นั่น ณ ที่แห่งนี้ทั้งสองพระภาคทรงสนทนากันอย่างเป็นมิตรเหมือนพี่น้องบนโต๊ะที่ทำด้วยเพชรพลอยซึ่งตั้งอยู่ใต้ร่มกันแดดสีรุ้ง ในขณะที่ทรงทอดพระเนตรดูแม่น้ำที่มีน้ำแห่งชีวิตไหลอยู่ใต้สะพานเมฆนั้น ทั้งสองพระภาคทรงแบ่งปันพระทัย คำสารภาพ และเรื่องราวอื่น ๆ ที่ไม่พระองค์ไม่อาจตรัสถึงได้ในขณะที่ทำพันธกิจอยู่ในโลกนี้ ทั้งส

องพระภาคไม่เพียงแต่ทรงสนทนากันอย่างมิตรเท่านั้น แต่พระองค์ทรงสัมผัสและแบ่งปันความรักของพระบิดาอย่างลึกซึ้งด้วยเช่นกัน

สถานที่นมัสการขนาดใหญ่

มีตึกหลายหลังอยู่รอบปราสาทของพระวิญญาณบริสุทธิ์ที่กำลังอยู่ในการก่อสร้าง มีตึกอยู่หลังหนึ่งที่สง่างามและใหญ่โตเป็นพิเศษ ตึกนี้มีหลังคารูปทรงกลมและมีเสาสูงสิบสองเสาและระหว่างเสาเหล่านั้นมีประตูขนาดใหญ่สิบสองประตู นี่คือสถานที่นมัสการขนาดใหญ่ซึ่งสร้างขึ้นตามแบบของนครเยรูซาเล็มใหม่

แต่ยอห์นบอกเราไว้ในวิวรณ์ 21:22 ว่า "ข้าพเจ้าไม่เห็นมีพระวิหารในนครนั้นเลยเพราะพระเจ้าผู้ทรงฤทธานุภาพสูงสุดและพระเมษโปดกทรงเป็นพระวิหารในนครนั้น" ทำไมยอห์นจึงมองไม่เห็นพระวิหาร ปกติผู้คนมักคิดว่าพระเจ้าต้องการสถานที่อยู่อาศัย (เช่น พระวิหาร) เหมือนที่เราต้องการที่อยู่อาศัย ดังนั้น ในโลกนี้เราจึงนมัสการพระเจ้าในสถานที่นมัสการซึ่งมีการเทศนาพระคำของพระองค์

เหมือนที่ยอห์น 1:1 กล่าวไว้ว่า "ในปฐมกาลพระวาทะดำรงอยู่และพระวาทะทรงสถิตอยู่กับพระเจ้าและพระวาทะทรงเป็นพระเจ้า" พระวาทะประทับอยู่ ณ ที่ใดพระเจ้าก็ประทับอยู่ ณ ที่นั้น ที่ใดก็ตามที่มีการเทศนาพระคำ (พระวาทะ) ที่นั่นก็เป็นสถานที่นมัสการ แต่พระเจ้าประทับอยู่ในนครเยรูซาเล็มใหม่ พระเจ้าผู้ทรงเป็นพระวาทะและองค์พระผู้เป็นเจ้าผู้ทรงเป็นหนึ่งเดียวกับพระเจ้าประทับอยู่ในนครเยรูซาเล็มใหม่ ดังนั้นพระวิหารแห่งอื่นจึงไม่มีความจำเป็น พระเจ้าทรงอนุญาตให้เรารู้ว่าพระวิหารไม่มีความจำเป็นโดยผ่านอัครทูตยอห์นและองค์พระผู้เป็นทรงเป็นพระวิหารในนครเยรูซาเล็มใหม่

แต่เราสงสัยว่าทำไมสถานที่นมัสการขนาดใหญ่ซึ่งไม่ปรากฏเป็นรูปร่างในช่วงเวลาของอัครทูตยอห์นจึงกำลังถูกสร้างขึ้นในเวลานี้ เหมือนที่เราพบในกิจการ 17:24 ว่า "พระเจ้าผู้ทรงสร้างโลกกับสิ่งทั้งปวงที่มีอยู่ในนั้น พระองค์ทรงเป็นเจ้าแห่งฟ้าสวรรค์และแผ่นดินโลก มิได้ทรงสถิตในปูชนียสถานซึ่งมือมนุษย์ได้กระทำไว้"

พระเจ้าไม่ได้ประทับอยู่ในตัววิหารแห่งหนึ่งแห่งใด เราพบในสดุดี 103:19 อีกว่า "พระเจ้าทรงสถาปนาบัลลังก์ของพระองค์ไว้ในฟ้าสวรรค์และราชอาณาจักรของพระองค์ครองทุกสิ่งอยู่" พระที่นั่งของพระเจ้าอยู่ในสวรรค์

ในทำนองเดียวกัน แม้พระที่นั่งของพระเจ้าจะอยู่ในสวรรค์ พระองค์ก็ทรงต้องการสร้างสถานที่นมัสการขนาดใหญ่ที่แสดงถึงพระสิริของพระองค์ สถานที่นมัสการขนาดใหญ่นี้เป็นหลักฐานอย่างหนาแน่นในการแสดงถึงฤทธานุภาพและพระสิริของพระเจ้าเหนือแผ่นดินโลก

ปัจจุบันมีตึกขนาดใหญ่และสง่างามอยู่บนโลกนี้ ผู้คนทุ่มเทเงินทุนจำนวนมหาศาลและสร้างสิ่งปลูกสร้างที่งดงามเพื่อสง่าราศีของตนเองและตามความต้องของตนเอง แต่ไม่ใช่ทุกคนจะสามารถทำเช่นนั้นเพื่อพระเจ้าผู้ทรงสมควรได้รับการถวายสง่าราศีอย่างแท้จริง ด้วยเหตุนี้ พระเจ้าจึงทรงต้องการสร้างสถานที่นมัสการขนาดใหญ่ที่งดงามและโอ่อ่าโดยผ่านบุตรของพระองค์ผู้ที่ได้รับพระวิญญาณบริสุทธิ์และได้รับการชำระให้บริสุทธิ์ จากนั้น พระเจ้าทรงต้องการให้ชนทุกชาติถวายสง่าราศีแด่พระองค์ด้วยสถานที่นมัสการนี้ (1 พงศาวดาร 22:6-16)

ในทำนองเดียวกัน เมื่อสถานที่นมัสการขนาดใหญ่ถูกสร้างขึ้นตามที่พระเจ้าทรงประสงค์ ชนทุกชาติจะถวายสง่าราศีแด่พระองค์และเตรียมตนเองให้พร้อมในฐานะเจ้าสาวขององค์พระผู้เป็นเจ้าเพื่อต้อนรับพระองค์ นั่นคือสาเหตุที่พระเจ้าทรงจัดเตรียมสถานที่นมัสการขนาดใหญ่ไว้เป็นศูนย์กลางของการประกาศข่าวประเสริฐเพื่อนำผู้คนจำนวนนับไม่ถ้วนมาสู่หนทางแห่งความรอดและนำคนเหล่านั้นเข้าสู่นครเยรูซาเล็มใหม่ในวาระสุดท้าย ถ้าเรารู้ถึงการจัดเตรียมนี้ของพระเจ้า สร้างสถานที่นมัสการขนาดใหญ่และถวายสง่าราศีแด่พระองค์ พระเจ้าจะทรงปูนบำเหน็จรางวัลแก่เราตามการกระทำของเราและพระองค์จะทรงสร้างสถานที่นมัสการขนาดใหญ่แบบเดียวกันไว้ในนครเยรูซาเล็มใหม่

ดังนั้น เมื่อมองดูสถานที่นมัสการขนาดใหญ่ซึ่งทำด้วยเพชรพลอยและทองคำที่ไม่มีวัสดุชนิดใดของโลกนี้เปรียบเทียบได้ ผู้คนที่ไปสู่

สวรรค์จะรู้สึกขอบพระคุณในความรักของพระเจ้าซึ่งนำเราไปสู่หน
ทางแห่งพระพรและสง่าราศีผ่านทางการฝึดร่อนมนุษย์

บ้านเรือนในสวรรค์ที่ตกแต่งด้วยเพชรพลอยและทองคำ
รอบปราสาทของพระวิญญาณบริสุทธิ์มีบ้านเรือนที่ตกแต่งด้วยเ
พชรพลอยหลากหลายชนิดตั้งเรียงรายอยู่และยังมีบ้านอีกหลายหลัง
ที่กำลังอยู่ในการก่อสร้าง เรามองเห็นทูตสวรรค์กำลังตกแต่งจุดต่าง
ๆ ของบ้านเรือนเหล่านั้นด้วยเพชรพลอยอันงดงามหรือทำความสะ
อาดพื้นที่ก่อสร้างบ้านเหล่านั้น พระเจ้าประทานบำเหน็จรางวัลให้กั
บแต่ละคนตามการกระทำของเขาและทรงใส่รางวัลเหล่านั้นไว้ในบ้
านของแต่ละคนด้วยวิธีการนี้

ครั้งหนึ่งพระเจ้าทรงแสดงให้ข้าพเจ้าเห็นบ้านของคนงานคริส
ตจักรของข้าพเจ้าที่สัตย์ซื่อสองคน คนหนึ่งเป็นขุมพลังให้กับคริสต
จักรด้วยการอธิษฐานเผื่อแผ่นดินของพระเจ้าทั้งกลางวันและกลาง
คืน บ้านของเธอสร้างด้วยกลิ่นหอมแห่งคำอธิษฐานและความเพียร
ทางเข้าบ้านถูกตกแต่งไว้ด้วยเพชรพลอยอันงดงาม

นอกจากนั้น เพื่อให้เหมาะสมกับคุณลักษณะของเธอ มีโต๊ะตัวห
นึ่งตั้งอยู่ที่มุมสวนซึ่งเธอสามารถใช้เป็นที่นั่งดื่มน้ำชากับคนที่เธอรัก
มีดอกไม้หลากสีสันขนาดเล็กกระจัดกระจายอยู่บนพื้นหญ้า ข้าพเจ้า
บรรยายถึงเฉพาะลักษณะของทางเข้าบ้านและสวนของบ้านของผู้ห
ญิงคนนี้เท่านั้น ลองจินตนาการดูซิว่าตัวบ้านหลังนี้ของเธอจะโอ่อ่า
มากกว่านั้นสักเท่าใด

บ้านอีกหลังหนึ่งที่พระเจ้าทรงสำแดงให้ข้าพเจ้าเห็นเป็นบ้านขอ
งคนงานคริสตจักรคนหนึ่งที่อุทิศตนให้กับการประกาศพระกิตติคุ
ณในโลกนี้โดยใช้วรรณกรรม ข้าพเจ้ามองเห็นห้องหนึ่งในบรรดาห้
องต่าง ๆ ของบ้าน ในห้องนั้นมีโต๊ะ เก้าอี้ และเชิงเทียนที่ทำด้วยทอ
งคำตั้งอยู่และมีหนังสือมากมายอยู่ภายในห้องนี้ ทั้งนี้เพื่อให้รางวัลแ
ก่เธอและเพื่อรำลึกถึงงานของเธอในการถวายเกียรติยศแด่พระเจ้า
ด้วยการประกาศพระกิตติคุณโดยใช้วรรณกรรม เพราะพระเจ้าทร
งทราบว่าผู้หญิงคนนี้ชื่นชอบการอ่านหนังสืออย่างมาก

ในทำนองเดียวกัน พระเจ้าไม่เพียงแต่ทรงจัดเตรียมบ้านของเรา

ในสวรรค์ไว้เท่านั้น แต่พระองค์ประทานสิ่งของเครื่องใช้อันงดงามแก่เราด้วยเช่นกันเพื่อปูนบำเหน็จแก่เราต่อการเสียสละของเราในการละทิ้งความสนุกสนานฝ่ายโลกเพื่ออุทิศตนอย่างเต็มที่ให้กับการทำให้แผ่นดินของพระองค์สำเร็จ

3. อยู่กับองค์พระผู้เป็นเจ้าผู้เป็นเจ้าบ่าวของเราตลอดไป

ในนครเยรูซาเล็มใหม่มีงานเลี้ยงอยู่หลายชนิดที่จัดขึ้นอย่างต่อเนื่องซึ่งรวมถึงงานเลี้ยงที่พระเจ้าพระบิดาทรงเป็นผู้จัด ทั้งนี้ก็เพราะผู้คนที่อาศัยอยู่ในนครเยรูซาเล็มใหม่สามารถเชิญชวนพี่น้องชายหญิงที่อาศัยอยู่ในสถานที่แห่งอื่นของสวรรค์มาร่วมงานได้

ลองคิดดูซิว่าจะเป็นสิ่งที่ปลื้มปีติยินดีและมีความสุขมากเพียงใดถ้าท่านสามารถอาศัยอยู่ในนครเยรูซาเล็มใหม่และได้รับเชิญจากองค์พระผู้เป็นเจ้าให้เข้าร่วมแบ่งปันความรักกับพระองค์และเข้าร่วมในงานเลี้ยงอันรื่นเริงเหล่านั้น

การต้อนรับอันอบอุ่นที่ปราสาทขององค์พระผู้เป็นเจ้า

เมื่อผู้คนในนครเยรูซาเล็มใหม่ได้รับเชิญจากองค์พระผู้เป็นเจ้าผู้ทรงเป็นเจ้าบ่าวของตน คนเหล่านี้จะประดับตนเองให้งดงามที่สุดในฐานะเจ้าสาวด้วยจิตใจที่ปลื้มปีติยินดีเพื่อร่วมชุมนุมกัน ณ ปราสาทขององค์พระผู้เป็นเจ้า เมื่อบรรดาเจ้าสาวขององค์พระผู้เป็นเจ้าเดินทางมาถึงปราสาทของพระองค์ ทูตสวรรค์สององค์ที่ประจำการอยู่ ณ ประตูใหญ่อันสุกใสจะต้อนรับเจ้าสาวเหล่านี้อย่างสุภาพอ่อนน้อม ในเวลานี้ กลิ่นหอมจากกำแพงที่ตกแต่งด้วยเพชรพลอยและดอกไม้นานาชนิดจะห้อมล้อมกายของคนเหล่านี้เอาไว้เพื่อเพิ่มเติมความชื่นชมยินดีให้กับเขา

เมื่อก้าวผ่านประตูใหญ่เข้าไป คนเหล่านี้จะได้ยินเสียงของเพลงสรรเสริญที่แผ่วเบาซึ่งสัมผัสลึกลงไปในวิญญาณ ในขณะที่ได้ยินเสียงดังกล่าว สันติสุข ความสุข และความรู้สึกขอบพระคุณสำหรับความรักของพระเจ้าก็หลั่งไหลออกมาจากจิตใจของคนเหล่านี้เพราะเขารู้ว่าพระองค์ทรงนำเขาไปสู่ที่นั่น

ในขณะที่กำลังเดินอยู่บนถนนทองคำที่สุกใสเหมือนแก้วเพื่อมุ่งหน้าไปสู่ตึกใหญ่ ทูตสวรรค์จะเดินเคียงข้างคนเหล่านี้ในขณะที่เขาเดินผ่านเข้าไปในตึกและสวนอันงดงามหลายแห่งก่อนเดินทางถึงตึกใหญ่ จิตใจของเขาเต้นแรงมากขึ้นด้วยความหวังใจที่จะได้พบองค์พระผู้เป็นเจ้า เมื่อเข้าไปใกล้ตึกใหญ่มากขึ้น เขาสามารถมองเห็นองค์พระผู้เป็นเจ้ารอคอยต้อนรับตนอยู่ที่นั่น น้ำตาที่ไหลนองทำให้การมองเห็นของเขาพร่ามัวแต่เขารีบวิ่งไปหาองค์พระผู้เป็นเจ้าด้วยความปรารถนาอันแรงกล้าที่จะเห็นพระองค์เร็วขึ้น องค์พระผู้เป็นเจ้าทรงอ้าแขนของพระองค์รอคอยคนเหล่านี้และพระพักตร์ของพระองค์เต็มไปด้วยความรักและความอ่อนสุภาพ พระองค์ทรงสวมกอดคนเหล่านี้แต่ละคนเอาไว้

องค์พระผู้เป็นเจ้าตรัสกับคนเหล่านี้ว่า "เข้ามาเถิดเจ้าสาวผู้งดงามของเราเอ๋ย เรายินดีต้อนรับเจ้าทุกคน" ผู้คนที่ได้รับเชิญสารภาพความรักของตนที่พระทรวงของพระองค์ว่า "ข้าพระองค์ขอบคุณพระองค์จากส่วนลึกแห่งจิตใจของข้าพระองค์ที่พระองค์ทรงเชิญข้าพระองค์มาที่นี่" จากนั้น คนเหล่านี้จะเดินจับมือไปกับองค์พระผู้เป็นเจ้าเหมือนภาพของคู่สมรสที่ตกหลุมรักกันอย่างดูดดื่มพร้อมกับสนทนากับพระองค์ซึ่งเขาเฝ้าปรารถนามาเป็นเวลาอันยาวนานนับตั้งแต่ยังอยู่ในโลก ด้านขวาของตึกใหญ่คือทะเลสาบและองค์พระผู้เป็นเจ้าทรงอธิบายถึงความรู้สึกและสถานการณ์ของพระองค์ในช่วงเวลาของการทำพันธกิจบนโลกนี้โดยละเอียด

ทะเลสาบเตือนให้ระลึกทะเลกาลิลี

ทำไมทะเลสาบแห่งนี้จึงเตือนให้คนเหล่านั้นระลึกถึงทะเลกาลิลี พระเจ้าทรงสร้างทะเลสาบแห่งนี้ไว้เป็นที่ระลึกเพราะว่าองค์พระผู้เป็นเจ้าทรงเริ่มต้นและทำพระราชกิจส่วนใหญ่ของพระองค์รอบทะเลกาลิลี (มัทธิว 4:23) อิสยาห์ 9:1 กล่าวว่า "เมืองนั้นซึ่งอยู่ในความแสนระทมจะไม่กลัดกลุ้ม ในกาลก่อนพระองค์ทรงนำแคว้นเศบูลุนและแคว้นนัฟทาลีมาสู่ความดูหมิ่น แต่ในกาลภายหลังพระองค์จะทรงกระทำให้หนทางข้างทะเลแคว้นฟากตะวันตกของแม่น้ำจอร์แดน คือ กาลิลีแห่งบรรดาประชาชาติให้รุ่งโรจน์" มีการพยากรณ์ไว้

ว่าองค์พระผู้เป็นเจ้าจะทรงเริ่มต้นพันธกิจของพระองค์ที่ทะเลกาลิลีและคำพยากรณ์นี้สำเร็จเป็นจริง

ฝูงปลาหลากสีสันชนิดต่าง ๆ แหวกว่ายไปมาอยู่ในทะเลสาบขนาดใหญ่แห่งนี้ ในยอห์น 21 องค์พระผู้เป็นเจ้าที่เป็นขึ้นมาทรงปรากฏพระองค์ต่อเปโตรที่จับปลาไม่ได้และบอกกับเขาว่า "จงทอดอวนลงทางด้านขวาเรือเถิดแล้วจะได้ปลาเป็นอันมาก" (ข้อ 6) และเปโตรก็ทำตามและจับปลาได้ถึง 153 ตัว ในทะเลสาบภายในปราสาทขององค์พระผู้เป็นเจ้ามีปลาอยู่ 153 ตัวเช่นกันและนี่เป็นการระลึกถึงพันธกิจขององค์พระผู้เป็นเจ้าด้วยเช่นกัน เมื่อปลาเหล่านี้กระโดดลอยตัวอยู่ในอากาศและแสดงการละเล่นอย่างน่าเอ็นดู สีของปลาเหล่านี้จะแปรเปลี่ยนไปในรูปแบบต่าง ๆ เพื่อเพิ่มเติมความชื่นชมยินดีและความสนุกสนานให้กับผู้ที่ได้รับเชิญ

องค์พระผู้เป็นเจ้าทรงเดินไปบนทะเลสาบแห่งนี้เหมือนที่พระองค์เคยเดินอยู่บนทะเลสาบกาลิลีในโลกนี้ จากนั้นผู้คนที่ได้รับเชิญจะยืนรอบทะเลสาบด้วยความยินดีและรอฟังพระดำรัสขององค์พระผู้เป็นเจ้า พระองค์ทรงอธิบายถึงสถานการณ์เมื่อพระองค์ทรงเดินอยู่บนทะเลกาลิลีในโลกนี้โดยละเอียด จากนั้น เปโตร (ซึ่งเคยเดินบนน้ำได้ชั่วขณะหนึ่งบนโลกนี้ด้วยการเชื่อฟังพระดำรัสของพระองค์) จะรู้สึกเสียใจที่ตนจมลงไปในน้ำเพราะมีความเชื่อน้อย (มัทธิว 14:28-32)

พิพิธภัณฑ์ยกย่องพันธกิจขององค์พระผู้เป็นเจ้า

ในขณะที่เยี่ยมชมสถานที่ต่าง ๆ พร้อมกับองค์พระผู้เป็นเจ้า บัดนี้คนเหล่านั้นเริ่มคิดถึงช่วงเวลาแห่งการฝัดร่อนของตนบนโลกนี้และรู้สึกท่วมท้นไปด้วยความรักของพระบิดาและขององค์พระผู้เป็นเจ้าผู้ทรงจัดเตรียมสวรรค์ไว้สำหรับตน ผู้ที่ได้รับเชิญเหล่านั้นมาถึงพิพิธภัณฑ์ที่อยู่ทางด้านซ้ายของตึกใหญ่ในปราสาทขององค์พระผู้เป็นเจ้า พระเจ้าพระบิดาทรงสร้างพิพิธภัณฑ์แห่งนี้ขึ้นเพื่อรำลึกถึงพันธกิจขององค์พระผู้เป็นเจ้าบนโลกนี้เพื่อให้ผู้คนเห็นและสัมผัสถึงพันธกิจนั้นเหมือนอยู่ในเหตุการณ์จริง ยกตัวอย่าง สถานที่ซึ่งพระเยซูถูกพิพากษาโดยปอนทิอัสปีลาตและเส้นทางที่พระเยซูทรงดำเนิ

นผ่านในขณะทีทรงแบกกางเขนเพือมุ่งหน้าไปสู่โกละโกธาถูกสร้างขึนมาใหม่ให้มีลักษณะทีเหมือนกัน เมือผู้คนมองไปยังสถานทีเหล่านี องค์พระผู้เป็นเจ้าทรงอธิบายถึงสถานการณ์ในเวลานันโดยละเอียด

เมือเร็ว ๆ นี โดยการดลใจของพระวิญญาณบริสุทธิ ข้าพเจ้าได้เรียนรู้เกียวกับสิงทีองค์พระผู้เป็นเจ้าตรัสสารภาพออกมาในช่วงเวลานันและข้าพเจ้าอยากแบ่งปันคำตรัสเหล่านันบางส่วนกับท่าน นีเป็นเป็นคำสารภาพจากพระทัยขององค์พระผู้เป็นเจ้า (ผู้เสด็จมายังโลกนีหลังจากทีทรงสละสง่าราศีทังสินในสวรรค์) ในขณะทีพระองค์กำลังแบกกางเขนมุ่งหน้าไปสู่โกละโกธา

พระบิดาเจ้าข้า พระบิดาของข้าพระองค์
พระบิดาของข้าพระองค์ผู้ทรงเป็นความสว่างทีสมบูรณ์แบบ
พระองค์ทรงรักสิงสารพัดอย่างแท้จริง
แผ่นดินทีข้าพระองค์เคยย่างก้าวลง
กับพระองค์ครังแรก
และผู้คน
นับตังแต่คนเหล่านีถูกสร้างขึน
เวลานีชัวร้ายมาก...

บัดนีข้าพระองค์รู้ว่า
ทำไมพระองค์จึงทรงส่งข้าพระองค์มาทีนี
ทำไมพระองค์จึงทรงอนุญาตให้ข้าพระองค์พบกับความยากลำบากเหล่านี
ซึงออกมาจากจิตใจทีชัวร้ายของผู้คน
และทำไมพระองค์จึงทรงอนุญาตให้ข้าพระองค์ลงมาทีนี
จากสถานทีอันรุ่งเรืองในสวรรค์
บัดนีข้าพระองค์สัมผัสและรู้ถึง
สิงเหล่านี
จากส่วนลึกแห่งจิตใจของข้าพระองค์

แต่พระบิดาเจ้าข้า

ข้าพระองค์รู้ว่าพระองค์จะทรงรื้อฟื้นสังสารพัดขึ้นใหม่
ด้วยความยุติธรรมและความลับที่ซ่อนอยู่ของพระองค์
พระบิดาเจ้าข้า
สิ่งเหล่านี้ล้วนเป็นสิ่งชั่วประเดี๋ยวเดียว
แต่เพราะเห็นแก่สง่าราศี
ที่พระองค์จะประทานแก่ข้าพระองค์
และหนทางแห่งความสว่าง
ที่พระองค์ทรงเปิดออกเพื่อคนเหล่านี้
พระบิดาเจ้าข้า
ข้าพระองค์จึงขอรับเอากางเขนนี้ด้วยความหวังและความยินดี

พระบิดาเจ้าข้า ข้าพระองค์สามารถเดินบนถนนเส้นนี้
เพราะข้าพระองค์เชื่อว่า
พระองค์จะทรงเปิดหนทางและความสว่างนี้
ด้วยการอนุญาตและด้วยความรักของพระองค์
และพระองค์จะทรงทำให้พระบุตรของพระองค์ส่องสว่าง
ด้วยความสว่างอันงดงามเจิดจ้า
เมื่อสิ่งเหล่านี้จบสิ้นลง
ในอีกไม่นาน

พระบิดาเจ้าข้า
แผ่นดินที่ข้าพระองค์เคยย่างก้าวลงทำด้วยทองคำ
ถนนที่ข้าพระองค์เคยดำเนินเป็นทองคำด้วยเช่นกัน
กลิ่นหอมของดอกไม้ที่ข้าพระองค์เคยสูดดม
เป็นสิ่งที่ดีเกินกว่าจะนำมาเทียบ
กับสิ่งที่มีอยู่ในโลกนี้
วัสดุที่ใช้ทำเสื้อผ้า
ที่ข้าพระองค์เคยสวมใส่
แตกต่างจากวัสดุเหล่านี้
และสถานที่ซึ่งข้าพระองค์เคยอาศัย
เป็นสถานที่รุ่งเรืองมาก

และข้าพระองค์อยากให้คนเหล่านี้
รู้ถึงสถานที่อันงดงามและสงบแห่งนี้

พระบิดาเจ้าข้า
ข้าพระองค์รู้ถึงการจัดเตรียมทุกอย่างของพระองค์ว่า
เพราะเหตุใดพระองค์จึงให้กำเนิดแก่ข้าพระองค์
เพราะเหตุใดพระองค์จึงมอบหน้าที่นี้แก่ข้าพระองค์
และเพราะเหตุใดพระองค์จึงให้ข้าพระองค์ลงมาที่นี่
เพื่อย่างก้าวลงบนแผ่นดินที่ชั่วร้าย
และเพื่ออ่านความคิดของผู้คนที่ชั่วร้าย
ข้าพระองค์ยกย่องพระองค์ พระบิดาเจ้าข้า
สำหรับความรักและความยิ่งใหญ่ของพระองค์
และทุกสิ่งที่ปราศจากตำหนิ

พระบิดาที่รักของข้าพระองค์
ผู้คนคิดว่าข้าพระองค์ไม่ยอมปกป้องตนเอง
ว่าข้าพระองค์อ้างตนว่าเป็นกษัตริย์ของชาวยิว
แต่พระบิดาเจ้าข้า
คนเหล่านี้จะเข้าใจความหลัง
ที่ออกมาจากจิตใจของข้าพระองค์
ความรักต่อพระบิดาที่มาจากจิตใจของข้าพระองค์
ความรักต่อคนเหล่านี้
ที่มาจากจิตใจของข้าพระองค์ได้อย่างไร

พระบิดาเจ้าข้า
คนจำนวนมากจะรู้และเข้าใจ
สิ่งต่าง ๆ ที่จะเกิดขึ้นภายหลัง
โดยผ่านพระวิญญาณบริสุทธิ์
ที่พระองค์จะประทานเป็นของขวัญแก่เขา
หลังจากข้าพระองค์จากไป
เนื่องจากความเจ็บปวดชั่วประเดี๋ยวเดียวนี้

พระบิดาเจ้า ขออย่าทรงหลั่งน้ำพระเนตร
และขออย่าทรงหันพระพักตร์ไปจากข้าพระองค์
ขออย่าให้พระทัยของพระองค์เจ็บปวดรวดร้าว
พระบิดาเจ้าข้า

พระบิดาเจ้าข้า ข้าพระองค์รักพระองค์
จนกว่าข้าพระองค์จะถูกตรึง
หลั่งโลหิตของข้าพระองค์ออกและหายใจเป็นครั้งสุดท้าย
พระบิดาเจ้า ข้าพระองค์คิดถึงสิ่งเหล่านี้
และจิตใจของผู้คนเหล่านี้

พระบิดาเจ้า ขออย่าทรงเสียพระทัย
แต่ขอทรงรับการยกย่องเชิดชูผ่านทางพระบุตร
และการจัดเตรียมรวมทั้งแผนการทั้งสิ้นของพระบิดา
จะสำเร็จสมบูรณ์ตลอดไปและมากยิ่งขึ้น...

  พระเยซูทรงอธิบายถึงสิ่งต่าง ๆ ที่ผุดขึ้นในความคิดของพระองค์ในขณะที่อยู่บนกางเขน อาทิ เช่น สง่าราศีของสวรรค์ การที่พระองค์ทรงยืนอยู่ต่อเบื้องพระพักตร์ของพระบิดา เหตุผลที่พระบิดาจำเป็นต้องมอบหน้าที่นี้ให้กับพระองค์ และเรื่องราวอื่น ๆ อีกมากมาย
  ผู้คนที่ได้รับเชิญไปยังปราสาทขององค์พระผู้เป็นเจ้าหลั่งน้ำตาของตนในขณะที่รับฟังเรื่องราวเหล่านี้และขอบพระคุณองค์พระผู้เป็นเจ้าด้วยน้ำตาที่พระองค์ทรงรับเอากางเขนแทนเขาและกล่าวถ้อยคำจากส่วนลึกแห่งจิตใจของตนว่า "องค์พระผู้เป็นเจ้าของข้าพระองค์ พระองค์ทรงเป็นพระผู้ช่วยให้รอดที่แท้จริง"
  เพื่อรำลึกถึงความยากลำบากขององค์พระผู้เป็นเจ้า พระเจ้าทรงสร้างถนนเพชรพลอยหลายสายไว้ภายในปราสาทขององค์พระผู้เป็นเจ้า เมื่อผู้คนเดินไปตามถนนที่สร้างและตกแต่งด้วยเพชรพลอยหลากสี แสงสว่างจะเจิดจ้ามากขึ้นและทำให้คนเหล่านั้นรู้สึกเหมือนเดินอยู่บนน้ำ ยิ่งกว่านั้น ในการระลึกถึงการถูกตรึงบนไม้กางเขนเพื่อไถ่มนุษย์ให้พ้นจากความผิดบาปของตน พระเจ้าพระบิดาทรงสร้า

งไม้กางเขนที่มีรอยเลือดไว้ที่นั่น ที่นั่นยังมีคอกสัตว์แห่งเมืองเบธเลเฮ็มซึ่งเป็นสถานที่บังเกิดขององค์พระผู้เป็นเจ้าเช่นกัน นอกจากนั้นยังมีหลายสิ่งหลายอย่างเพื่อทำให้คนเหล่านั้นดูและสัมผัสถึงพันธกิจขององค์พระผู้เป็นเจ้าเหมือนอยู่ในเหตุการณ์จริง เมื่อผู้คนไปเยี่ยมสถานที่เหล่านี้ เขาจะเห็นและได้ยินถึงพระราชกิจขององค์พระผู้เป็นเจ้าได้อย่างชัดเจนเพื่อทำให้เขาสามารถสัมผัสถึงความรักขององค์พระผู้เป็นเจ้าและของพระบิดาได้อย่างลึกซึ้งมากยิ่งขึ้นและถวายสง่าราศีพร้อมกับขอบพระคุณพระองค์ตลอดไป

4. สง่าราศีของผู้อาศัยในนครเยรูซาเล็มใหม่

นครเยรูซาเล็มใหม่เป็นสถานที่อันงามที่สุดในสวรรค์ซึ่งพระเจ้าทรงมอบให้เป็นรางวัลแก่ผู้คนที่ได้รับการชำระให้บริสุทธิ์ในจิตใจของตนและสัตย์ซื่อต่อทุกสิ่งในชุมชนของพระเจ้า วิวรณ์ 21:24-26 บอกให้เราทราบว่าผู้คนประเภทใดจะได้รับสง่าราศีของการเข้าสู่นครเยรูซาเล็มใหม่

บรรดาประชาชาติจะเดินไปในท่ามกลางแสงสว่างของนครนั้นและบรรดากษัตริย์ในแผ่นดินโลกจะนำศักดิ์ศรีของตนเข้ามาในนครนั้น ประตูนครทุกประตูจะไม่ปิดเลยในเวลากลางวันและจะไม่มีเวลากลางคืนในนครนั้นเลย และคนทั้งหลายจะนำศักดิ์ศรีและเกียรติของบรรดาประชาชาติเข้ามาในนครนั้น

บรรดาประชาชาติจะเดินไปในท่ามกลางแสงสว่างของนครนั้น

คำว่า "บรรดาประชาชาติ" ในที่นี้หมายถึงทุกคนที่ได้รับความรอดโดยไม่คำนึงถึงพื้นเพเบื้องหลังทางชาติพันธุ์ แม้ความเป็นพลเมือง เชื้อชาติ และลักษณะอื่น ๆ ของแต่ละคนจะแตกต่างกัน แต่เมื่อคนเหล่านี้ได้รับความรอดโดยทางพระเยซูคริสต์ ทุกคนล้วนเป็นบุตรของพระเจ้าและมีความเป็นพลเมืองของแผ่นดินสวรรค์

ด้วยเหตุนี้ วลีที่ว่า "บรรดาประชาชาติจะเดินไปในท่ามกลางแสงสว่างของนครนั้น" จึงหมายความว่าบุตรของพระเจ้าทุกค

นจะเดินอยู่ในความสว่างแห่งพระสิริของพระเจ้า แต่ไม่ใช่บุตรของพระเจ้าทุกคนจะมีสง่าราศีที่สามารถเข้าสู่นครเยรูซาเล็มใหม่ได้อย่างอิสระ ทั้งนี้ก็เพราะผู้คนที่อาศัยอยู่ในเมืองบรมสุขเกษมสวรรค์ชั้นที่หนึ่ง ชั้นที่สอง และชั้นที่สามจะเข้าสู่นครเยรูซาเล็มใหม่ได้ก็เมื่อเขาได้รับเชิญเท่านั้น เฉพาะผู้คนที่ได้รับการชำระให้บริสุทธิ์อย่างสมบูรณ์และสัตย์ซื่อต่อทุกสิ่งในชุมชนของพระเจ้าเท่านั้นจะได้รับเกียรติของการเห็นพระเจ้าพระบิดาแบบหน้าต่อหน้าในนครเยรูซาเล็มใหม่ตลอดไป

บรรดากษัตริย์ในแผ่นดินโลกจะนำศักดิ์ศรีของตนเข้ามา

วลีที่ว่า "บรรดากษัตริย์ในแผ่นดินโลก" หมายถึงผู้คนที่เคยเป็นผู้นำฝ่ายวิญญาณในโลกนี้ คนเหล่านี้ส่องแสงเหมือนเพชรพลอยสิบสองชนิดของฐานสิบสองฐานของกำแพงนครเยรูซาเล็มใหม่และมีคุณสมบัติที่จะอาศัยอยู่ในนครแห่งนี้ ในทำนองเดียวกัน ผู้คนที่พระเจ้าทรงให้การยอมรับจะนำเครื่องบรรณาการที่เขาจัดเตรียมไว้ด้วยสิ้นสุดใจของตนมาถวายแด่พระองค์เมื่อเขายืนอยู่ต่อหน้าพระพักตร์พระองค์ คำว่า "เครื่องบรรณาการ" ในที่นี้ข้าพเจ้าหมายถึง "ทุกสิ่ง" ที่คนเหล่านั้นใช้เพื่อถวายเกียรติยศแด่พระเจ้าด้วยจิตใจของตนซึ่งบริสุทธิ์และสุกใสเหมือนแก้ว

ด้วยเหตุนี้ วลีที่ว่า "บรรดากษัตริย์ในแผ่นดินโลกจะนำศักดิ์ศรีของตนเข้ามาในนครนั้น" จึงหมายความว่าคนเหล่านี้จะจัดเตรียมทุกสิ่งที่ตนได้กระทำอย่างร้อนรนเพื่อแผ่นดินของพระเจ้ามาเป็นเครื่องบรรณาการให้กับพระองค์พร้อมทั้งถวายสง่าราศีแด่พระเจ้าและเข้าสู่นครเยรูซาเล็มใหม่ด้วยเครื่องบรรณาการเหล่านั้น

กษัตริย์ของโลกนี้ถวายเครื่องบรรณาการแด่กษัตริย์ของประเทศที่แข็งแกร่งและยิ่งใหญ่กว่าเพื่อเอาใจกษัตริย์เหล่านั้น แต่เครื่องบรรณาการสำหรับพระเจ้าเป็นการถวายด้วยความรู้สึกขอบพระคุณที่พระองค์ทรงนำคนเหล่านั้นมาสู่หนทางแห่งความรอดและชีวิตนิรันดร์ พระเจ้าทรงรับเอาเครื่องบรรณาการเหล่านี้ด้วยความยินดีและทรงปูนบำเหน็จให้กับคนเหล่านั้นด้วยเกียรติยศของการอาศัยอยู่ในนครเยรูซาเล็มใหม่ชั่วนิรันดร์

ในนครเยรูซาเล็มใหม่ไม่มีความมืดเพราะพระเจ้าผู้ทรงเป็นความสว่างประทับอยู่ที่นั่น เนื่องจากที่นั่นไม่มีกลางคืน ความชั่วร้าย ความตาย หรือโจรขโมย จึงไม่มีความจำเป็นที่ต้องปิดประตูนครเยรูซาเล็มใหม่ แต่สาเหตุที่พระคัมภีร์พูดว่า "กลางวัน" ก็เพราะเรามีความรู้และความสามารถจำกัดที่จะเข้าใจถึงสวรรค์ได้อย่างครบถ้วน

นำศักดิ์ศรีและเกียรติของบรรดาประชาชาติเข้ามา

วลีที่ว่า "คนทั้งหลายจะนำศักดิ์ศรีและเกียรติของบรรดาประชาชาติเข้ามาในนครนั้น" หมายถึงอะไร "คนทั้งหลาย" ในที่นี้หมายถึงทุกคนที่ได้รับความรอดซึ่งมาจากบรรดาประชาชาติของแผ่นดินโลก และ "คนทั้งหลายจะนำศักดิ์ศรีและเกียรติของบรรดาประชาชาติเข้ามาในนครนั้น" หมายความว่าคนเหล่านี้จะเข้ามาในนครเยรูซาเล็มใหม่ด้วยสิ่งที่ตนใช้เพื่อถวายเกียรติแด่พระเจ้าในขณะที่คนเหล่านี้ส่งกลิ่นหอมของพระเยซูคริสต์ออกไปในโลกนี้

เมื่อลูกเรียนหนักและคะแนนของเขาดีขึ้นเขาจะอวดคะแนนของตนกับพ่อแม่ พ่อแม่จะชื่นชมยินดีกับเขาเพราะพ่อแม่รู้สึกภาคภูมิใจกับการเรียนหนักของลูกถึงแม้ว่าลูกอาจไม่ได้คะแนนสูงที่สุดก็ตาม ในทำนองเดียวกัน การที่เราจะส่งกลิ่นหอมของพระเยซูคริสต์และถวายเกียรติยศแด่พระเจ้าและการที่พระองค์จะทรงรับเอาด้วยความยินดีมากน้อยเพียงใดนั้นขึ้นอยู่กับขนาดแห่งความเชื่อที่เราแสดงออกเพื่อแผ่นดินของพระเจ้าบนโลกนี้

พระคัมภีร์กล่าวไว้ว่า "บรรดากษัตริย์ในแผ่นดินโลกจะนำศักดิ์ศรีของตนเข้ามาในนครนั้น" และเหตุผลที่พระคัมภีร์กล่าวว่า "บรรดากษัตริย์ในแผ่นดินโลก" อันดับแรกก็เพื่อแสดงให้เห็นถึงลำดับชั้นหรือตำแหน่งฝ่ายวิญญาณของผู้คนที่อยู่ต่อพระพักตร์พระเจ้า

ผู้คนที่มีคุณสมบัติเข้าไปอยู่ในนครเยรูซาเล็มใหม่ชั่วนิรันดร์พร้อมด้วยสง่าราศีอันเจิดจ้าเหมือนดวงอาทิตย์จะอยู่ต่อพระพักตร์พระเจ้าเป็นกลุ่มแรก จากนั้นผู้คนที่ได้รับความรอดจากบรรดาประชาชาติจะอยู่ต่อพระพักตร์พระเจ้าเป็นกลุ่มถัดไปพร้อมด้วยสง่าราศีของตน เราต้องรู้ว่าถ้าเราไม่มีคุณสมบัติเข้าไปอยู่ในนครเยรูซาเล็มใหม่

ชัวนิรันดร์ เราสามารถไปเยียมนครแห่งนีได้ในบางโอกาสเท่านัน

ผู้คนที่ไม่มีวันได้เข้าสู่นครเยรูซาเล็มใหม่

พระเจ้าแห่งความรักทรงปรารถนาให้ทุกคนได้รับความรอดและทรงมอบที่อยู่และรางวัลในสวรรค์เป็นบำเหน็จให้กับแต่ละคนตามการกระทำของเขา นันคือสาเหตุที่ผู้คนซึ่งไม่มีคุณสมบัติเข้าสู่นครเยรูซาเล็มใหม่จะเข้าไปอยู่สวรรค์ชันที่สาม ชันที่สอง ชันที่หนึ่ง หรือเมืองบรมสุขเกษมตามขนาดแห่งความเชื่อของตน พระเจ้าทรงจัดงานเลียงพิเศษและทรงเชิญชวนคนเหล่านีเข้าไปในนครเยรูซาเล็มใหม่เพือคนเหล่านีจะได้ชืนชมความสง่างามของนครแห่งนีด้วย

อย่างไรก็ตาม ท่านจะเห็นว่ามีบางคนที่ไม่มีวันได้เข้าสู่นครเยรูซาเล็มใหม่แม้พระเจ้าทรงต้องการทีจะมีพระเมตตาต่อเขาก็ตาม กล่าวคือ ผู้คนที่ไม่ได้รับความรอดจะไม่มีวันเห็นสง่าราศีของนครเยรูซาเล็มใหม่

สิงใดทีเป็นมลทินหรือผู้ใดทีประพฤติเป็นทีน่าสะอิดสะเอียนหรือพูดมุสาจะเข้าไปในนครนันไม่ได้เลยเพราะคนทีมีชือจดไว้ในหนังสือชีวิตของพระเมษโปดกเท่านันจึงจะเข้าไปได้ (วิวรณ์ 21:27)

คำว่า "เป็นมลทิน" ในทีนีหมายถึงการพิพากษาและการกล่าวโทษคนอืน การบ่นต่อว่า การแสวงหากำไรและการหาผลประโยชน์ให้กับตนเอง บุคคลประเภทนีทำตัวเป็นผู้พิพากษาและกล่าวโทษคนอืนตามความพอใจแทนทีจะเข้าใจคนอืน คำว่า "น่าสะอิดสะเอียน" ในทีนีหมายถึงการประพฤติทุกอย่างทีออกมาจากจิตใจทีน่ารังเกียจของคนสองใจ เพราะคนเช่นนีมีความคิดและจิตใจทีแปรปรวนและไม่แน่นอน เขาจึงขอบคุณเฉพาะในยามทีเขาได้รับคำตอบต่อคำอธิษฐาน แต่อีกไม่นานถ้าเขาพบกับการทดลองเขาจะบ่นต่อว่าและคร่ำครวญ ในทำนองเดียวกัน ผู้คนทีมีจิตใจอันน่าขยะแขยงจะหลอกลวงจิตสำนึกของตนและไม่ลังเลทีจะเปลียนความคิดเพือแสวงหาผลประโยชน์ของตน

ผู้คนที "พูดมุสา" คือคนทีหลอกตนเองและจิตสำนึกของตน เราต้องรู้ว่าการหลอกลวงชนิดนีเป็นหลุมพรางของซาตาน มีผู้มุส

าหลายจำนวนมากโกหกจนเป็นนิสัยและมีบางคนที่พูดมุสาเพื่อประโยชน์ของคนอื่น แต่พระเจ้าทรงต้องการให้เราละทิ้งแม้แต่การมุสาประเภทนี้ด้วย มีบางคนที่สร้างเสียหายให้กับคนอื่นด้วยการเป็นพยานเท็จ คนที่หลอกลวงคนอื่นด้วยเจตนาร้ายเช่นนี้จะไม่รอด ยิ่งกว่านั้น คนที่ฉ้อโกงพระวิญญาณบริสุทธิ์หรืองานของพระเจ้าถือเป็นคนที่ "พูดมุสา" ด้วยเช่นกัน ยูดาสอิสคาริโอท (หนึ่งในสาวกสิบสองคนของพระเยซู) รับผิดชอบถุงเงินและคดโกงอย่างต่อเนื่องในงานของพระเจ้าด้วยการขโมยเงินจากเงินที่เก็บไว้และการบาปอย่างอื่น ในที่สุด เมื่อซาตานเข้าครอบงำจิตใจของเขา ยูดาสอิสคาริโอทจึงขายพระเยซูด้วยเงินสามสิบเหรียญและถูกปฏิเสธชั่วนิรันดร์

มีบางคนที่เห็นคนป่วยได้รับการรักษาและเห็นผีร้ายถูกขับออกไปด้วยพระวิญญาณบริสุทธิ์ในฤทธิ์อำนาจของพระเจ้า แต่คนเหล่านี้ยังปฏิเสธการงานเหล่านี้และกล่าวว่าสิ่งเหล่านี้เป็นงานของซาตาน คนเช่นนี้ไม่มีวันได้เข้าสู่สวรรค์เพราะเขาหมิ่นประมาทและพูดต่อต้านพระวิญญาณบริสุทธิ์ เราไม่ควรพูดมุสาในทุกสถานการณ์ในสายพระเนตรของพระเจ้า

การลบชื่อออกจากหนังสือแห่งชีวิต

เมื่อเรารอดโดยความเชื่อ ชื่อของเราจะถูกบันทึกไว้ในหนังสือแห่งชีวิตของพระเมษโปดก (วิวรณ์ 3:5) แต่ไม่ได้หมายความว่าทุกคนที่ต้อนรับเอาพระเยซูคริสต์จะรอด เราจะรอดได้อย่างแท้จริงก็ต่อเมื่อเราประพฤติตามพระคำของพระเจ้าและมีจิตใจเหมือนพระทัยขององค์พระผู้เป็นเจ้าด้วยการเข้าสุหนัตในจิตใจของเรา ถ้าเรายังคงประพฤติตนอยู่ในความเท็จแม้หลังจากต้อนรับเอาพระเยซูคริสต์แล้ว ชื่อของเราจะถูกลบออกจากหนังสือแห่งชีวิตและในที่สุดเราจะไม่ได้รับความรอด

ในเรื่องนี้ วิวรณ์ 22:14-15 บอกเราว่าผู้ที่ชำระเสื้อผ้าของตนก็เป็นสุขและผู้ที่ไม่ได้ชำระเสื้อผ้าของตนจะไม่รอด

คนทั้งหลายที่ชำระเสื้อผ้าของตนก็เป็นสุข เพื่อว่าเขาจะได้มีสิทธิ์ในต้นไม้แห่งชีวิตและเพื่อเขาจะได้เข้าไปในนครนั้นโดยทางประ

ตู ภายนอกนั้นมีสุนัข คนใช้เวทมนต์ คนล่วงประเวณี คนฆ่ามนุษย์ คนไหว้รูปเคารพ ทุกคนที่รักการมุสาและประพฤติตาม

คำว่า "สุนัข" ในที่นี้หมายถึงผู้คนที่ทำในสิ่งที่เป็นเท็จซ้ำแล้วซ้ำอีก คนที่ไม่หันกลับจากการประพฤติชั่วของตนแต่กลับทำความชั่วซ้ำแล้วซ้ำอีกจะไม่มีวันรอด คนเหล่านี้เป็นเหมือนสุนัขที่กลับไปกินสิ่งที่ตนสำรอกออกมาและเป็นเหมือนสุกรที่กลับไปคลุกอยู่ในโคลนตมซ้ำแล้วซ้ำอีก ทั้งนี้เป็นเพราะคนเหล่านี้ดูเหมือนได้ละทิ้งความชั่วของตน แต่เขาก็กลับไปทำความชั่วซ้ำอีก และดูเหมือนว่าเขาดีขึ้นแต่เขาก็หันกลับไปหาความชั่วร้ายอีก

แต่พระเจ้าทรงยอมรับความเชื่อของผู้คนที่มุ่งมั่นกระทำการดีแม้คนเหล่านี้ยังไม่สามารถทำดีอย่างครบถ้วนตามพระคำของพระเจ้าก็ตาม คนเหล่านี้จะรอดเพราะเขากำลังเปลี่ยนแปลงและพระเจ้าทรงถือว่าความพยายามของเขาเป็นความเชื่อ

"คนใช้เวทมนต์" หมายถึง "ผู้คนที่ทำมายากล" คนเหล่านี้ประพฤติตนอย่างน่าสะอิดสะเอียนและทำให้คนอื่นนมัสการพระเทียมเท็จนี่เป็นสิ่งน่าสะอิดสะเอียนอย่างยิ่งต่อพระเจ้า

"คนล่วงประเวณี" คือคนที่ผิดประเวณีแม้เขาจะมีภรรยาหรือสามีของตนเองแล้วก็ตาม การล่วงประเวณีไม่ใช่เฉพาะการล่วงประเวณีฝ่ายร่างกายเท่านั้น แต่ยังมีการล่วงประเวณีฝ่ายวิญญาณด้วยซึ่งได้แก่การรักสิ่งหนึ่งสิ่งใดมากกว่ารักพระเจ้า ถ้าบุคคลที่มีประสบการณ์อย่างชัดเจนกับพระเจ้าองค์เที่ยงแท้และรู้ถึงความรักของพระองค์แต่ยังคงหันกลับไปรักสิ่งของฝ่ายโลกอื่น ๆ เช่น ทรัพย์สินเงินทองหรือครอบครัวของตนมากกว่ารักพระเจ้า บุคคลนั้นก็ล่วงประเวณีฝ่ายวิญญาณและไม่ถูกต้องต่อพระพักตร์พระเจ้า

"คนฆ่ามนุษย์" คือคนที่ทำการฆาตรกรรมฝ่ายร่างกายหรือฝ่ายวิญญาณ ถ้าท่านรู้จักความหมายฝ่ายวิญญาณของ "ผู้ฆ่ามนุษย์" ท่านคงไม่กล้าพูดอย่างเต็มปากว่าท่านไม่เคย "ฆ่า" ผู้หนึ่งผู้ใดเลย การฆาตรกรรมฝ่ายวิญญาณคือการเป็นเหตุให้บุตรของพระเจ้าทำบาปและสูญเสียชีวิตฝ่ายวิญญาณของตนไป (มัทธิว 18:7) ถ้าท่านสร้างความเจ็บปวดให้กับผู้อื่นด้วยวิธีการที่ขัดแย้งกับความจริง สิ่งนี้ก็ถือเป็นการฆาตรกรรมฝ่ายวิญญาณด้วยเช่นกัน (มัทธิว 5:21-22)

นอกจากนั้น การเกลียดชังกัน การอิจฉาและริษยากัน การพิพากษากัน การกล่าวร้ายกัน การทุ่มเถียงกัน การโกรธกัน การคดโกงกัน การแตกแยกกัน การใส่ร้ายกัน และการขาดความรักและความเมตตาต่อกัน (กาลาเทีย 5:19-21) ล้วนเป็นการฆาตรกรรมฝ่ายวิญญาณทั้งสิ้น แต่บางครั้งมีบางคนที่สูญเสียจุดยืนไปเพราะความชั่วร้ายของตน ยกตัวอย่าง ถ้าคนหนึ่งทิ้งพระเจ้าเพราะเขาผิดหวังกับใครบางคนในคริสตจักร สิ่งนี้ถือเป็นความชั่วร้ายของเขาเอง ถ้าคนนี้เชื่อในพระเจ้าอย่างแท้จริง เขาคงไม่สูญเสียจุดยืนของตนไป

นอกจากนั้น "คนไหว้รูปเคารพ" เป็นสิ่งหนึ่งที่พระเจ้าทรงเกลียดชังมากที่สุด การไหว้รูปเคารพมีทั้งการไหว้รูปเคารพฝ่ายร่างกายและการไหว้รูปเคารพฝ่ายวิญญาณ การไหว้รูปเคารพฝ่ายร่างกายคือการทำสร้างรูปปั้นของพระที่ไม่มีตัวตนและกราบไหว้รูปปั้น (อิสยาห์ 46:6-7) การไหว้รูปเคารพฝ่ายวิญญาณคือการกราบไหว้เทิดทูนสิ่งใดก็ตามที่ท่านรักมากกว่าพระเจ้า ถ้าคนหนึ่งรักคู่สมรสหรือลูกของตนมากกว่ารักพระเจ้าเพื่อตอบสนองความต้องการของตน หรือฝ่าฝืนธรรมบัญญัติของพระเจ้าด้วยการรักเงินทอง ชื่อเสียงหรือความรู้มากกว่ารักพระเจ้า นี่เป็นการไหว้รูปเคารพฝ่ายวิญญาณ

คนประเภทนี้จะไม่รอดและไม่สามารถเข้าสู่สวรรค์ได้เพราะเขาไม่ได้รักพระเจ้าเหนือสิ่งอื่นใด ไม่ว่าเขาจะร้องเรียกว่า "พระองค์เจ้าข้า พระองค์เจ้าข้า" มากสักเพียงใดก็ตามและไม่ว่าเขาจะเข้าร่วมนมัสการในคริสตจักรสม่ำเสมอเพียงใดก็ตาม

ด้วยเหตุนี้ ถ้าท่านต้อนรับเอาพระเยซูคริสต์ ได้รับพระวิญญาณบริสุทธิ์เป็นของขวัญ และชื่อของท่านถูกบันทึกไว้ในหนังสือแห่งชีวิตของพระเมษโปดก ขอให้ท่านจดจำไว้ว่าท่านจะสามารถเข้าสู่สวรรค์และก้าวรุดหน้าไปสู่นครเยรูซาเล็มใหม่ได้ก็ต่อเมื่อท่านทำตามพระคำของพระเจ้าเท่านั้น

นครเยรูซาเล็มใหม่เป็นสถานที่สำหรับผู้คนที่ได้รับการชำระให้บริสุทธิ์อย่างสมบูรณ์ในจิตใจของตนและสัตย์ซื่อต่อทุกสิ่งในชุมชนของพระเจ้าเท่านั้นที่จะสามารถเข้าไปได้

ในด้านหนึ่ง ผู้คนที่เข้าไปสู่นครเยรูซาเล็มใหม่สามารถพบกับพระเจ้าหน้าต่อหน้า พูดคุยกับองค์พระผู้เป็นเจ้าอย่างสนิทสนม และสนุกเพลิดเพลินกับเกียรติยศและสง่าราศีที่อยู่เหนือจินตนาการ ในอีกด้านหนึ่ง ผู้คนที่อาศัยอยู่ในเมืองบรมสุขเกษมสวรรค์ชั้นที่หนึ่ง ชั้นที่สอง และชั้นที่สามจะสามารถเข้าเยี่ยมชมนครเยรูซาเล็มใหม่ได้ก็ต่อเมื่อคนเหล่านี้ได้รับคำเชิญให้เข้าร่วมในงานเลี้ยงพิเศษ (ซึ่งรวมถึงงานเลี้ยงที่จัดขึ้นโดยพระเจ้าพระบิดา) เท่านั้น

ข้าพเจ้าอธิษฐานในพระนามของพระเยซูคริสต์องค์พระผู้เป็นเจ้าเพื่อท่านจะเป็นบุตรที่แท้จริงของพระเจ้าที่ต่อสู้กับความบาปและความชั่วอย่างเต็มกำลังจนถึงเลือดไหล ชำระจิตใจให้บริสุทธิ์ และสัตย์ซื่อต่อทุกสิ่งในชุมชนของพระเจ้าเพื่อท่านจะสามารถอาศัยอยู่ในนครเยรูซาเล็มใหม่ตลอดไป

บทที่ 8

ข้าพเจ้าเห็นนครบริสุทธิ์คือเยรูซาเล็ม

1. บ้านเรือนขนาดมหึมาในสวรรค์
2. ปราสาทอันสง่างามพร้อมกับความเป็นส่วนตัวอย่างสมบูรณ์
3. สถานที่เยี่ยมชมแห่งสวรรค์

เมื่อเขาจะติเตียนข่มเหงและนินทาว่าร้ายท่านทั้งห
ลายเป็นความเท็จเพราะเรา ท่านก็เป็นสุข จงชื่นช
มยินดีเพราะว่าบำเหน็จของท่านมีบริบูรณ์ในสวร
รค์ เพราะเขาได้ข่มเหงผู้เผยพระวจนะทั้งหลายที่อยู่
ก่อนท่านเหมือนกัน

- มัทธิว 5:11-12 -

ในนครเยรูซาเล็มใหม่กำลังมีการสร้างบ้านเรือนหลายหลังเพื่อว่าภายหลังผู้คนที่จิตใจเหมือนพระทัยของพระเจ้าจะอาศัยอยู่ในบ้านเหล่านั้น เหล่าเทพบดีและทูตสวรรค์เป็นผู้รับผิดชอบในการก่อสร้างบ้านเรือนเหล่านี้ขึ้นตามรสนิยมของเจ้าของบ้านโดยมีองค์พระผู้เป็นเจ้าทรงเป็นผู้ควบคุมดูแล ผู้คนที่เข้าไปสู่นครเยรูซาเล็มใหม่เท่านั้นที่สามารถชื่นชมกับสิทธิพิเศษนี้ บางครั้ง พระเจ้าเองทรงเป็นผู้ออกคำสั่งอย่างเฉพาะเจาะจงให้เทพบดีสร้างบ้านเพื่อบุคคลบางคนเป็นพิเศษตามรสนิยมของเจ้าของบ้าน พระองค์ไม่ทรงลืมแม้แต่น้ำตาแม้แต่หยดเดียวที่บุตรของพระองค์หลั่งออกมาเพื่อแผ่นดินของพระเจ้าและประทานเพชรพลอยอันล้ำค่าเป็นรางวัลให้กับเขา

เหมือนที่เราพบในมัทธิว 11:12 พระเจ้าตรัสกับเราอย่างชัดเจนว่าเราจะมีที่อยู่อันงดงามมากขึ้นในสวรรค์ตามขนาดของชัยชนะที่เรามีในการต่อสู้ฝ่ายวิญญาณและขนาดของการเติบโตในความเชื่อของเรา

และตั้งแต่สมัยยอห์นผู้ให้รับบัพติศมาถึงทุกวันนี้ แผ่นดินสวรรค์ก็เป็นสิ่งที่คนได้แสวงหาด้วยใจร้อนรนและผู้ที่ใจร้อนรนก็เป็นผู้ที่ชิงเอาได้

พระเจ้าแห่งความรักทรงนำเราให้รุดหน้าไปสู่แผ่นดินสวรรค์ด้วยใจร้อนรนมาเป็นเวลาหลายปีด้วยการสำแดงบ้านเรือนในสวรรค์แห่งนครเยรูซาเล็มใหม่ให้เราเห็นอย่างชัดเจน ทั้งนี้ก็เพราะว่าใกล้เวลาที่องค์พระผู้เป็นเจ้า (ผู้เสด็จไปจัดเตรียมสถานที่ไว้เพื่อเรา) จะเสด็จกลับมา

ข้าพเจ้าหวังว่าท่านจะรู้ถึงความรักของพระเจ้าผู้ทรงปูนบำเหน็จรางวัลให้กับท่านตามการกระทำของท่านด้วยการมองไปที่บ้านเรือนในสวรรค์ซึ่งพระเจ้าทรงเป็นผู้ดูแลการก่อสร้างด้วยพระองค์เอง

1. บ้านเรือนขนาดมหึมาในสวรรค์

ในนครเยรูซาเล็มใหม่มีบ้านเรือนอันงดงามขนาดมหึมาอยู่หลา

ยหลัง ในบรรดาบ้านเรือนเหล่านี้มีบ้านอันงดงามและหรูหราอยู่หลัง หนึ่งซึ่งสร้างไว้บนพื้นที่กว้างใหญ่ บริเวณตรงกลางเป็นปราสาทรูป ทรงกลมสามชั้นที่โอ่อ่าและงดงาม รอบปราสาทหลังนี้มีตึกอยู่หลาย หลังพร้อมกับสิ่งอำนวยความสะดวกหรือเครื่องเล่นชนิดที่พบอยู่ตา มสวนสนุกอีกหลายรายการเพื่อทำให้สถานที่แห่งนี้เป็นเหมือนสถา นที่ท่องเที่ยวที่มีชื่อเสียงระดับโลก สิ่งที่น่าประหลาดใจอย่างแท้จริงก็ คือบ้านที่มีลักษณะเหมือนเมืองหลังนี้เป็นของบุคคลที่ถูกฝัดร่อนบน โลกนี้

บุคคลผู้ใดมีใจอ่อนโยนผู้นั้นเป็นสุขเพราะว่าเขาจะได้รับแผ่ นดินโลกเป็นมรดก

ถ้าเรามีความอำนาจทางการเงินในโลกนี้ เราก็สามารถซื้อที่ดินผื นใหญ่และสร้างบ้านอันงดงามตามที่เราต้องการได้ แต่ในสวรรค์เร าไม่สามารถซื้อที่ดินหรือสร้างบ้านได้ไม่ว่าเราจะมีทรัพย์สมบัติมาก เพียงใดก็ตามเพราะว่าพระเจ้าทรงมอบบ้านและที่ดินเป็นรางวัลให้ กับเราตามการกระทำของเรา

มัทธิว 5:5 กล่าวว่า "บุคคลผู้ใดมีใจอ่อนโยนผู้นั้นเป็น สุขเพราะว่าเขาจะได้รับแผ่นดินโลกเป็นมรดก" การที่เรา "จะได้รับแผ่นดินโลกเป็นมรดก" ในสวรรค์นั้นขึ้นอยู่กับว่าเรามีจิต ใจเหมือนพระทัยขององค์พระผู้เป็นเจ้าและมีความอ่อนสุภาพฝ่ายวิ ญญาณมากเพียงใด ทั้งนี้ก็เพราะว่าบุคคลที่อ่อนสุภาพฝ่ายวิญญาณ สามารถอุ้มชูทุกคนได้และผู้คนพบกับการหยุดพักและการเล้าโลมจ ากคนประเภทนี้ บุคคลที่อ่อนสุภาพฝ่ายวิญญาณจะอยู่อย่างสงบกับ ทุกคนในทุกสถานการณ์เนื่องจากจิตใจของเขาอ่อนโยนและอ่อนสุ ภาพเหมือนปุยฝ้าย

แต่ถ้าเราประนีประนอมกับโลกและต่อสู้กับความจริงเพื่อจะอยู่อ ย่างสงบกับคนอื่น สิ่งนี้ไม่ใช่ความอ่อนสุภาพฝ่ายวิญญาณ บุคคลที่อ่ อนสุภาพอย่างแท้จริงไม่เพียงแต่จะสามารถอุ้มชูผู้คนจำนวนมากด้ วยจิตใจที่อ่อนโยนและอบอุ่นเท่านั้น แต่เขายังกล้าหาญและเข้มแข็

งพอที่จะเสียงชีวิตของตนเพื่อความจริงด้วยเช่นกัน

บุคคลประเภทนี้สามารถชนะใจคนจำนวนมาก นำคนอื่นไปสู่หนทางแห่งความรอด และนำไปสู่ที่อยู่อาศัยที่ดีกว่าในสวรรค์ได้เพราะเขามีความรักและความสุภาพอ่อนน้อม นั่นคือเหตุผลที่ทำให้เขาสามารถเป็นเจ้าของบ้านเรือนที่หรูหราในสวรรค์ เพราะฉะนั้น บ้านเรือนที่เราจะบรรยายถึงต่อไปนี้จึงเป็นของบุคคลที่อ่อนสุภาพคนนี้อย่างแท้จริง

บ้านที่มีลักษณะเหมือนเมือง

พื้นที่ตรงกลางของบ้านหลังนี้มีปราสาทขนาดใหญ่ที่ตกแต่งด้วยเพชรพลอยและทองคำจำนวนมากตั้งอยู่ หลังคาของปราสาทเป็นรูปทรงกลมทำด้วยทับทิมที่ส่องแสงสว่างไสว รอบปราสาทที่ทอแสงเจิดจ้าหลังนี้มีแม่น้ำที่มีน้ำแห่งชีวิตซึ่งไหลวนอยู่ซึ่งแม่น้ำสายนี้ไหลออกมาจากพระที่นั่งของพระเจ้า ตึกที่ตั้งเรียงรายอยู่จำนวนมากทำให้สถานที่แห่งนี้เป็นเหมือนมหานครแห่งหนึ่ง นอกจากนั้น ยังมีเครื่องเล่นในสวนสนุกซึ่งตกแต่งด้วยทองคำและเพชรพลอยจำนวนมาก

ด้านหนึ่งของพื้นที่อันกว้างใหญ่ไพศาลนี้เป็นป่าไม้ ทุ่งหญ้า และทะเลสาบขนาดใหญ่และอีกด้านหนึ่งเป็นเนินเขาขนาดใหญ่ที่มีดอกไม้นานาชนิดและน้ำตก นอกจากนั้น ยังมีทะเลซึ่งมีเรือสำราญขนาดใหญ่คล้ายเรือ “ไททานิก” ลอยลำอยู่ในทะเล

ตอนนี้ ขอให้เราเที่ยวชมบ้านอันโอ่โถงหลังนี้ ทั้งสี่ด้านของบ้านหลังนี้มีประตูสิบสองประตูและขอให้เราเดินผ่านประตูใหญ่เข้าไปซึ่งจากจุดนี้เราจะสามารถมองเห็นใจกลางของปราสาทหลัก

ประตูใหญ่นี้ตกแต่งด้วยเพชรพลอยจำนวนมากและมีทูตสวรรค์สององค์เฝ้าประตูอยู่ ทูตเหล่านี้มีท่าทางแข็งแกร่งและกำยำล่ำสัน ทูตสวรรค์ทั้งสองยืนเฝ้าประตูโดยไม่กระพริบตา ความภูมิฐานของทูตเหล่านี้น่าเกรงขามมาก

ทั้งสองด้านของประตูมีเสาทรงกลมอันงดงามขนาดใหญ่ กำแพงที่ตกแต่งด้วยเพชรพลอยและดอกไม้จำนวนมากทอดตัวยาวสุดลูกหู

ลูกตา เมื่อเราเดินตามทูตสวรรค์ผ่านประตูซึ่งเปิดโดยอัตโนมัติเข้าไปเราสามารถมองเห็นปราสาทหลังคาแดงขนาดใหญ่จากที่ไกลซึ่งสาดส่องแสงอันเจิดจ้ามายังตัวท่าน

นอกจากนั้น เมื่อมองดูบ้านที่มีขนาดแตกต่างกันจำนวนมากซึ่งตกแต่งด้วยเพชรพลอยหลากหลายชนิด ท่านรู้สึกซาบซึ้งถึงความรักของพระเจ้าผู้ประทานบำเหน็จรางวัลแก่ท่านตามสิ่งที่ท่านได้กระทำและสิ่งที่ท่านได้ถวายไม่ว่าด้วยขนาดสามสิบเท่า หกสิบเท่า หรือร้อยเท่า ท่านรู้สึกขอบพระคุณพระเจ้าที่พระองค์ประทานพระบุตรองค์เดียวของพระองค์เพื่อนำท่านเข้าสู่หนทางแห่งความรอดและชีวิตนิรันดร์ ยิ่งกว่านั้น พระองค์ยังทรงจัดเตรียมบ้านเรือนอันงดงามในสวรรค์ไว้สำหรับท่านด้วยเช่นกัน จิตใจของท่านเต็มล้นไปด้วยความรู้สึกขอบพระคุณและความชื่นชมยินดี

นอกจากนั้น เพราะท่านสามารถได้ยินเสียงเพลงแห่งการสรรเสริญอันแผ่วเบาและไพเราะดังอยู่ทั่วไปในปราสาท วิญญาณจิตของท่านจึงท่วมท้นไปด้วยสันติสุขและความสุขจนไม่อาจบรรยายได้ ท่านเต็มล้นไปด้วยความรู้สึกซาบซึ้งใจ

ในส่วนลึกที่สุดแห่งวิญญาณจิตข้าค่ำคืนนี้
มีดนตรีที่ไพเราะยิ่งกว่าเพลงสาธุการ
ดังแว่วหวานดังเสียงฟ้าไม่ขาดสาย
วิญญาณจิตข้าสงบและผ่อนคลาย
สันติสุขมากมายมหัศจรรย์
พระบิดาเบื้องบนประทานให้
ขอให้ท่วมท้นในวิญญาณข้า
ด้วยความรักลึกล้ำเกินพรรณา
จนตัวข้าไม่อาจหยั่งหรือเข้าใจ

ถนนทองคำสุกใสเหมือนแก้ว

ตอนนี้ ขอให้เราเข้าไปยังใจกลางของปราสาทขนาดใหญ่หลังนี้ด้วยการเดินไปตามถนนทองคำ เมื่อเข้าไปสู่ถนนสายหลัก ต้นไม้ท

องคำและต้นไม้เพชรพลอยที่มีผลอันน่ากินจำนวนมากยืนให้การต้อนรับผู้มาเยือนอยู่สองข้างทาง จากนั้นผู้มาเยือนจะหยิบผลไม้มารับประทาน ผลไม้จะละลายอยู่ในปากของผู้ที่รับประทาน ผลไม้นั้นมีรสชาติอร่อยมากจนทำให้ร่างกายรู้สึกสดชื่นกระปรี้กระเปร่าและชื่นชมยินดี

ทั้งสองข้างของถนนทองคำมีดอกไม้หลากหลายขนาดและสีสันคอยให้การต้อนรับผู้มาเยือนด้วยกลิ่นหอมของตน ด้านหลังต้นไม้เหล่านี้มีสนามหญ้าทองคำและต้นไม้หลายชนิดซึ่งสร้างความงดงามให้กับสวน ดอกไม้ที่มีสีสันของรุ้งกำลังทอแสงพร้อมกับส่งกลิ่นหอมที่เป็นเอกลักษณ์ของตนออกมา บนดอกไม้เหล่านี้บางดอกมีแมลงรูปร่างคล้ายผีเสื้อที่มีสีสันของรุ้งกำลังนั่งสนทนากัน บนต้นไม้มีผลไม้น่ากินจำนวนมากซึ่งอยู่ท่ามกิ่งก้านและใบที่ทอแสงสุกใส นกปีกสีทองนานาชนิดเกาะอยู่ตามต้นไม้พร้อมกับส่งเสียงร้องอย่างไพเราะซึ่งเป็นภาพที่สงบสุขและเต็มไปด้วยความสุข นอกจากนั้นยังมีสัตว์ชนิดอื่น ๆ เดินเตร่ไปมาอย่างสงบสุขด้วยเช่นกัน

รถในเมฆและรถม้าทองคำ

ตอนนี้ท่านกำลังยืนอยู่ตรงประตูที่สอง บ้านหลังนี้มีพื้นที่ใหญ่โตมากจนต้องมีประตูอีกประตูหนึ่งอยู่ในประตูใหญ่ ตรงหน้าท่านคือบริเวณขนาดใหญ่ซึ่งมีลักษณะคล้ายกับโรงจอดรถพร้อมกับมีรถในเมฆและรถม้าทองคำจอดอยู่จำนวนมาก ท่านรู้สึกตกตะลึงกับภาพนี้มาก

รถม้าทองคำ (ซึ่งตกแต่งด้วยเพชรพลอย) เป็นรถที่มีไว้สำหรับเจ้าของบ้านและมีที่นั่งเดียว เมื่อเคลื่อนตัวออกไป รถม้าคันนี้จะส่องแสงระยิบระยับเหมือนแสงของผีพุ่งใต้เนื่องจากเพชรพลอยหลากสีสันจำนวนมาก รถม้าทองคำคันนี้เคลื่อนที่ได้เร็วมากกว่ารถในเมฆ

รถในเมฆถูกห้อมล้อมไว้ด้วยหมู่เมฆสีขาวบริสุทธิ์พร้อมด้วยแสงสว่างหลากสีสันอันงามจำนวนมาก รถคันนี้มีสี่ล้อและมีปีก เมื่อวิ่งอยู่บนพื้นดินรถคันนี้ใช้ล้อทั้งสี่และเมื่อบินขึ้นล้อทั้งสี่จะหดตัวโดยอัต

โนมัติ ปีกของรถจะกางออกเพื่อให้รถสามารถวิ่งและบินไปได้อย่างอิสระ

การท่องเที่ยวไปตามสถานที่ต่าง ๆ ในสวรรค์พร้อมกับองค์พระผู้เป็นเจ้าบนรถในเมฆโดยมีทูตสวรรค์จำนวนมากห้อมล้อมรถเอาไว้ถือเป็นสิทธิพิเศษและเกียรติยศอันยิ่งใหญ่สักเพียงใด ถ้าพระเจ้าทรงมอบรถในเมฆให้กับแต่ละคนที่อยู่ในนครเยรูซาเล็มใหม่ ลองคิดดูซิว่าเจ้าของบ้านหลังนี้จะได้รับบำเหน็จมากมายเพียงใดในเมื่อมีรถในเมฆหลายคันจอดอยู่ในโรงจอดรถของเขา

ปราสาทขนาดใหญ่ที่ตั้งอยู่ตรงกลาง

เมื่อรถในเมฆของท่านเดินทางมาถึงปราสาทอันงดงามและโอ่โถง ท่านสามารถมองเห็นตึกสามชั้นที่มีหลังคาทำด้วยทับทิม ตึกหลังนี้ใหญ่โตมากจนไม่มีตึกใดในโลกนี้สามารถเทียบเคียงได้ ดูเหมือนว่าตึกทั้งหลังกำลังโคจรไปเรื่อย ๆ พร้อมกับทอแสงที่สว่างสว่างไสวออกมาจนทำให้ปราสาททั้งหลังเป็นเหมือนสิ่งมีชีวิต ทองคำบริสุทธิ์และแก้วมณีโชติทอแสงสีทองผสมสีน้ำเงินอันเจิดจ้าออกมาถึงกระนั้น ท่านก็ไม่สามารถมองทะลุปราสาทหลังนี้ได้ ปราสาทหลังนี้มีลักษณะคล้ายกับรูปแกะสลักที่ไม่มีรอยต่อ กำแพงและดอกไม้ล้อมรอบกำแพงเหล่านี้ส่งกลิ่นหอมของตนออกมาซึ่งทำให้มีความสุขและความชื่นชมยินดีเพิ่มมากขึ้นจนเหนือคำบรรยาย ดอกไม้หลายขนาดทำให้สถานที่แห่งนี้ดูกว้างใหญ่ไพศาล รูปทรงและกลิ่นหอมอันหลากหลายของดอกไม้เหล่านี้ทำให้เกิดการผสมผสานกันอย่างลงตัว

อะไรคือเหตุผลที่พระเจ้าทรงจัดเตรียมเนื้อที่ขนาดใหญ่พร้อมกับบ้านอันงดงามและโอ่โถงหลังนี้ไว้เป็นพิเศษ พระเจ้าทรงจัดเตรียมสิ่งเหล่านี้เอาไว้เพราะพระองค์ไม่เคยหลงลืมสิ่งที่บุตรของพระองค์ได้ทำไว้เพื่อแผ่นดินและความชอบธรรมของพระองค์ในโลกนี้และพระองค์ทรงต้องการปูนบำเหน็จรางวัลแก่เขาอย่างบริบูรณ์

เราชื่นชมยินดีซ้ำแล้วซ้ำเล่า

ในบุคคลที่เรารัก
คนนี้รักเรามาก
จนเขายอมสละทุกสิ่ง
เขารักเรามากกว่า
พ่อแม่และพี่น้องของตน
เขาไม่เสียดายบุตรทั้งหลายของตน
และถือว่าชีวิตของตนไร้ค่า
และสละชีวิตของเขาเพื่อเรา

ดวงตาของเขาจดจ่ออยู่ที่เราเสมอ
เขาฟังถ้อยคำของเราอย่างครบถ้วน
เขาแสวงหาสง่าราศีของเราเท่านั้น
เขาขอบพระคุณเพียงอย่างเดียว
แม้ในยามที่เขาตกอยู่ในความทุกข์อย่างไม่เป็นธรรม
แม้ในท่ามกลางการข่มเหง
เขาอธิษฐานด้วยความรัก
เพื่อคนเหล่านั้นที่ข่มเหงเขา
เขาไม่เคยทอดทิ้งผู้ใด
แม้คนอื่นทรยศต่อเขา
เขาทำหน้าที่ของตนด้วยความยินดี
แม้ในยามที่เขาโศกเศร้าอย่างแสนสาหัส
และเขาช่วยดวงวิญญาณมากมายให้รอด
และทำให้น้ำพระทัยของเราสำเร็จ
พร้อมกับมีพระทัยของเรา

เพราะเขาทำให้น้ำพระทัยของเราสำเร็จ
และรักเราอย่างมาก
เราจึงได้จัดเตรียม
บ้านอันโอ่อ่าและงดงามหลังนี้ไว้

ในนครเยรูซาเล็มใหม่

2. ปราสาทอันสง่างามพร้อมกับความเป็นส่วนตัวอย่างสมบูรณ์

ท่านจะเห็นว่าพระเจ้าทรงเป็นผู้กำกับดูแลการก่อสร้างบ้านเรือนของผู้คนที่พระองค์ทรงรักมากเป็นพิเศษ ดังนั้น บ้านหลังต่าง ๆ เหล่านี้จึงมีความงดงามและแสงแห่งสง่าราศีที่แตกต่างจากบ้านหลังอื่นแม้จะอยู่ในนครเยรูซาเล็มใหม่ด้วยกันก็ตาม

ปราสาทหลังใหญ่ที่ตั้งอยู่ตรงกลางเป็นที่อยู่ซึ่งเจ้าของสามารถมีความเป็นส่วนตัวได้อย่างสมบูรณ์ ปราสาทหลังนี้มีไว้เพื่อชดเชยให้กับการทำงานและการร้องไห้อธิษฐานของบุคคลที่เป็นเจ้าของบ้านในการทำให้แผ่นดินของพระเจ้าสำเร็จและเพื่อชดเชยให้กับการที่เขาดูแลเอาใจใส่ดวงวิญญาณจำนวนมากทั้งกลางวันและกลางคืนโดยไม่มีชีวิตที่เป็นส่วนตัวเป็นของตนเอง

ตอนนี้ ขอให้เราเข้าไปในปราสาทขนาดใหญ่หลังนี้ด้วยกัน

คำจารึกและการออกแบบพิเศษบนกำแพง

กำแพง (ซึ่งทำด้วยทองคำบริสุทธิ์และแก้วมณีโชติ) เต็มไปด้วยข้อเขียนและภาพวาดที่มีการออกแบบไว้เพื่อให้ทอแสงอันสุกใส ทุกรายละเอียดเกี่ยวกับการข่มเหงและการดูหมิ่นเหยียดหยามที่เจ้าของบ้านหลังนี้ได้รับเพื่อเห็นแก่แผ่นดินของพระเจ้าและการกระทำที่เป็นการถวายเกียรติกับพระเจ้าของเขาถูกนำมาจารึกไว้ สิ่งที่น่าประหลาดใจยิ่งกว่านั้นก็คือพระเจ้าทรงเป็นผู้แกะสลักข้อเขียนเป็นบทกวีด้วยพระองค์เองและตัวอักษรจะทอแสงที่งดงามและสว่างไสวออกมา ปราสาทหลังนี้มีประตูอยู่สิบสองประตูเพื่อผู้คนสามารถเข้าไปในปราสาทแห่งนี้จากสี่ทิศทางและความลับถูกฝังไว้ในประตูแต่ละประตู ในปราสาทหลังนี้มีลูกกุญแจแห่งความเชื่อ ความรัก การประกาศ และลูกกุญแจอื่น ๆ อีกมากมาย ลูกกุญแจแต่ละลูกถูกเสียบไว้กับกุญแจแต่ละตัว

ถ้าท่านเข้าไปในตัวปราสาทหลังจากเดินผ่านประตูเหล่านี้เข้าไป ท่านจะเห็นว่าสิ่งที่อยู่ในตัวปราสาทมีความงดงามมากกว่าสิ่งที่ท่านมองเห็นจากภายนอก แสงสะท้อนจากเพชรพลอยทับซ้อนกันเป็นสองหรือสามเท่าซึ่งทำให้ปราสาทหลังนั้นสวยงามยิ่งขึ้น

คำจารึกเกี่ยวกับน้ำตา การทุ่มเท และความพยายามบนโลกนี้ของผู้เป็นเจ้าของบ้านถูกจารึกไว้ที่ด้านในของกำแพงและคำจารึกเหล่านี้ทอแสงอันเจิดจ้า ช่วงเวลาแห่งการอธิษฐานโต้รุ่งอย่างร้อนรนของเขาเพื่อแผ่นดินของพระเจ้าและกลิ่นหอมของการเสียสละตนเองเพื่อดับความกระหายของดวงวิญญาณจำนวนมากถูกบันทึกไว้ในรูปของบทกวีและทอแสงอย่างงดงาม

ถึงกระนั้น พระเจ้าทรงซ่อนรายละเอียดส่วนใหญ่ของคำจารึกเอาไว้เพื่อพระองค์จะแสดงให้กับเจ้าของบ้านดูเมื่อเขาเดินทางมาถึงสถานที่แห่งนี้ ที่เป็นเช่นนี้ก็เพราะพระเจ้าจะได้ทรงรับเอาจิตใจที่ถวายเกียรติแด่พระบิดาด้วยความรู้สึกซาบซึ้งและหยดน้ำตาของเขาเอาไว้เมื่อพระองค์ทรงสำแดงข้อเขียนเหล่านั้นแก่เขาโดยตรัสกับเขาว่า “เราได้จัดเตรียมสถานที่แห่งนี้ไว้เพื่อเจ้า”

การประชุมและงานเลี้ยงบนชั้นที่หนึ่ง

ส่วนใหญ่ปราสาทหลังนี้ไม่เปิดให้กับบุคคลทั่วไป แต่เปิดในโอกาสที่มีการจัดงานเลี้ยงหรืองานบอลล์ขึ้นที่นี่เท่านั้น ปราสาทแห่งนี้มีห้องขนาดใหญ่ที่ผู้คนจำนวนนับมากสามารถชุมนุมกันและจัดงานเลี้ยง สถานที่แห่งนี้ยังถูกใช้เป็นห้องประชุมด้วยเช่นกันซึ่งเป็นช่วงเวลาที่เจ้าของบ้านแบ่งปันความรักและความชื่นชมยินดีพร้อมกับการสนทนาพูดคุยกับผู้ที่มาร่วมในการประชุม

ห้องประชุมแห่งนี้เป็นรูปทรงกลมและมีขนาดใหญ่มากจนท่านไม่สามารถมองเห็นจุดสิ้นสุดของห้องนี้ พื้นห้องมีสีขาวและนุ่มนวล ห้องนี้เต็มไปด้วยเพชรพลอยที่ทอแสงเจิดจ้า ตรงกลางห้องมีโคมระย้าสามระดับห้อยอยู่ซึ่งช่วยเพิ่มความรโหฐานให้กับห้อง ที่ผนังห้องมีโคมระย้าทองคำหลากหลายขนาดอีกมากมายเพื่อเพิ่มความงดงา

มให้กับห้องประชุม นอกจากนั้น ตรงกลางห้องยังมีเวทีรูปทรงกลม และมีโต๊ะจำนวนมากตั้งเรียงรายอยู่รอบเวที ผู้คนที่ได้รับเชิญจะนั่งอยู่ตามที่นั่งของตนอย่างเป็นระเบียบพร้อมกับสนทนากันอย่างเป็นมิตร

ตึกทั้งหลังถูกตกแต่งตามรสนิยมของเจ้าของ แสงไฟและรูปทรงของไฟเหล่านั้นมีความงดงามและประณีตมาก พระเจ้าทรงเป็นผู้คัดสรรเพชรพลอยแต่ละชิ้นด้วยพระองค์เอง การได้รับเชิญไปในงานเลี้ยงจากเจ้าของบ้านหลังนี้นับเป็นเกียรติอันสูงส่งอย่างยิ่ง

ห้องลับและห้องรับรองอยู่บนชั้นที่สอง

บนชั้นสองของปราสาทขนาดใหญ่หลังนี้มีห้องอยู่หลายห้อง แต่ละห้องมีความลับที่จะถูกเปิดเผยออกมาในสวรรค์เท่านั้นซึ่งพระเจ้าทรงมอบเป็นรางวัลให้กับเจ้าของตามการกระทำของเขา บางห้องมีมงกุฎชนิดต่าง ๆ จำนวนมากคล้ายกับพิพิธภัณฑ์ มงกุฎที่ถูกนำมาเก็บไว้อย่างเป็นระเบียบภายในห้องนี้ประกอบด้วยมงกุฎทองคำ มงกุฎที่ประดับด้วยทองคำ มงกุฎแก้ว มงกุฎไข่มุก มงกุฎที่ประดับด้วยดอกไม้ และมงกุฎประเภทอื่นที่ตกแต่งด้วยเพชรพลอยหลากชนิด พระเจ้าทรงมอบมงกุฎเหล่านี้เป็นรางวัลทุกครั้งที่เจ้าของบ้านทำให้แผ่นดินของพระเจ้าสำเร็จและถวายเกียรติแด่พระองค์ในโลกนี้ ขนาด รูปทรง วัสดุ และเครื่องประดับของมงกุฎเหล่านี้ล้วนแตกต่างกันเพื่อแสดงถึงความแตกต่างของเกียรติยศ นอกจากนั้น ยังมีห้องใหญ่ที่ใช้เป็นห้องเก็บเสื้อผ้าและเก็บรักษาเครื่องเพชรโดยห้องเหล่านี้ได้รับการดูแลรักษาเป็นพิเศษจากเหล่าทูตสวรรค์

นอกจากนั้น ยังมีห้องสี่เหลี่ยมที่เป็นระเบียบห้องหนึ่งซึ่งไม่มีเครื่องประดับมากมายนัก ห้องนี้มีชื่อว่า "ห้องอธิษฐาน" พระเจ้าประทานห้องนี้เพราะเจ้าของบ้านได้ถวายคำอธิษฐานอย่างมากแด่พระองค์ในโลกนี้ ยิ่งกว่านั้น มีอีกห้องหนึ่งที่เต็มไปด้วยเครื่องรับโทรทัศน์ ห้องนี้มีชื่อว่า "ห้องแห่งความทุกข์และการคร่ำครวญ" ใน

ห้องนี้เจ้าของบ้านสามารถชมสิ่งต่าง ๆ เกี่ยวกับชีวิตของตนในโลกนี้เมื่อใดก็ตามที่เขาต้องการ พระเจ้าทรงเก็บรักษาทุกช่วงเวลาและเหตุการณ์ในชีวิตของเจ้าของบ้านเอาไว้เพราะเขาทนทุกข์อย่างแสนสาหัสในขณะที่ทำพันธกิจของพระเจ้าพร้อมกับหลั่งน้ำตาอย่างมากเพื่อดวงวิญญาณ

บนชั้นสองยังมีสถานที่ซึ่งได้รับการตกแต่งไว้อย่างงดงามเพื่อต้อนรับพวกผู้พยากรณ์อันเป็นช่วงเวลาที่เจ้าของบ้านสามารถแบ่งปันความรักของตนพร้อมทั้งสนทนาพูดคุยกับผู้พยากรณ์เหล่านั้น เจ้าของบ้านสามารถพบปะกับผู้พยากรณ์อย่างเอลียาห์ที่ขึ้นไปสู่สวรรค์ด้วยรถเพลิงและม้าเพลิง เอโนคที่ดำเนินอยู่กับพระเจ้าเป็นเวลาถึง 300 ปี อับราฮัมที่ทำให้พระเจ้าพอพระทัยด้วยความเชื่อ โมเสสที่มีความถ่อมใจมากกว่ามนุษย์คนใดบนโลกนี้ อัครทูตเปาโลที่เต็มไปด้วยความร้อนรน และผู้พยากรณ์คนอื่น ๆ พร้อมกับสนทนากับคนเหล่านั้นเกี่ยวกับชีวิตและสถานการณ์ต่าง ๆ ของเขาเมื่อครั้งที่อยู่ในโลกนี้

ชั้นที่สามมีไว้เพื่อแบ่งปันความรักกับองค์พระผู้เป็นเจ้า

ชั้นที่สามของปราสาทใหญ่หลังนี้ได้รับการตกแต่งไว้อย่างงดงามเพื่อต้อนรับองค์พระผู้เป็นเจ้าและเพื่อการสนทนากับพระองค์ให้ยาวนานที่สุดเท่าที่จะทำได้ เจ้าของบ้านได้รับสิ่งนี้เพราะเขารักองค์พระผู้เป็นเจ้าเหนือสิ่งอื่นใดและพยายามประพฤติตนเหมือนพระองค์ด้วยการอ่านพระกิตติคุณทั้งสี่เล่มรวมทั้งการรักและรับใช้ทุกคนเหมือนกับองค์พระผู้เป็นเจ้าเคยกระทำ ยิ่งกว่านั้น เจ้าของบ้านอธิษฐานด้วยการร้องไห้คร่ำครวญอย่างมากเพื่อนำดวงวิญญาณจำนวนนับไม่ถ้วนมาสู่หนทางแห่งความรอดด้วยการรับเอาฤทธิ์อำนาจของพระเจ้าเหมือนที่องค์พระผู้เป็นเจ้าเคยกระทำและแสดงหลักฐานจำนวนมากที่ยืนยันถึงพระเจ้าผู้ทรงพระชนม์อยู่ เมื่อใดก็ตามที่เขาคิดถึงองค์พระผู้เป็นเจ้าน้ำตาเขาจะไหลออกมาและเขานอนไม่หลับอยู่หลายคืนเพราะเขาคิดถึงองค์พระผู้เป็นเจ้า นอกจากนั้น เหมือนที่อง

ค์พระผู้เป็นเจ้าทรงอธิษฐานตลอดทั้งคืน เจ้าของบ้านหลังนี้อธิษฐานตลอดคืนอยู่หลายครั้งและพยายามอย่างเต็มที่เพื่อทำให้แผ่นดินของพระเจ้าสำเร็จ

เมื่อเขาพบกับองค์พระผู้เป็นเจ้าหน้าต่อหน้าและแบ่งปันความรักกับพระองค์ในนครเยรูซาเล็มใหม่เขาจะมีความสุขและความชื่นชมยินดีมากสักเพียงใด

ข้าได้เห็นองค์พระผู้เป็นเจ้าของข้าแล้ว
ข้าได้ใส่แสงพระเนตรของพระองค์
ไว้ในดวงตาของข้า
ข้าได้ใส่รอยยิ้มอันอ่อนโยนของพระองค์ไว้ในใจของข้า
และสิ่งเหล่านี้ล้วนเป็นความยินดีสำหรับข้า

องค์พระผู้เป็นเจ้าของข้า
ข้าพระองค์รักพระองค์มาก
พระองค์ทรงเห็นทุกสิ่ง
และพระองค์ทรงทราบทุกสิ่ง
บัดนี้ข้าพระองค์ชื่นชมยินดี
ที่ได้บอกถึงความรักของข้าพระองค์
ข้าพระองค์รักพระองค์ พระองค์เจ้าข้า
ข้าพระองค์คิดถึงพระองค์มาก

การสนทนากับองค์พระผู้เป็นเจ้าจะไม่สิ่งที่น่าเบื่อหน่ายหรือเหน็ดเหนื่อย

พระเจ้าพระบิดา (ผู้ทรงรับเอาความรักนี้) ทรงเป็นผู้ตกแต่งภายในห้องนี้ พระองค์ทรงคัดเลือกเครื่องประดับและเพชรพลอยอันงดงามบนชั้นสามของบ้านที่งดงามหลังนี้ ความประณีตและความโอ่อ่าเป็นสิ่งที่ไม่อาจบรรยายได้ ห้องนี้มีความสว่างมากเป็นพิเศษ ท่านสามารถสัมผัสถึงความยุติธรรมและความรักอันอ่อนละมุนของพระเจ้าผู้ทรงมอบรา

งวัลนี้แก่ท่านตามการกระทำของท่านด้วยการมองดูไปรอบ ๆ บ้านหลังนี้ได้ด้วยเช่นเดียวกัน

3. สถานที่เยี่ยมชมแห่งสวรรค์

บริเวณรอบปราสาทใหญ่หลังนี้มีอะไรอยู่อีก ถ้าข้าพเจ้าพยายามบรรยายบ้านที่ลักษณะเหมือนเมืองหลังนี้ในรายละเอียดเล็ก ๆ น้อย ๆ ทุกอย่าง ข้าพเจ้าคงมีข้อมูลมากพอที่จะเขียนหนังสือได้สักเล่มหนึ่ง รอบปราสาทมีสวนขนาดใหญ่แห่งหนึ่งและมีตึกหลายรูปแบบที่ตกแต่งไว้อย่างงามยืนตระหง่านอยู่ด้วยกันอย่างกลมกลืน สิ่งอำนวยความสะดวกต่าง ๆ (อาทิ เช่น สระว่ายน้ำ สวนสนุก บ้านพัก และโรงละครอุปรากร) ทำให้บ้านหลังนี้เป็นเหมือนสถานที่ท่องเที่ยวสำคัญ

พระเจ้าทรงมอบทุกสิ่งเป็นรางวัลตามการกระทำของบุคคล เหตุผลที่เจ้าของบ้านสามารถมีบ้านซึ่งประกอบด้วยสิ่งอำนวยความสะดวกมายเช่นนี้ได้ก็เพราะเขาได้อุทิศร่างกาย ความคิด เวลา และทรัพย์เงินทองทั้งสิ้นของตนในโลกนี้แด่พระเจ้า พระเจ้าทรงตอบแทนให้กับทุกสิ่งที่เขาเคยกระทำเพื่อแผ่นดินของพระเจ้าซึ่งรวมถึงการนำดวงวิญญาณจำนวนมากมาสู่หนทางแห่งความรอดและการสร้างคริสตจักรของพระเจ้า พระเจ้าไม่เพียงแต่จะสามารถประทานเฉพาะสิ่งที่เราทูลขอเท่านั้น แต่พระองค์ทรงสามารถประทานสิ่งที่ใจของเราปรารถนาให้กับเราด้วย เราเห็นว่าพระเจ้าทรงออกแบบได้อย่างสมบูรณ์และงดงามยิ่งกว่าสถาปนิกหรือนักวางผังเมืองที่มีความสามารถของโลกนี้เสียอีก พระองค์ทรงแสดงให้เห็นทั้งความเป็นเอกภาพและความหลากหลายในเวลาเดียวกัน

ในโลกนี้ เราสามารถมีทุกสิ่งที่เราต้องการได้ถ้าเรามีเงินมากพอ แต่ในสวรรค์หาเป็นเช่นนั้นไม่ บ้านที่อยู่อาศัย เสื้อผ้า เพชรพลอย มงกุฎ หรือแม้แต่การปรนนิบัติของทูตสวรรค์เป็นสิ่งที่ไม่อาจซื้อหา

หรือว่าจ้างมาได้ แต่เป็นสิ่งที่พระเจ้าประทานให้ตามขนาดแห่งความเชื่อของบุคคลและตามความสัตย์ซื่อของเขาต่อแผ่นดินของพระเจ้า

เหมือนที่เราพบในฮีบรู 8:5 ว่า "ปุโรหิตเหล่านั้นปฏิบัติกิจในเต็นท์ที่เป็นแต่แบบและเงาแห่งศักดิ์สิทธิสถาน ดังโมเสสเมื่อท่านจะตั้งเต็นท์นั้นพระเจ้าก็ได้ตรัสสั่งว่า 'จงระวังทำทุกสิ่งตามแบบที่เราแจ้งแก่เจ้าบนภูเขา'" โลกนี้เป็นเพียงเงาของสวรรค์ และสัตว์ พืชพันธุ์และธรรมชาติทั้งหมดส่วนใหญ่ที่เราพบอยู่ในโลกเราจะพบอยู่ในสวรรค์ด้วยเช่นกัน สิ่งที่อยู่ในสวรรค์เหล่านี้งดงามยิ่งกว่าสิ่งที่อยู่ในโลก

ตอนนี้ ขอให้เราสำรวจสวนที่เต็มไปด้วยดอกไม้และพืชพันธุ์จำนวนมาก

สวนที่เต็มไปด้วยดอกไม้และสถานที่นมัสการ

บริเวณตรงกลางทางด้านล่างของปราสาทมีลานชั้นในขนาดใหญ่ที่เต็มไปด้วยดอกไม้และต้นไม้จำนวนมากซึ่งให้ทิวทัศน์ที่สวยงาม แต่ละด้านของปราสาทมีสถานที่นมัสการตั้งอยู่ซึ่งผู้คนสามารถเข้ามาถวายเกียรติแด่พระเจ้าด้วยคำสรรเสริญได้ตลอดเวลา บ้านในสวรรค์ (ซึ่งมีขนาดใหญ่เหนือจินตนาการ) เป็นเหมือนสถานที่ท่องเที่ยวที่มีชื่อเสียงซึ่งพรั่งพร้อมไปด้วยสิ่งอำนวยความสะดวกมากมาย เนื่องจากการที่ผู้คนจะเที่ยวชมให้รอบบ้านทั้งหลังต้องใช้เวลามาก ที่นั่นจึงมีสถานที่นมัสการซึ่งคนเหล่านั้นสามารถใช้เป็นสถานที่พักผ่อน

การนมัสการในสวรรค์แตกต่างจากการนมัสการที่เราคุ้นเคยในโลกนี้อย่างสิ้นเชิง ท่านไม่ต้องติดยึดกับรูปแบบ แต่ท่านสามารถถวายเกียรติแด่พระเจ้าด้วยเพลงบทใหม่ ถ้าท่านร้องเพลงเกี่ยวกับสง่าราศีของพระบิดาและความรักขององค์พระผู้เป็นเจ้า ท่านจะมีความกระปรี้กระเปร่าเมื่อท่านได้รับความไพบูลย์ของพระวิญญาณบริสุทธิ์ นอกจากนั้น ยังมีสถานที่ซึ่งมีลักษณะคล้ายกับโรงละครอุปรากรในนครซิดนีย์ ประเทศออสเตรเลีย พระเจ้าทรงมอบสิ่งนี้ให้เพราะว่า

เจ้าของบ้านเป็นผู้นำในพันธกิจของการเผยแพร่วัฒนธรรมคริสเตียนและนำดวงวิญญาณจำนวนนับไม่ถ้วนมาถึงความรอด

หอการแสดงเหมือนในโรงละครอุปรากรแห่งนครซิดนีย์
หอการแสดงนี้ตั้งอยู่ด้านหน้าทะเลสาบเสมือนกำลังลอยอยู่บนน้ำ มีน้ำพุพลุ่งขึ้นมาจากทะเลสาบเหมือนดอกไม้เพลิงและตกลงมาบนทะเลสาบพร้อมกับทอแสงเหมือนเพชรพลอย เมื่อท่านเดินผ่านทะเลสาบและเข้าไปในหอการแสดง ที่นั่นมีเวทีอันโอ่อ่าซึ่งตกแต่งด้วยเพชรพลอยหลากหลายชนิดและมีที่นั่งอันสวยงามสำหรับผู้เข้าชม ทูตสวรรค์กลุ่มเล็กกำลังทำการแสดงอยู่ในโรงละครแห่งนี้โดยสวมใส่เครื่องแต่งกายพิเศษ ทูตสวรรค์ที่ทำการแสดงสวมใส่เครื่องแต่งกายที่มีปีกสุกใสเหมือนปีกของแมลงปอ การแสดงแต่ละกระบวนท่าของทูตเหล่านี้ไร้ที่ติและงดงามมาก นอกจากนั้น ยังมีทูตสวรรค์ที่ร้องเพลงหรือเล่นดนตรี ทูตเหล่านี้แสดงสุดฝีมือในแต่ละด้าน

แต่ไม่ว่าการแสดงของทูตสวรรค์จะไร้ที่ติและงดงามสักเพียงใดก็ตาม กลิ่นหอมของทูตสวรรค์จะแตกต่างอย่างสิ้นเชิงจากกลิ่นหอมของเสียงเพลงและการเต้นรำของบุตรของพระเจ้า พระเจ้าทรงรับเอากลิ่นหอมของบุตรของพระองค์มากกว่าเพราะคนเหล่านี้เป็นบุตรของพระองค์ที่รู้จักความรักของพระองค์และได้รับการชำระให้บริสุทธิ์ผ่านทางการฝึดร่อนมนุษย์

สะพานเมฆสีรุ้ง
แม่น้ำที่มีน้ำแห่งชีวิตซึ่งทอแสงสีเงินไหลผ่านและไหลไปโดยรอบตัวปราสาท แม่น้ำสายนี้ไหลออกมาจากพระที่นั่งของพระเจ้าและไหลรอบไปตามปราสาทขององค์พระผู้เป็นเจ้าและของพระวิญญาณบริสุทธิ์ นครเยรูซาเล็มใหม่ สวรรค์ชั้นที่สาม ชั้นที่สอง ชั้นที่หนึ่ง เมืองบรมสุขเกษม และไหลกลับไปยังพระที่นั่งของพระเจ้า

ผู้คนพูดคุยกับปลาหลากสีจำนวนมากในขณะที่กำลังนั่งอยู่บนหาดทรายสีเงินและสีทองที่สองฟากฝั่งของแม่น้ำที่มีน้ำแห่งชีวิต ที่สอง

ฟากฝั่งของแม่น้ำและบริเวณรอบต้นไม้แห่งชีวิตมีม้านั่งทองคำตั้งเรียงรายอยู่ ในขณะที่นั่งอยู่บนม้านั่งทองคำและมองดูผลไม้ที่น่ากินเหล่านั้น ถ้าเพียงแต่ท่านคิดว่า “ฮือ ผลไม้เหล่านั้นดูน่ากินจัง” ทูตสวรรค์ที่คอยปรนนิบัติจะนำผลไม้เหล่านั้นใส่ในตะกร้าดอกไม้มายื่นให้กับท่านอย่างสุภาพอ่อนน้อม

พื้นที่รอบแม่น้ำที่มีน้ำแห่งชีวิตมีสะพานเมฆทรงโค้งอันงดงามอยู่มากมาย เมื่อเดินอยู่บนสะพานเมฆสีรุ้งและมองดูแม่น้ำที่ไหลอยู่ใต้สะพานอย่างเชื่องช้า ท่านจะรู้สึกเสมือนหนึ่งว่าตนเองกำลังบินอยู่บนท้องฟ้าหรือเดินอยู่บนน้ำ

เมื่อท่านเดินข้ามแม่น้ำที่มีน้ำแห่งชีวิต ที่นั่นมีลานชั้นนอกที่เต็มไปด้วยดอกไม้หลายชนิดพร้อมกับสนามหญ้าสีทอง ความรู้สึกของท่านที่นี่จะแตกต่างจากความรู้สึกที่ท่านมีเมื่อท่านอยู่ที่ลานชั้นใน

สวนสนุกและถนนบุปผชาติ

เมื่อเดินข้ามสะพานเมฆ จะมีสวนสนุกแห่งหนึ่งที่มีเครื่องเล่นอยู่มากมายซึ่งท่านไม่เคยเห็น ได้ยิน หรือคิดมาก่อน แม้แต่สวนสนุกที่ดีที่สุดของโลกนี้ (อย่างเช่น สวนสนุกดิสนีย์แลนด์) ก็เทียบไม่ได้กับสวนสนุกแห่งนี้ รถไฟที่ทำด้วยแก้ววิ่งไปรอบสวน เรือสำเภาที่ทำด้วยทองคำและเพชรพลอยหลายชนิดเคลื่อนที่ไปมาอยู่ในสวน ม้าหมุนประกอบเสียงเพลงกำลังหมุนตัวไปอย่างสนุกเพลิดเพลิน และรถไฟตีลังกาขนาดใหญ่กำลังสร้างความตื่นเต้นให้กับผู้ขึ้นขี่ เมื่อใดก็ตามที่เครื่องเล่นประดับเพชรเหล่านี้เคลื่อนตัว เครื่องเล่นเหล่านี้จะทอแสงสว่างหลากสีสันออกมา เพียงแค่เข้าไปอยู่ในสวนสนุกแห่งนี้ก็ทำให้ท่านรู้สึกถึงบรรยากาศของงานเทศกาล

ในด้านหนึ่งของลานชั้นนอก มีถนนบุปผชาติสายหนึ่งที่ทอดตัวยาวโดยไม่มีที่สิ้นสุดและถนนทั้งสายถูกปกคลุมด้วยดอกไม้เพื่อให้ท่านเดินไปบนดอกไม้ ร่างกายแห่งสวรรค์มีน้ำหนักเบามากจนท่านไม่สามารถรู้สึกถึงน้ำหนักนั้นได้ ดอกไม้จะไม่ถูกเหยียบย่ำแม้ท่านเดินไปบนดอกไม้เหล่านั้น เมื่อท่านเดินไปบนถนนดอกไม้อัน

กว้างใหญ่พร้อมกับได้กลิ่นหอมละมุนของดอกไม้ ดอกไม้จะปิดกลีบดอกของตนเสมือนหนึ่งว่าดอกไม้เหล่านั้นเขินอายและทำลูกคลีนด้วยการเปิดกลีบดอกของตนออก นี่คือการต้อนรับและการทักทายเป็นพิเศษ ดอกไม้ในนิทานมีใบหน้าของตนและสามารถพูดคุย ดอกไม้ในสวรรค์ก็เช่นเดียวกัน

ท่านจะรู้สึกปีติยินดีอย่างยิ่งที่ได้เดินไปบนดอกไม้และได้กลิ่นหอมของดอกไม้เหล่านั้น ดอกไม้รู้สึกมีความสุขและขอบคุณท่านที่เดินไปบนดอกไม้ เมื่อท่านเหยียบไปบนดอกไม้อย่างแผ่วเบา ดอกไม้จะส่งกลิ่นหอมของตนออกมา ดอกไม้แต่ละดอกมีกลิ่นเป็นของตนเองและกลิ่นเหล่านี้จะผสมกันทุกเวลาเพื่อทำให้ท่านเกิดความรู้สึกใหม่ ๆ ทุกครั้งที่ท่านเดินบนดอกไม้ ถนนบุปผชาติกระจายตัวออกไปตามที่ต่าง ๆ เหมือนภาพวาดที่งดงามเพื่อเพิ่มความงามให้กับบ้านในสวรรค์ ในทำนองเดียวกัน บ้านของบุคคลจะมีขนาดใหญ่ไร้เขตจำกัด และบรรจุสิ่งอำนวยความสะดวกทุกชนิดเอาไว้

ทุ่งหญ้าขนาดใหญ่ที่มีสัตว์วิ่งเล่นกันอยู่อย่างสงบ

เหนือถนนบุปผชาติขึ้นไปมีทุ่งหญ้าขนาดใหญ่พร้อมกับสัตว์หลายชนิดที่ท่านพบเห็นบนโลกนี้อยู่ที่นั่นด้วย แน่นอนท่านสามารถพบเห็นสัตว์ชนิดอื่น ๆ ในหลายที่หลายแห่งได้ แต่ในทุ่งหญ้าขนาดใหญ่แห่งนี้มีสัตว์เกือบทุกชนิด ยกเว้นสัตว์บางชนิดที่ต่อสู้กับพระเจ้า อย่างเช่น พญานาค ภาพทิวทัศน์ที่อยู่ต่อหน้าท่านทำให้ท่านระลึกถึงทุ่งหญ้าซาวาน่าขนาดใหญ่ในอัฟริกา สัตว์เหล่านี้ไม่ออกนอกพื้นที่แม้ไม่มีรั้วกั้นและสัตว์เหล่านี้หยอกล้อกันอย่างอิสระ สัตว์เหล่านี้มีขนาดใหญ่กว่าสัตว์บนโลกนี้และมีสีสันที่สุกใสกว่า กฎของป่าไม่สามารถใช้ได้ในสถานที่แห่งนี้

สัตว์ทุกชนิดมีความอ่อนโยน แม้สิงโตที่ได้ชื่อว่าเป็นราชาแห่งสัตว์ทั้งหลายก็ไม่ดุร้ายแต่กลับมีความอ่อนโยนและขนสีทองของสิงโตงดงามมาก นอกจากนั้น ในสวรรค์ท่านสามารถพูดคุยกับสัตว์ได้อย่างอิสระ ลองจินตนาการถึงความงดงามของธรรมชาติที่มีอยู่ทั่วไป

ในทุ่งหญ้าในขณะที่ท่านกำลังขี่อยู่บนหลังสิงโตหรือช้าง ภาพนี้ไม่ใช่พบได้เฉพาะในนิทานเท่านั้น แต่สิ่งนี้เป็นสิทธิพิเศษที่พระเจ้าทรงมอบให้กับผู้คนที่รอดและเข้าสู่สวรรค์

บ้านพักส่วนตัวและเก้าอี้ทองคำเพื่อการพักผ่อน

เนื่องจากบ้านของบุคคลหลังนี้เป็นเหมือนสถานที่ท่องเที่ยวขนาดใหญ่ในสวรรค์เพื่อให้ผู้คนชื่นชม พระเจ้าจึงประทานบ้านพักหลังหนึ่งให้กับเจ้าของเพื่อใช้ส่วนตัว บ้านพักหลังนี้ตั้งอยู่บนเนินเขาขนาดเล็กที่มีทิวทัศน์สวยงามและได้รับการแตกแต่งไว้อย่างงดงาม ไม่ใช่ทุกคนสามารถเข้าไปในบ้านพักหลังนี้ได้เพราะบ้านหลังนี้เป็นบ้านพักส่วนตัว เจ้าของบ้านพักผ่อนอยู่ในบ้านพักหลังนี้หรือใช้บ้านพักหลังนี้เพื่อต้อนรับผู้พยากรณ์อย่างเอลียาห์ เอโนค อับราฮัม และโมเสส

นอกจากนั้น มีบ้านพักอีกหลังหนึ่งที่สร้างด้วยแก้วที่สว่างสุกใสมากซึ่งแตกต่างจากตึกหลังอื่น ๆ แต่ถ้าท่านอยู่ภายนอกท่านไม่สามารถมองเห็นพื้นที่ด้านในของบ้านพักหลังนี้และมีการจำกัดการเข้าออก บนหลังคาของบ้านพักที่ทำด้วยแก้วหลังนี้มีม้าหมุนทองคำตั้งอยู่ เมื่อเจ้าของบ้านนั่งบนม้าหมุนตัวนี้เขาจะสามารถชำเลืองเห็นบ้านทั้งหลังเหนือเวลาและสถานที่ พระเจ้าทรงสร้างบ้านพักหลังนี้ไว้เป็นพิเศษเพื่อให้เจ้าของบ้านรู้สึกมีความสุขเมื่อเขามองดูผู้คนจำนวนมากเข้าเยี่ยมชมบ้านของตนหรือมีไว้เพื่อนั่งพักผ่อน

เนินเขาแห่งการรำลึกความหลังและถนนแห่งการใคร่ครวญ

ถนนแห่งการใคร่ครวญ (ที่มีต้นไม้แห่งชีวิตเรียงรายอยู่สองข้างถนน) เต็มไปด้วยความสงบนิ่งเหมือนเวลาหยุดเดิน เมื่อเจ้าของบ้านก้าวเดินไปแต่ละก้าว สันติสุขก็บังเกิดขึ้นมาจากส่วนลึกแห่งจิตใจของเขาและเขารำลึกถึงสิ่งต่าง ๆ บนโลกนี้ ถ้าเจ้าของบ้านคิดถึงดวงอาทิตย์ ดวงจันทร์ และดวงดาว แสงสว่างที่มีรูปทรงกลมเหมือนจอภาพจะปรากฏขึ้นเหนือศีรษะของเขาแ

ละดวงอาทิตย์ ดวงจันทร์ และดวงดาวจะปรากฏขึ้นบนจอภาพนัน แสงของดวงอาทิตย์ ดวงจันทร์ และดวงดาวไม่ใช่สิ่งที่จำเป็นในสวรรค์เพราะสถานที่ในสวรรค์ทั้งหมดถูกห้อมล้อมไว้ด้วยแสงแห่งพระสิริของพระเจ้า แต่แสงสว่างรูปทรงกลมนี้ถูกแยกไว้ต่างหากเพื่อเป็นช่องทางให้เจ้าของบ้านคิดถึงสิ่งต่าง ๆ บนโลกนี้

นอกจากนั้น มีสถานที่แห่งหนึ่งซึ่งเรียกว่า "เนินเขาแห่งการรำลึกความหลัง" สถานที่แห่งนี้เป็นเหมือนหมู่บ้านขนาดใหญ่แห่งหนึ่ง ที่นี่เจ้าของบ้านสามารถคิดย้อนกลับไปถึงชีวิตของตนบนโลกนี้และมีการรวบรวมส่วนต่าง ๆ ที่หลงเหลืออยู่บนโลกนี้เอาไว้ บ้านที่แม่ของเขาเคยให้กำเนิด โรงเรียนที่เขาเคยเรียน เมืองที่เขาเคยอาศัย สถานที่ซึ่งเขาเคยพบกับการทดลอง สถานที่ซึ่งเขาได้พบกับพระเจ้าเป็นครั้งแรก และสถานที่นมัสการที่เขาเคยสร้างหลังจากเป็นผู้รับใช้ถูกจัดสร้างขึ้นอย่างเป็นลำดับบนเนินเขาแห่งนี้

แม้วัสดุที่สร้างจะแตกต่างจากวัสดุของโลกนี้ แต่สิ่งต่าง ๆ เกี่ยวกับชีวิตบนโลกนี้ของเขาได้ถูกถอดแบบเอาไว้อย่างแม่นยำเพื่อผู้คนจะสามารถสัมผัสถึงร่องรอยของชีวิตในโลกนี้ของเขาได้อย่างชัดเจน ความรักอันอ่อนสุภาพและละมุนละไมของพระเจ้าช่างน่าอัศจรรย์อย่างแท้จริง

น้ำตกและทะเลที่เต็มไปด้วยหมู่เกาะ

เมื่อท่านเดินตามถนนแห่งการใคร่ครวญต่อไป ท่านจะได้ยินเสียงดังมาจากที่ไกลอย่างชัดเจน เสียงนั้นดังมาจากน้ำตกหลากสีสันเมื่อละอองของน้ำตกกระเซ็นขึ้นมา เพชรพลอยอันงดงามที่อยู่ด้านล่างของน้ำตกจะส่องแสงประกายเจิดจ้า ภาพของน้ำตกสามชั้นที่ไหลลงมาจากด้านบนและไหลเข้าไปสู่แม่น้ำที่มีน้ำแห่งนี้ชีวิตถือเป็นทิวทัศน์ที่งดงามมาก ทั้งสองข้างของน้ำตกมีเพชรพลอยที่ส่องแสงเจิดจ้าสองหรือสามเท่า แสงของเพชรพลอยเหล่านี้น่าทึ่งมากขึ้นเมื่อกระทบกับละอองน้ำที่กระเซ็นขึ้นมา ท่านรู้สึกกระปรี้กระเปร่าและมีพ

ลังเมื่อมองดูภาพนี้

ด้านบนของน้ำตกแห่งนี้มีกระโจมตั้งอยู่ซึ่งเป็นจุดที่ผู้คนสามารถยืนชมวิวหรือนั่งพักผ่อน ท่านสามารถมองเห็นบ้านเรือนทั้งหมดในสวรรค์จากจุดนี้และทิวทัศน์ที่ท่านมองเห็นนั้นโอ่อ่าและงดงามมากจนไม่อาจบรรยายได้ด้วยถ้อยคำใด ๆ ของโลกนี้

มีทะเลอันกว้างใหญ่อยู่ด้านหลังปราสาทและมีหมู่เกาะหลากหลายขนาดอยู่ในทะเลนี้ น้ำทะเลที่ใสสะอาดและไร้ตำหนิส่องประกายแสงระยิบระยับเหมือนกับมีเพชรพลอยโปรยปรายอยู่บนผิวน้ำ การมองเห็นปลาแหวกว่ายอยู่ในทะเลที่ใสสะอาดเป็นภาพที่งดงามมาก สิ่งที่ทำให้ผู้คนประหลาดใจก็คือมีบ้านสีเขียวเหมือนหยกถูกสร้างไว้ภายใต้ท้องทะเล

แต่เนื่องจากสวรรค์เป็นโลกสี่มิติซึ่งทุกสิ่งทุกอย่างเป็นไปได้เสมอ จึงมีสิ่งต่าง ๆ จำนวนนับไม่ถ้วนดำรงอยู่ในสวรรค์ซึ่งอยู่เหนือความเข้าใจหรือจินตนาการของเรา

เรือสำราญขนาดใหญ่เหมือนเรือ "ไททานิก" และเรือแก้ว

เกาะที่อยู่ในท้องทะเลมีดอกไม้ป่า นก และเพชรพลอยหลากหลายชนิดซึ่งเพิ่มงดงามให้กับทิวทัศน์บนเกาะมากขึ้น ที่นี่มีการแข่งขันพายเรือหรือการเล่นโต้คลื่นเพื่อดึงดูดผู้คนในสวรรค์ มีเรือเดินสมุทรซึ่งมีลักษณะคล้ายเรือ "ไททานิก" ลอยลำอยู่บนทะเลที่มีคลื่นอันแผ่วเบาและบนเรือลำนี้มีสิ่งอำนวยความสะดวกอยู่หลายประเภท เช่น สระว่ายน้ำ โรงภาพยนตร์ และห้องจัดงานเลี้ยง ถ้าท่านอยู่บนเรือที่โปร่งใสซึ่งทำจากแก้วทั้งลำ ท่านจะรู้สึกเหมือนว่าตนเองกำลังเดินอยู่บนทะเลและท่านสามารถสัมผัสถึงความงดงามภายใต้ท้องทะเลด้วยเรือดำน้ำที่มีรูปทรงเหมือนลูกรักบี้

การใช้เวลาอยู่บนเรือสำราญคล้ายเรือ "ไททานิก" เรือแก้ว หรือเรือดำน้ำที่มีรูปทรงเหมือนลูกรักบี้แม้เพียงหนึ่งวันก็ถือเป็นสิ่งที่มีความสุขมากทีเดียว แต่เนื่องจากสวรรค์เป็นสถานที่นิรันดร์ ท่านจึงสามารถชื่นชมกับสิ่งเหล่านี้ได้ตลอดไปเพียงแต่ท่านมีคุณสมบัติที่จะเข้

าไปสู่นครเยรูซาเล็มใหม่

สนามกีฬาและสันทนาการ

ที่นี่มีสนามกีฬาและสันทนาการหลายแห่ง เช่น สนามกอล์ฟ ลานโบว์ลิ่ง สระว่ายน้ำ สนามเทนนิส สนามวอลเลย์บอล สนามบาสเก็ตบอล และสนามอื่น ๆ อีกมากมาย พระเจ้าทรงมอบสิ่งเหล่านี้เป็นรางวัลเพราะเจ้าของบ้านควรได้ชื่นชมกับสิ่งเหล่านี้เมื่อยังอยู่ในโลก แต่เขายอมสละทุกสิ่งเพราะเห็นแผ่นดินของพระเจ้าและใช้เวลาทั้งหมดเพื่อพระองค์เท่านั้น

บนลานโบว์ลิ่ง (ซึ่งทำด้วยทองคำและเพชรพลอยด้วยรูปทรงของตัวพิน) ลูกบอลและตัวพินทำด้วยทองคำและเพชรพลอย ผู้คนเล่นเป็นกลุ่มสามถึงห้าคน คนเหล่านี้เล่นและเชียร์กันและกันอย่างสนุกสนาน ลูกบอลไม่หนักมากเหมือนลูกบอลที่เล่นกันอยู่ในโลกนี้และลูกบอลจะกลิ้งไปตามลานอย่างแรงแม้ท่านจะโยนบอลเพียงเบา ๆ เมื่อลูกบอลชนเข้าที่ตัวพินจะเกิดแสงอันเจิดจ้าและเสียงอันไพเราะขึ้น

สนามกอล์ฟซึ่งสร้างอยู่บนสนามหญ้าทองคำ พื้นของสนามหญ้านี้ราบเตียนโดยอัตโนมัติเพื่อให้ลูกกอล์ฟกลิ้งไปในช่วงการเล่นเกม เนื่องจากสนามหญ้าราบเตียนเหมือนไพ่โดมิโน สนามแห่งนี้จึงมีลักษณะเหมือนคลื่นทองคำ ในนครเยรูซาเล็มใหม่แม้แต่สนามหญ้าก็ยังเชื่อฟังเจ้าของตน ยิ่งกว่านั้น เมื่อเจ้าของตีลูกกอล์ฟออกไป ก้อนเมฆจะห่อหุ้มเท้าของเจ้าของและเคลื่อนย้ายตัวเจ้าของไปยังอีกสนามหนึ่ง นี่เป็นสิ่งที่น่าอัศจรรย์ใจอย่างยิ่ง ผู้คนสนุกสนานอย่างมากที่สระว่ายน้ำเช่นกัน เนื่องจากในสวรรค์ไม่มีใครจมน้ำ แม้แต่คนที่ว่ายน้ำไม่เป็นบนโลกนี้ก็สามารถว่ายน้ำได้เป็นอย่างดี ยิ่งกว่านั้น น้ำไม่ทำให้เสื้อผ้าของผู้คนเปียกโชก แต่จะกลิ้งออกไปเหมือนหยดน้ำค้างที่อยู่บนใบไม้ ผู้คนสามารถสนุกสนานกับการว่ายน้ำตลอดเวลาเพราะเขาสามารถว่ายน้ำในขณะที่สวมใส่เสื้อผ้า

ทะเลสาบหลายขนาดและน้ำพุภายในสวน

ภายในบ้านหลังใหญ่ในสวรรค์มีทะเลสาบหลายขนาดอยู่เป็นจำนวนมาก เมื่อปลาหลากสีสันในทะเลสาบโบกครีบของตนไปมาเหมือนปลากำลังเต้นรำเพื่อทำให้บุตรของพระเจ้าพอใจ ภาพนี้ดูเสมือนหนึ่งว่าปลาเหล่านั้นกำลังสารภาพความรักของตนออกมาด้วยเสียงดัง ท่านยังสามารถมองเห็นปลาเปลี่ยนสีของตนอีกด้วย ปลาที่โบกครีบสีเงินของตนสามารถเปลี่ยนครีบนั้นเป็นสีไข่มุกได้ทันที

มีสวนอยู่หลายแห่งภายในบ้าน สวนแต่ละแห่งมีชื่อแตกต่างกันตามความงามและลักษณะเฉพาะตน เราไม่อาจถ่ายทอดความงามของสวนเหล่านี้ได้อย่างครบถ้วนเพราะแม้แต่บนใบไม้ก็มีรอยสัมผัสของพระเจ้าปรากฏอยู่

นอกจากนั้น น้ำพุก็มีความแตกต่างกันตามลักษณะของสวนแต่ละแห่ง โดยทั่วไป น้ำพุจะพ่นน้ำขึ้นข้างบน แต่มีน้ำพุหลายแห่งที่ให้สีสันอันงดงามหรือส่งกลิ่นหอมของตนออกไป มีกลิ่นหอมแบบใหม่ซึ่งท่านไม่เคยพบบนโลกนี้ เช่น กลิ่นหอมแห่งความอดกลั้นที่ท่านสามารถสัมผัสจากไข่มุก กลิ่นหอมแห่งการทุ่มเทและความร้อนรนของทับทิม กลิ่นหอมแห่งการเสียสละตนเองหรือความสัตย์ซื่อ และกลิ่นหอมประเภทอื่น ๆ อีกมากมาย ตรงกลางน้ำพุที่พุ่งขึ้นมามีข้อเขียนหรือภาพวาดที่อธิบายถึงความหมายของน้ำพุแต่ละแห่งและสาเหตุของการสร้างน้ำพุเหล่านั้น

ยิ่งกว่านั้น ในบ้านที่มีลักษณะเหมือนปราสาทยังมีตึกและพื้นที่พิเศษอีกมากมาย แต่สิ่งที่น่าเสียดายก็คือเราไม่สามารถอธิบายถึงสถานที่เหล่านั้นโดยละเอียด สิ่งสำคัญก็คือทุกสิ่งที่พระเจ้าประทานให้ล้วนมีเหตุผลทั้งสิ้น พระองค์ทรงมอบทุกสิ่งเป็นรางวัลแก่เราตามการงานที่เราได้ทำเพื่อแผ่นดินและความชอบธรรมของพระเจ้าบนโลกนี้

รางวัลอันยิ่งใหญ่ของท่านในสวรรค์

บัดนี้ท่านคงรู้แล้วว่าบ้านในสวรรค์ของท่านมีขนาดใหญ่โตมโหฬารเหนือจินตนาการของท่านสักเพียงใด ปราสาทหลังใหญ่พร้อมด้ว

ยความเป็นส่วนตัวอย่างสมบูรณ์ถูกสร้างไว้ตรงกลางพร้อมกับตึกแ
ละสิ่งอำนวยความสะดวกอื่น ๆ อีกมากมายอยู่ภายในสวนที่ล้อมรอ
บปราสาทหลังนี้ บ้านหลังนี้เป็นเหมือนสถานที่ท่องเที่ยวแห่งสวรรค์
บางทีท่านคงอดประหลาดใจไม่ได้เนื่องจากบ้านหลังนี้มีขนาดใหญ่
เหนือจินตนาการซึ่งพระเจ้าได้ทรงจัดเตรียมไว้สำหรับบุคคลที่ถูกฝึ
ดร่อนบนโลกนี้

อะไรคือเหตุผลที่พระเจ้าทรงจัดเตรียมบ้านในสวรรค์ที่มีขนา
ดใหญ่เท่ากับเมืองแห่งหนึ่งเอาไว้ ขอให้เราอ่านจากหนังสือมัทธิว
5:11-12

เมื่อเขาจะติเตียนข่มเหงท่านและนินทาว่าร้ายท่านทั้งหลายเป็นค
วามเท็จเพราะเรา ท่านก็เป็นสุข จงชื่นชมยินดี เพราะว่าบำเหน็จขอ
งท่านมีบริบูรณ์ในสวรรค์ เพราะเขาได้ข่มเหงผู้เผยพระวจนะทั้งหล
ายที่อยู่ก่อนท่านเหมือนกัน

อัครทูตเปาโลทนทุกข์มากสักเพียงใดเพื่อทำให้แผ่นดินของพระ
เจ้าสำเร็จ ท่านได้รับความทุกข์ทรมานจากการข่มเหงและความยาก
ลำบากอย่างแสนสาหัสเพื่อประกาศพระเยซูพระผู้ช่วยให้รอดกับคน
ต่างชาติ จาก 2 โครินธ์ 11:23 เป็นต้นเราเห็นได้ว่าท่านทำงานหนั
กมากเพื่อแผ่นดินของพระเจ้า เปาโลถูกจำคุก ถูกเฆี่ยนตี หรือตกอ
ยู่ในอันตรายของการเสียชีวิตอยู่หลายต่อหลายครั้งในขณะที่ท่านกำ
ลังประกาศพระกิตติคุณ

ถึงกระนั้น เปาโลไม่เคยบ่นหรือรู้สึกขุ่นเคืองใจ แต่ท่านกลับชื่น
ชมยินดีตามที่พระคำของพระเจ้าได้สั่งท่านเอาไว้ ในที่สุด ประตูขอ
งพันธกิจมิชชันโลกสำหรับคนต่างชาติก็ถูกเปิดออกผ่านทางเปาโล
ด้วยเหตุนี้ ท่านจึงได้เข้าไปสู่นครเยรูซาเล็มใหม่และได้รับเกียรติยศ
ซึ่งทอแสงประกายเหมือนดวงอาทิตย์ในนครเยรูซาเล็มใหม่

พระเจ้าทรงรักผู้คนที่ร้อนรนและสัตย์ซื่อแม้ต้องสละชีวิตของตน
อย่างมากและพระองค์ทรงอวยพระพรคนเหล่านี้ด้วยหลายสิ่งหลาย
ในสวรรค์

นครเยรูซาเล็มใหม่ไม่ได้มีไว้สำหรับบุคคลหนึ่งคนใดโดยเฉพ

าะ แต่ทุกคนที่ชำระจิตใจของตนให้บริสุทธิ์ มีจิตใจเหมือนพระทัยของค์พระผู้เป็นเจ้า และทำให้หน้าที่ของตนสำเร็จด้วยใจร้อนรนสามารถเข้าไปอาศัยอยู่ในนครแห่งนี้

ข้าพเจ้าอธิษฐานในพระนามของพระเยซูคริสต์องค์พระผู้เป็นเจ้าเพื่อท่านจะมีจิตใจเหมือนพระทัยของพระเจ้าโดยผ่านการอธิษฐานอย่างร้อนรนและพระคำของพระเจ้าพร้อมกับทำหน้าที่ของท่านอย่างสมบูรณ์เพื่อท่านจะสามารถเข้าสู่นครเยรูซาเล็มใหม่และทูลกับพระองค์ด้วยน้ำตานองหน้าว่า “ข้าพระองค์รู้สึกขอบพระคุณสำหรับความรักของพระบิดา”

บทที่ 9

งานเลี้ยงครั้งแรกในนครเยรูซาเล็มใหม่

1. งานเลี้ยงครั้งแรกในนครเยรูซาเล็มใหม่
2. ผู้พยากรณ์ที่มีตำแหน่งสูงสุดกลุ่มแรกในสวรรค์
3. สตรีผู้งดงามในสายพระเนตรของพระเจ้า
4. มารีย์ชาวมักดาลาอยู่ใกล้พระที่นั่งของพระเจ้า

เหตุฉะนั้น ผู้ใดได้ทำให้ข้อเล็กน้อ
ยสักข้อหนึ่งในธรรมบัญญัติเบาขึ้น
ทั้งสองคนอื่นให้ทำอย่างนั้นด้วย ผู้นั้นจะได้ชื่อว่
าเป็นผู้น้อยที่สุดในแผ่นดินสวรรค์ แต่ผู้ใดที่ปร
ะพฤติและสอนตามธรรมบัญญัติ ผู้นั้นจะได้ชื่อว่าเป็
นใหญ่ในแผ่นดินสวรรค์

- มัทธิว 5:19 -

นครเยรูซาเล็มใหม่อันบริสุทธิ์เป็นที่ตั้งของพระที่นั่งของพระเจ้าและในท่ามกลางผู้คนจำนวนนับไม่ถ้วนซึ่งถูกฝึดร่อนบนโลกนี้ ผู้คนที่มีจิตใจบริสุทธิ์และดีงามเหมือนแก้วจะอาศัยอยู่ในนครนี้ตลอดไป การมีชีวิตในนครเยรูซาเล็มใหม่กับพระเจ้าตรีเอกานุภาพเป็นชีวิตที่เต็มไปด้วยความรัก ความตื่นเต้น ความสุข และความชื่นชมยินดีเหนือจินตนาการ ผู้คนที่นี่มีความสุขอย่างต่อเนื่องกับการเข้าร่วมนมัสการและงานเลี้ยงตลอดทั้งการสนทนาด้วยความรักกับซึ่งกันและกัน

ถ้าท่านเข้าร่วมในการงานเลี้ยงในนครเยรูซาเล็มใหม่ซึ่งพระเจ้าทรงเป็นผู้จัดขึ้น ท่านจะได้ชมการแสดงและแบ่งปันความรักกับผู้คนจำนวนนับไม่ถ้วนซึ่งมาจากสถานที่ต่าง ๆ ในสวรรค์

พระเจ้าตรีเอกานุภาพ (ผู้ทรงสิ้นสุดการฝึดร่อนมนุษย์ด้วยการอดกลั้นไว้นาน) ทรงชื่นชมยินดีและมีความสุขเมื่อทรงทอดพระเนตรดูบุตรที่รักทั้งหลายของพระองค์

พระเจ้าแห่งความรักทรงเปิดเผยให้ข้าพเจ้าเห็นโดยละเอียดเกี่ยวกับชีวิตในนครเยรูซาเล็มใหม่ซึ่งเต็มไปด้วยความรู้สึกตื่นเต้นที่เกินความเข้าใจ เหตุผลที่ข้าพเจ้าสามารถเอาชนะความชั่วด้วยความดีและรักศัตรูแม้ในยามที่ข้าพเจ้าทนทุกข์โดยไร้เหตุผลก็เพราะข้าพเจ้าเต็มล้นด้วยความหวังสำหรับนครเยรูซาเล็มใหม่

ตอนนี้ ขอให้เราเจาะลึกลงไปว่าการมีจิตใจ "เหมือนพระทัยของพระเจ้า" ซึ่งสุกใสและงดงามเหมือนแก้วนั้นเป็นพระพรมากเพียงใดโดยดูจากภาพของงานเลี้ยงครั้งแรกซึ่งจัดขึ้นในนครเยรูซาเล็มใหม่เป็นตัวอย่าง

ข้าพเจ้าหวังว่าท่านจะสามารถสัมผัสถึงความตื่นเต้นและความสุขอย่างลึกซึ้งเมื่อท่านพบว่างานเลี้ยงครั้งแรกในนครเยรูซาเล็มใหม่ถูกจัดขึ้นอย่างไร

1. งานเลี้ยงครั้งแรกในนครเยรูซาเล็มใหม่

ในสวรรค์มีงานเลี้ยงเหมือนในโลกนี้และเราสามารถเข้าใจถึงความชื่นชมยินดีของชีวิตในสวรรค์ได้เป็นอย่างดีผ่านทางงานเลี้ยงเหล่านี้ ทั้งนี้ก็เพราะมีสถานที่อันทรงเกียรติมากมายที่เราสามารถเห็นและชื่นชมถึงความมั่งคั่งและความงดงามของสวรรค์ ผู้คนในโลกนี้ประดับตนเองด้วยสิ่งสวยงามรวมทั้งกิน ดื่ม และเพลิดเพลินกับอาหารชั้นเยี่ยมในงานเลี้ยงซึ่งจัดขึ้นโดยผู้นำของประเทศฉันใด เมื่อมีการจัดงานเลี้ยงขึ้นในสวรรค์ที่นั่นก็จะเต็มไปด้วยการเต้นรำ การร้องเพลง และความสุขด้วยฉันนั้น

เสียงแห่งการสรรเสริญอันไพเราะจากห้องจัดเลี้ยง
ห้องจัดเลี้ยงแห่งนครเยรูซาเล็มใหม่มีขนาดใหญ่และหรูหรามาก ถ้าท่านเดินผ่านประตูทางเข้าและเข้าไปในห้องซึ่งมองไม่เห็นจุดสิ้นสุด เสียงของบทเพลงแห่งสวรรค์อันไพเราะจะทำให้รู้สึกตื่นเต้นมากยิ่งขึ้น

ความสว่างอันมหัศจรรย์
ซึ่งมีมาตั้งแต่ก่อนปฐมกาล
พระองค์ทรงทำให้ทุกสิ่งส่องเจิดจ้า
ด้วยแสงสว่างดั้งเดิม
พระองค์ทรงให้กำเนิดพระบุตร
และทรงสร้างเหล่าทูตสวรรค์
พระสิริของพระองค์สูงส่ง
เหนือฟ้าสวรรค์และแผ่นดินโลก
พระคุณของพระองค์นั้นแสนชื่นใจ
ที่พระองค์แต่ผู้เดียวทรงหยิบยื่นให้
และทรงสร้างโลกใบนี้ขึ้น
จงสรรเสริญความรักอันยิ่งใหญ่ด้วยริมฝีปากอันบอบบาง
สรรเสริญพระเจ้า
ผู้ทรงรับเอาคำสรรเสริญและทรงชื่นชมยินดี
จงยกย่องพระนามบริสุทธิ์ของพระองค์

และสรรเสริญพระองค์ตลอดไป
ความสว่างของพระองค์มหัศจรรย์
และคู่ควรต่อการยกย่องสรรเสริญ
เสียงดนตรีที่ไพเราะและชัดเจนหลอมละลายเข้าไปในวิญญาณเพื่อทำให้เกิดความตื่นเต้นและสันติสุขเหมือนความสงบสุขของเด็กทารกที่อยู่ในอ้อมอกของมารดา

ประตูพลอยสีขาวของห้องจัดเลี้ยงตกแต่งด้วยดอกไม้แห่งสวรรค์หลากหลายขนาดและสีสันพร้อมด้วยรอยแกะสลักรูปแบบอันงดงาม ท่านจะเห็นว่าพระเจ้าพระบิดาทรงจัดเตรียมแม้แต่รายละเอียดเล็กน้อยที่สุดด้วยความรักอันละเอียดอ่อนที่มีต่อบุตรของพระองค์ในทุกมุมของนครนครเยรูซาเล็มใหม่

เดินผ่านประตูพลอยสีขาว

ผู้คนจำนวนมากเดินแถวผ่านประตูใหญ่อันงดงามของห้องจัดเลี้ยง ผู้คนที่อาศัยอยู่ในนครเยรูซาเล็มใหม่จะเดินเข้าไปก่อน คนเหล่านี้สวมมงกุฎทองคำซึ่งมีขนาดสูงกว่ามงกุฎของผู้คนที่อาศัยอยู่ในสถานที่แห่งอื่นของสวรรค์พร้อมกับทอแสงอันงดงามและอ่อนละมุนออกมา ผู้คนสวมใส่เสื้อผ้าสีขาวชิ้นเดียวซึ่งทอแสงสว่างไสว เนื้อผ้ามีน้ำหนักเบาและนุ่มนวลเหมือนเส้นไหมและผ้าปลิวไสวไปมา

มีการถักลายเพชรไว้ที่คอเสื้อและแขนเสื้อซึ่งประดับประดาด้วยทองคำหรือเพชรพลอยหลากหลายชนิด ชนิดของเพชรพลอยและรูปแบบที่ใช้ล้วนแตกต่างกันออกไปตามรางวัลของแต่ละบุคคล ความงดงามและความน่านับถือของผู้อาศัยในนครเยรูซาเล็มใหม่แตกต่างอย่างสิ้นเชิงจากผู้อาศัยในสถานที่แห่งอื่นของสวรรค์

ผู้คนที่มาจากสถานที่อาศัยแห่งอื่นในสวรรค์ต้องผ่านขั้นตอนบางอย่างเพื่อจะเข้าร่วมงานเลี้ยงในนครเยรูซาเล็มใหม่ซึ่งแตกต่างจากผู้คนที่อาศัยอยู่ในนครเยรูซาเล็มใหม่ ผู้คนจากสวรรค์ชั้นที่สาม ชั้นที่สอง ชั้นที่หนึ่ง หรือจากเมืองบรมสุขเกษมต้องเปลี่ยนเสื้อผ้าของตนเป็นเสื้อผ้าพิเศษสำหรับนครเยรูซาเล็มใหม่ เนื่องจากความสว่า

งของร่างกายแห่งสวรรค์มีระดับแตกต่างกันโดยขึ้นอยู่กับว่าบุคคลนั้นมาจากสถานที่แห่งใดในสวรรค์ ผู้คนที่มาจากสถานที่แห่งอื่นในสวรรค์ต้องขอยืมเสื้อผ้าที่เหมาะสมเพื่อเข้าเยี่ยมสถานที่อยู่อาศัยซึ่งอยู่ในระดับสูงกว่าที่อยู่อาศัยของตน

นั่นคือสาเหตุของการจัดสถานที่ต่างหากไว้เพื่อเปลี่ยนเสื้อผ้า นครเยรูซาเล็มใหม่มีเสื้อผ้าหลายชุดและทูตสวรรค์จะช่วยผู้คนเปลี่ยนเสื้อผ้าของตน แต่ผู้คนที่มาจากเมืองบรมสุขเกษม (แม้มีจำนวนไม่มาก) ต้องเปลี่ยนเสื้อผ้าด้วยตนเองโดยไม่ได้รับความช่วยเหลือจากทูตสวรรค์ คนเหล่านี้เปลี่ยนเสื้อผ้าของตนเป็นเสื้อผ้าสำหรับนครเยรูซาเล็มใหม่และจะรู้สึกตื่นเต้นกับสง่าราศีของเสื้อผ้าเหล่านั้น ผู้คนที่มาจากเมืองบรมสุขเกษมจะรู้สึกเสียใจเพราะเขาสวมใส่เสื้อผ้าที่ตนเอง ไม่มีคุณสมบัติที่จะสวมใส่

ผู้คนจากสวรรค์ชั้นที่สาม ชั้นที่สอง ชั้นที่หนึ่ง และจากเมืองบรมสุขเกษมต้องเปลี่ยนเสื้อผ้าของตนเองพร้อมกับแสดงบัตรเชิญให้กับทูตสวรรค์ดูที่ประตูทางเข้าห้องจัดงานเลี้ยงเพื่อจะเข้าร่วมในงานเลี้ยง

ห้องจัดงานเลี้ยงที่หรูหราและงดงาม

เมื่อทูตสวรรค์นำท่านเข้าไปสู่ห้องจัดงานเลี้ยง ท่านอดไม่ได้ที่จะตกตะลึงกับแสงสว่างอันแวววาว ความหรูหราและความงดงามของห้องจัดงานเลี้ยง พื้นห้องทอแสงมันวาวของพลอยสีขาวโดยไม่มีจุดหรือตำหนิใด ๆ แต่ละด้านของห้องมีเสาอยู่มากมาย เสารูปทรงกลมสุกใสเหมือนแก้วและพื้นที่ภายในตกแต่งด้วยเพชรพลอยหลากหลายชนิดเพื่อให้ความงามอย่างเป็นเอกลักษณ์ เสาแต่ละต้นมีดอกไม้ห้อยอยู่เพื่อเพิ่มอารมณ์และคุณภาพให้กับงานเลี้ยง

ท่านจะเป็นสุขและตื่นเต้นมากสักเพียงใดถ้าท่านได้รับเชิญให้เข้าร่วมในห้องจัดเลี้ยงที่ทำด้วยหินอ่อนสีขาวและส่องแสงสดใสเหมือนแก้ว ห้องจัดงานเลี้ยงในสวรรค์ซึ่งทำด้วยเพชรพลอยแห่งสวรรค์

นานาชนิดจะงดงามและให้ความสุขมากยิ่งกว่านี้สักเท่าใด

ด้านหน้าห้องจัดงานเลี้ยงของนครเยรูซาเล็มใหม่มีเวทีสองเวทีตั้งอยู่ซึ่งทำให้ท่านรู้สึกขนลุกเสมือนกำลังกลับไปสู่ช่วงเวลาในอดีตเมื่อท่านเข้าร่วมในพิธีราชาภิเษกของจักรพรรดิในสมัยโบราณ บริเวณตรงกลางของเวทีที่อยู่ด้านบนสุดเป็นที่ตั้งของพระที่นั่งพลอยสีขาวขนาดใหญ่ของพระเจ้าพระบิดา ด้านขวาของพระที่นั่งนี้คือพระที่นั่งขององค์พระผู้เป็นเจ้าและทางด้านซ้ายเป็นที่นั่งของแขกผู้ทรงเกียรติของงานเลี้ยงครั้งแรก มีแสงสว่างอันเจิดจ้าล้อมรอบพระที่นั่งเหล่านี้เอาไว้ พระที่นั่งเหล่านี้สูงส่งและสง่างามมาก บนเวทีที่อยู่ต่ำลงมามีที่นั่งสำหรับบรรดาผู้พยากรณ์ซึ่งถูกจัดไว้ตามลำดับชั้นในสวรรค์เพื่อแสดงถึงความน่าเกรงขามของพระเจ้าพระบิดา

ห้องจัดงานเลี้ยงมีขนาดใหญ่พอที่จะรองรับพลเมืองสวรรค์จำนวนมากที่ได้รับเชิญ ด้านหนึ่งของห้องจัดงานเลี้ยงมีวงดนตรีออร์เคสตร้าแห่งสวรรค์ซึ่งมีเทพบดีองค์หนึ่งเป็นผู้ควบคุมวง วงดนตรีวงนี้เล่นดนตรีแห่งสวรรค์เพื่อเพิ่มความชื่นชมยินดีและความสุขไม่เฉพาะในช่วงงานเลี้ยงเท่านั้น แต่ในช่วงก่อนการเริ่มต้นของงานเลี้ยงด้วยเช่นกัน

ทูตสวรรค์นำทางไปสู่ที่นั่ง

ทูตสวรรค์จะนำทางผู้คนที่เข้าไปในห้องจัดงานเลี้ยงไปยังที่นั่งของตนซึ่งถูกกำหนดไว้ล่วงหน้า ผู้คนที่มาจากนครเยรูซาเล็มใหม่จะนั่งอยู่แถวหน้าสุดตามมาด้วยผู้คนที่มาจากสวรรค์ชั้นที่สาม ชั้นที่สอง ชั้นที่หนึ่ง และเมืองบรมสุขเกษม

ผู้คนที่มาจากสวรรค์ชั้นที่สามจะสวมมงกุฎของตนเช่นกันซึ่งมีลักษณะแตกต่างจากมงกุฎของผู้คนแห่งนครเยรูซาเล็มใหม่อย่างสิ้นเชิงและคนเหล่านี้ต้องใส่เครื่องหมายวงกลมไว้ด้านขวาของมงกุฎเพื่อให้แตกต่างจากผู้คนแห่งนครเยรูซาเล็มใหม่ ผู้คนที่มาจากสวรรค์ชั้นที่สองและชั้นที่หนึ่งต้องใส่เครื่องหมายวงกลมไว้ที่หน้าอกด้านซ้ายของตนซึ่งทำให้คนเหล่านี้แตกต่างจากผู้คนที่มาจากสวรรค์ชั้นที่

สามหรือจากนครเยรูซาเล็มใหม่โดยอัตโนมัติ ผู้คนที่มาจากสวรรค์ชั้นที่สองและชั้นที่หนึ่งสวมมงกุฎของตน แต่ผู้คนจากเมืองบรมสุขเกษมไม่สวมมงกุฎ

บรรดาผู้ที่ได้รับเชิญมาในงานเลี้ยงในนครเยรูซาเล็มใหม่จะนั่งประจำที่ของตนและรอคอยการเสด็จเข้ามาของพระเจ้าพระบิดา (ผู้ทรงเป็นเจ้าภาพของงานเลี้ยงนี้) ด้วยหัวใจสั่นระริกพร้อมกับปรับแต่งเสื้อผ้าของตนไปมาอย่างกระวนกระวาย เมื่อเสียงแตรดังขึ้นซึ่งเป็นสัญญาณของการเสด็จเข้ามาของพระบิดา ทุกคนที่อยู่ในห้องจัดงานเลี้ยงจะยืนขึ้นต้อนรับเจ้าภาพของตน ในช่วงเวลานี้ ผู้คนที่ไม่ได้รับเชิญมาในงานเลี้ยงดังกล่าวสามารถมีส่วนร่วมกับเหตุการณ์ครั้งนี้ผ่านทางระบบการถ่ายทอดสดซึ่งติดตั้งไว้ในที่อยู่อาศัยทั่วทั้งสวรรค์

พระบิดาเสด็จเข้ามาในห้องเมื่อเสียงแตรดังขึ้น

เมื่อเสียงแตรดังกังวานขึ้น บรรดาเทพบดีที่เดินนำหน้าพระเจ้าพระบิดาจะเข้ามาก่อนและตามมาด้วยเหล่าบรรพบุรุษแห่งความเชื่อผู้ซึ่งพระองค์ทรงรัก บัดนี้ ทุกคนและทุกสิ่งพร้อมที่จะต้อนรับพระเจ้าพระบิดา ผู้คนที่เฝ้าดูเหตุการณ์นี้ต่างก็กระตือรือร้นที่จะเห็นพระบิดาและองค์พระผู้เป็นเจ้า คนเหล่านี้จดจ้องสายตาของตนไปข้างหน้า

ในที่สุด พระเจ้าพระบิดาเสด็จเข้ามาพร้อมด้วยแสงสว่างอันสดใสเจิดจ้า การปรากฏของพระองค์เต็มไปด้วยความสง่างามและความน่าเกรงขาม แต่ในขณะเดียวกันทรงพรั่งพร้อมไปด้วยความสุภาพอ่อนโยนและความบริสุทธิ์ เส้นเกศาของพระองค์ที่ปลิวไสวไปมาอย่างนุ่มนวลทอแสงประกายสีทองและมีแสงสว่างไสวออกมาจากพระพักตร์และพระกายของพระองค์จนผู้คนไม่อาจเปิดตาของตนออกมองดูพระองค์ได้อย่างแท้จริง

เมื่อพระเจ้าพระบิดาเสด็จขึ้นประทับบนพระที่นั่ง เหล่าทูตสวรรค์และบริวารแห่งสวรรค์ บรรดาผู้พยากรณ์ที่รอคอยอยู่บนเวที และทุกคนที่อยู่ในห้องจัดงานเลี้ยงต่างก็ก้มศีรษะของตนลงนมัสการพร

ะองค์ การมองเห็นพระเจ้าพระบิดาพระผู้สร้างและผู้ทรงครอบครองสิ่งสารพัดด้วยตนเองในฐานะสิ่งทรงสร้างคนหนึ่งถือเป็นเกียรติอันสูงส่งอย่างยิ่ง ช่างเป็นช่วงเวลาที่น่าตื่นเต้นและชื่นชมยินดีมากทีเดียว แต่ไม่ใช่แขกทุกคนที่เข้าร่วมในงานสามารถมองเห็นพระองค์ ผู้คนที่มาจากเมืองบรมสุขเกษม สวรรค์ชั้นที่หนึ่ง และสวรรค์ชั้นที่สองไม่สามารถเงยหน้าของตนขึ้นมองดูพระองค์ได้เพราะแสงสว่างอันเจิดจ้า คนเหล่านี้หลั่งน้ำตาแห่งความชื่นชมยินดีและความตื่นเต้นด้วยความรู้สึกขอบพระคุณที่เขาสามารถเข้าร่วมในงานเลี้ยงครั้งนี้

องค์พระผู้เป็นเจ้าทรงแนะนำแขกผู้ทรงเกียรติ

หลังจากพระเจ้าพระบิดาประทับบนพระที่นั่งของพระองค์ องค์พระผู้เป็นเจ้าเสด็จเข้ามาโดยมีเทพบดีผู้สง่างามและภูมิฐานองค์หนึ่งเดินนำหน้า พระองค์ทรงสวมมงกุฎที่สูงส่งและรุ่งโรจน์และทรงสวมเสื้อคลุมยาวสีขาวอันเรืองรอง พระองค์ทรงสง่างามและเต็มด้วยความผึ่งผาย องค์พระผู้เป็นเจ้าทรงโค้งคำนับต่อพระเจ้าพระบิดาเป็นอันดับแรกด้วยความสุภาพอ่อนน้อม พระองค์ทรงรับการนมัสการจากเหล่าทูตสวรรค์ ผู้พยากรณ์ และทุกคนที่เข้าร่วมในงานเลี้ยงพร้อมทั้งทรงยิ้มตอบคนเหล่านั้น พระเจ้าพระบิดาผู้ประทับอยู่บนพระที่นั่งทรงพอพระทัยที่เห็นผู้คนเข้าร่วมในงานเลี้ยงนั้น

จากนั้นองค์พระผู้เป็นเจ้าจะเสด็จไปบนแท่นพลับพลาเพื่อแนะนำแขกผู้ทรงเกียรติของงานเลี้ยงครั้งแรก พระองค์ตรัสถึงรายละเอียดทุกอย่างเกี่ยวกับพันธกิจของแขกผู้นี้ซึ่งช่วยให้การฝึดร่อนมนุษย์เสร็จสิ้นลง บางคนที่เข้าร่วมในงานเลี้ยงสงสัยว่าแขกผู้ทรงเกียรติท่านนี้คือใคร หรือผู้คนที่รู้แล้วว่าแขกผู้ทรงเกียรติท่านนี้คือใครต่างก็มุ่งให้ความสนใจกับองค์พระผู้เป็นเจ้าด้วยความคาดหวังอันยิ่งใหญ่

ในที่สุด องค์พระผู้เป็นเจ้าทรงเสร็จสิ้นการแนะนำของพระองค์ด้วยการอธิบายว่าบุคคลผู้นี้รักพระเจ้าพระบิดาอย่างไร ท่านพยายามช่วยดวงวิญญาณจำนวนมากให้รอดมากแค่ไหน และท่านทำให้น้ำพระทัยทั้งสิ้นของพระเจ้าสำเร็จอย่างไร จากนั้น พระเจ้าพระบิดาท

รงเต็มล้นไปด้วยความชื่นชมยินดีและประทับยืนขึ้นเพื่อต้อนรับแขกผู้ทรงเกียรติของงานเลี้ยงครั้งแรกเหมือนกับบิดาที่ต้อนรับบุตรของตนซึ่งกลับมาบ้านด้วยความสำเร็จ เหมือนกษัตริย์ที่ให้การต้อนรับนายพลที่ได้รับชนะในการรบ เสียงแตรดังขึ้นอีกครั้งหนึ่งและจากนั้นแขกผู้ทรงเกียรติก็เดินเข้ามาในห้องจัดงานเลี้ยงซึ่งเต็มไปด้วยความคาดหวังและความตื่นเต้นพร้อมด้วยแสงสว่างอันเจิดจ้า

แขกผู้นี้สวมมงกุฎยาวอันรุ่งโรจน์พร้อมทั้งเสื้อคลุมยาวสีขาวเหมือนขององค์พระผู้เป็นเจ้า ท่านดูเป็นคนน่าเกรงขาม แต่ผู้คนสามารถสัมผัสถึงความอ่อนสุภาพและความเมตตาจากใบหน้าของท่านซึ่งมีลักษณะเหมือนพระพักตร์ของพระเจ้าพระบิดา

เราขอแนะนำบุตรที่รักของเราแก่ท่าน

เมื่อแขกผู้ทรงเกียรติของงานเลี้ยงครั้งแรกเดินเข้ามาในงานเลี้ยง ผู้คนต่างก็ยืนขึ้นและเริ่มต้นร้องเสียงเชียร์ด้วยการยกมือของตนขึ้นเหมือนกับการทำลูกคลื่น คนเหล่านี้หันไปแสดงความชื่นชมยินดีกับคนอื่นด้วยการสวมกอดซึ่งกันและกัน เหมือนภาพที่เกิดขึ้นในการแข่งขันฟุตบอลโลกรอบสุดท้าย เมื่อมีประตูชัยเกิดขึ้นหลังจากลูกฟุตบอลผ่านผู้รักษาประตูเข้าไป ผู้ชมจากประเทศที่ได้รับชัยชนะทั้งที่อยู่ในสนามและชมอยู่ที่บ้านจะเชียร์ด้วยความชื่นชมยินดี สวมกอกซึ่งกันและกัน และแสดงท่า “ไฮ ฟาย” เป็นต้น ในทำนองเดียวกัน ห้องจัดงานเลี้ยงในนครเยรูซาเล็มใหม่จะเต็มไปด้วยเสียงร้องเชียร์แห่งความชื่นยินดี

แขกผู้ทรงเกียรติที่องค์พระผู้เป็นเจ้าทรงแนะนำมุ่งหน้าไปยังพระบิดาก่อนเป็นอันดับแรกและทักทายพระองค์ด้วยความเคารพยำเกรง พระเจ้าพระบิดาทรงสวมกอดท่านผู้นี้และจากนั้นองค์พระผู้เป็นเจ้าทรงสวมกอดท่านด้วยเช่นกัน

พระเจ้าพระบิดาตรัสว่า “เราขอแนะนำบุตรที่รักของเราแก่ท่าน” และทรงแนะนำแขกผู้ทรงเกียรติของงานเลี้ยงครั้งแรกอีกครั้งหนึ่ง ณ จุดนี้ ไม่เฉพาะผู้คนที่อยู่ในห้องจัดเลี้ยงเท่านั้นที่ก้มศีรษะของตน

ลงนมัสการท่าน แต่ผู้คนที่เฝ้าชมงานเลี้ยงผ่านทางจอภาพก็ก้มศีรษะของตนลงนมัสการท่านด้วยเช่นกัน

จากนั้น พระเจ้าพระบิดาจะประทับนั่งบนพระที่นั่งอีกครั้งหนึ่งรวมทั้งองค์พระผู้เป็นเจ้าและแขกผู้ทรงเกียรติก็เช่นกัน บัดนี้ สายตาของผู้คนทั้งหมดต่างก็จดจ้องไปยังแขกผู้ทรงเกียรติท่านนี้อีกครั้งหนึ่ง เมื่อทอดพระเนตรดูท่านผู้นี้อย่างพอพระทัย พระเจ้าพระบิดาจึงตรัสกับท่านว่า...

บุตรของเราเอ๋ย
เราดีใจและมีความสุข
ที่เจ้ากลับมาหาเราอีก
หลังจากทำหน้าที่
ซึ่งเรามอบให้กับเจ้าจนสำเร็จ
บัดนี้ จงพักอยู่ที่นี่
และอยู่กับเราตลอดไปเถิด

เราดีใจมาก ขอให้งานเลี้ยงแห่งความยินดีเริ่มต้นขึ้นเถิด

เมื่อทอดพระเนตรดูห้องที่เต็มไปด้วยบุตรทั้งหลายของพระองค์ พระเจ้าพระบิดาจึงตรัสว่า "เราดีใจมาก ขอให้งานเลี้ยงความยินดีเริ่มต้นขึ้นเถิด" ทันใดนั้น การบรรเลงดนตรีแห่งสวรรค์และการแสดงอันงดงามของเหล่าทูตสวรรค์ที่เต้นรำและร้องเพลงก็เริ่มต้นขึ้นบนเวที ทูตสวรรค์เล่นดนตรีและเต้นรำได้อย่างไพเราะและงดงามตามท่วงทำนองของบทเพลงแห่งสวรรค์ บางครั้งทูตเหล่านั้นเต้นรำเป็นรูปวงกลมหรือรูปแบบอื่นหรือกระโดดตัวขึ้นอย่างสุภาพอ่อนโยน ทูตเหล่านั้นเต้นรำเข้ากับเสียงดนตรีที่ไพเราะได้อย่างสง่างาม

ในโลกนี้ ผู้คนรู้สึกทึ่งกับความงดงามของการแสดงในโรงละครคาร์เนกีในเมืองนิวยอร์กหรือในโรงละครแห่งเมืองซิดนีย์ ลองคิดดูซิว่าการแสดงที่พระเจ้าได้ทรงจัดเตรียมไว้เป็นพิเศษสำหรับงานเลี้ยงจะงดงามและน่าประทับใจมากกว่านี้สักเท่าใด

ผู้คนที่เข้าร่วมในงานเลี้ยงครั้งแรกของนครเยรูซาเล็มใหม่จะได้

รับการปรนนิบัติจากทูตสวรรค์ คนเหล่านี้จะนั่งอยู่ที่โต๊ะพร้อมกับพี่น้องชายหญิงในความเชื่อซึ่งเคยทำงานรับใช้ร่วมกันในโลกนี้พร้อมกับสนทนา ดื่มกิน และทักทายปราศัยกับบรรดาบรรพบุรุษแห่งความเชื่อซึ่งคนเหล่านี้อยากพบมาเป็นเวลานาน นอกจากนั้น ในระหว่างการแสดงยังมีช่วงเวลาพิเศษซึ่งเป็นช่วงเวลาแห่งการยกย่องสรรเสริญและการเต้นรำของผู้คนที่เคยทำงานร่วมกับแขกผู้ทรงเกียรติในโลกนี้

นี่เป็นงานเลี้ยงเพื่อสร้างความประหลาดใจซึ่งพระเจ้าทรงจัดเตรียมไว้ ดังนั้นทุกคน—ซึ่งรวมถึงองค์พระผู้เป็นเจ้า แขกผู้ทรงเกียรติและผู้เข้าร่วมในงานเลี้ยงทุกคน—จึงรู้สึกชื่นชมยินดี เช่นเดียวกันพระเจ้าแห่งความรักทรงให้บำเหน็จรางวัลแก่เราด้วยเกียรติและสง่าราศีที่เหนือคำบรรยายแม้กระทั่งกับสิ่งเล็ก ๆ น้อย ๆ ที่เราได้กระทำบนโลกนี้ แผ่นดินสวรรค์ที่พระเจ้าทรงจัดเตรียมไว้เพื่อเรามีสง่าราศีมาก

2. ผู้พยากรณ์ที่มีตำแหน่งสูงสุดกลุ่มแรกในสวรรค์

เราต้องทำอะไรเป็นพิเศษเพื่อให้เราสามารถอาศัยอยู่ในนครเยรูซาเล็มใหม่และเข้าร่วมในงานเลี้ยงครั้งแรก เราต้องไม่เพียงแต่ต้อนรับเอาพระเยซูคริสต์และรับเอาพระวิญญาณบริสุทธิ์เป็นของขวัญเท่านั้น แต่เราต้องมีผลของพระวิญญาณทั้ง 9 ชนิดและมีจิตใจเหมือนพระทัยของพระเจ้าซึ่งสุกใสงดงามดังแก้วด้วยเช่นกัน เกณฑ์การตัดสินในสวรรค์จะกำหนดโดยขนาดของการชำระจิตใจของตนให้บริสุทธิ์และการมีลักษณะเหมือนพระทัยของพระเจ้าของบุคคลเป็นหลัก

ดังนั้น แม้แต่ในงานเลี้ยงครั้งแรกในนครเยรูซาเล็ม ผู้พยากรณ์ก็เข้าร่วมงานนี้ตามลำดับขั้นหรือตำแหน่งของตนเมื่อพระเจ้าเสด็จเข้าไปสู่ห้องจัดเลี้ยง ยิ่งผู้พยากรณ์หรือบรรพบุรุษแห่งความเชื่อมีตำแหน่งมากเท่าใดคนเหล่านี้ก็จะได้นั่งใกล้พระที่นั่งของพระเจ้ามากขึ้

นเท่านั้น ในทำนองเดียวกัน เนื่องจากสวรรค์ปกครองตามลำดับขั้น เรารู้ว่าเราต้องมีจิตใจเหมือนพระทัยของพระเจ้าเพื่อจะได้นั่งใกล้กับพระที่นั่งของพระองค์

ตอนนี้ ขอให้เราพิจารณาถึงจิตใจที่สุกใสงดงามดั่งแก้วเหมือนพระทัยของพระเจ้าและเราจะมีจิตใจแบบนี้ได้อย่างไรผ่านชีวิตของผู้พยากรณ์ที่มีตำแหน่งสูงสุดกลุ่มแรกในสวรรค์

เอลียาห์ถูกรับขึ้นไปโดยไม่พบกับความตาย

ในบรรดามนุษย์ทั้งสิ้นที่ถูกฝัดร่อนอยู่บนโลกนี้ เอลียาห์มีตำแหน่งสูงที่สุด เราสามารถเห็นจากพระคัมภีร์ว่าชีวิตทุกด้านของเอลียาห์เป็นพยานยืนยันถึงพระเจ้าผู้ทรงพระชนม์อยู่ซึ่งเป็นพระเจ้าเที่ยงแท้แต่องค์เดียว ท่านเป็นผู้พยากรณ์ในยุคของกษัตริย์อาหับแห่งอิสราเอลซึ่งเป็นอาณาจักรเหนือที่มีการกราบไหว้รูปเคารพกันอย่างแพร่หลาย ท่านเผชิญหน้ากับผู้พยากรณ์ 850 คนที่กราบไหว้รูปเคารพและเรียกไฟลงมาจากสวรรค์ นอกจากนั้น เอลียาห์ยังทำให้ฝนตกหนักหลังเกิดความแห้งแล้งอยู่สามปีครึ่ง

ท่านเอลียาห์ก็เป็นมนุษย์ที่มีสภาพเหมือนกับเราทั้งหลายและท่านได้อธิษฐานด้วยความเชื่ออันแรงกล้าขอไม่ให้ฝนตกและฝนก็ไม่ตกต้องแผ่นดินถึงสามปีกับหกเดือน และท่านได้อธิษฐานขออีกครั้งหนึ่งและฟ้าสวรรค์ได้ประทานฝนให้และแผ่นดินจึงได้ผลิตพืชผลต่าง ๆ

ยิ่งกว่านั้น โดยผ่านทางเอลียาห์ แป้งสาลีเพียงกำมือเดียวในไหและน้ำมันเพียงเล็กน้อยในเหยือกก็ทำให้หญิงม่ายดำรงชีวิตอยู่ได้จนการกันดารอาหารสิ้นสุดลง ท่านทำให้ลูกชายของหญิงม่ายคนหนึ่งเป็นขึ้นจากตายและแยกแม่น้ำจอร์แดนออกเป็นสองส่วน สุดท้าย เอลียาห์ก็ถูกรับขึ้นไปสู่สวรรค์ด้วยพายุหมุน (2 พงศ์กษัตริย์ 2:11)

อะไรคือเหตุผลที่เอลียาห์ซึ่งเป็นมนุษย์เหมือนเราสามารถทำการอัศจรรย์และหลีกเลี่ยงความตายได้ ที่เป็นเช่นนั้นก็เพราะเอลียาห์มีจิตใจที่บริสุทธิ์และงดงามดั่งแก้วซึ่งเป็นเหมือนพระทัยของพระเจ้า

โดยผ่านการทดลองมากมายในช่วงชีวิตของท่าน เอลียาห์ไว้วางใจในพระเจ้าอย่างสิ้นเชิงในทุกสถานการณ์และเชื่อฟังพระเจ้าอยู่เสมอ

เมื่อพระเจ้าทรงบัญชาท่าน เอลียาห์ก็เดินทางไปเฝ้ากษัตริย์อาหับซึ่งพยายามฆ่าท่านและท่านประกาศต่อหน้าผู้คนมากมายว่าพระเจ้าคือพระเจ้าเที่ยงแท้แต่องค์เดียว นั่นคือวิธีการและสาเหตุที่ท่านได้รับฤทธิ์อำนาจของพระเจ้า ทำการอัศจรรย์มากมายเพื่อถวายเกียรติแด่พระเจ้า และชื่นชมกับเกียรติและสง่าราศีตลอดไป

เอโนคดำเนินอยู่กับพระเจ้าเป็นเวลา 300 ปี

แล้วในกรณีของเอโนคล่ะ เอโนคถูกรับขึ้นไปสู่สวรรค์โดยไม่พบกับความตายเช่นเดียวกับเอลียาห์ แม้พระคัมภีร์ไม่ได้กล่าวถึงท่านมากนัก แต่เราสามารถสัมผัสได้ว่าท่านมีจิตใจเหมือนพระทัยของพระเจ้ามากเพียงใด

เอโนคอยู่มาได้หกสิบห้าปีจึงมีบุตรชื่อเมธูเสลาห์ ตั้งแต่เอโนคมีบุตรคือเมธูเสลาห์แล้วก็ดำเนินกับพระเจ้าสามร้อยปีและมีบุตรชายหญิงอีกหลายคน รวมอายุเอโนคได้สามร้อยหกสิบปี เอโนคดำเนินกับพระเจ้าแล้วหายหน้าไปเพราะพระเจ้าทรงรับเขาไป (ปฐมกาล 5:21-24)

เอโนคเริ่มต้นดำเนินกับพระเจ้าเมื่ออายุ 65 ปี ท่านเป็นบุคคลน่ารักในสายพระเนตรของพระเจ้าเพราะท่านมีจิตใจเหมือนพระทัยของพระเจ้า พระเจ้าทรงสื่อสารกับท่านอย่างลึกซึ้งทรงดำเนินกับท่านถึงสามร้อยปี และทรงรับท่านไปอยู่ใกล้กับพระองค์ในขณะที่ท่านยังมีชีวิต คำว่า “ดำเนินกับพระเจ้า” ในที่นี้หมายความว่าพระเจ้าทรงสถิตอยู่กับบุคคลนั้นโดยเฉพาะในทุกสิ่งทุกอย่าง พระเจ้าทรงสถิตอยู่กับเอโนคในทุกหนแห่งที่ท่านไปเป็นเวลาถึงสามศตวรรษ

ถ้าท่านเดินทาง ท่านต้องการให้บุคคลประเภทใดร่วมเดินทางไปกับท่าน การเดินทางของท่านจะสนุกเพลิดเพลินถ้าท่านร่วมเดินทางไปกับบุคคลที่ท่านสามารถแบ่งปันความคิดด้วย

ในทำนองเดียวกัน เรารู้ว่าเอโนคอยู่กับพระเจ้าด้วยจิตใจของท่าน ดังนั้น ท่านจึงสามารถดำเนินกับพระเจ้า

เนื่องจากพระเจ้าทรงเป็นความสว่าง ความดีงาม และความรัก เราต้องไม่มีความมืดใด ๆ อยู่ในเราเพื่อเราจะดำเนินอยู่กับพระเจ้า นอกจากความดีงามและความรัก เอโนครักษาตัวของท่านให้บริสุทธิ์แม้ท่านดำเนินชีวิตอยู่ในโลกที่เต็มไปด้วยความบาปและท่านประกาศถึงน้ำพระทัยของพระเจ้ากับประชาชน (ยูดา 1:14) พระคัมภีร์ไม่ได้บอกว่าท่านทำสิ่งหนึ่งสิ่งใดที่ยิ่งใหญ่หรือทำหน้าที่หนึ่งใดเป็นพิเศษ แต่เพราะเอโนคยำเกรงพระเจ้าในส่วนลึกแห่งจิตใจของท่าน หลีกเลี่ยงความชั่วร้าย และมีชีวิตที่บริสุทธิ์เพื่อให้สามารถดำเนินกับพระเจ้า พระเจ้าจึงทรงรับท่านขึ้นไปอยู่ใกล้ชิดกับพระองค์รวดเร็วยิ่งขึ้น

ด้วยเหตุนี้ ฮีบรู 11:5 จึงบอกเราว่า “เพราะเอโนคมีความเชื่อ ฉะนั้นพระเจ้าจึงทรงรับท่านขึ้นไปเพื่อไม่ให้ท่านประสบกับความตาย ไม่มีผู้ใดพบท่านเพราะพระเจ้าทรงรับท่านไปแล้ว ก่อนที่ทรงรับท่านขึ้นไปนั้นมีผู้เป็นพยานว่าท่านเป็นที่พอพระทัยของพระเจ้า” ในทำนองเดียวกัน เอโนคมีความเชื่อที่พระเจ้าทรงพอพระทัย ได้รับพระพรของการดำเนินอยู่กับพระเจ้าเสมอ ถูกรับขึ้นไปสู่สวรรค์โดยไม่พบกับความตาย และกลายเป็นบุคคลที่มีตำแหน่งสูงเป็นอันดับสองในสวรรค์

อับราฮัมถูกเรียกว่ามิตรสหายของพระเจ้า

อับราฮัมมีจิตใจงดงามเพียงใดท่านจึงถูกเรียกว่าเป็นมิตรสหายของพระเจ้าและเป็นบุคคลที่มีตำแหน่งสูงเป็นอันดับสามในสวรรค์

อับราฮัมไว้วางใจในพระเจ้าอย่างสิ้นเชิงและเชื่อฟังพระเจ้าอย่างสมบูรณ์แบบ เมื่อท่านเดินทางออกจากบ้านเมืองของท่านตามคำบัญชาของพระเจ้า ท่านไม่รู้จุดหมายปลายทางของท่านด้วยซ้ำ แต่ท่านก็ยอมออกจากบ้านเกิดเมืองนอนซึ่งเป็นที่มั่นทางเศรษฐกิจของท่านด้วยการเชื่อฟัง ยิ่งกว่านั้น เมื่อท่านได้รับคำบัญชาให้ถวายอิสอั

คบุตรชายที่ท่านให้กำเนิดเมื่อท่านมีอายุ 100 ปีเป็นเครื่องเผาบูชา ท่านเชื่อฟังทันที ท่านเชื่อมั่นว่าพระเจ้าผู้ทรงดีงามและยิ่งใหญ่จะสามารถทำให้บุตรชายของท่านเป็นขึ้นมาจากความตาย

อับราฮัมเป็นคนไม่เห็นแก่ตัวด้วยเช่นกัน ยกตัวอย่าง เมื่อท่านและโลทหลานชายของท่านมีทรัพย์สมบัติเพิ่มมากขึ้นจนไม่สามารถอาศัยอยู่ร่วมกันได้ อับราฮัมจึงยอมให้โลทเลือกก่อนโดยกล่าวกับโลทว่า "เราอย่าวิวาทกันเลย อย่าให้คนเลี้ยงสัตว์ของเจ้ากับคนเลี้ยงสัตว์ของเราวิวาทกันเพราะเราเป็นญาติสนิท ที่ดินทั้งหมดอยู่ตรงหน้าเจ้ามิใช่หรือ จงแยกไปจากเราเถิด ถ้าเจ้าไปทางซ้ายเราก็จะไปทางขวา หรือเจ้าจะไปทางขวา เราก็จะไปทางซ้าย" (ปฐมกาล 13:8-9) ครั้งหนึ่ง กษัตริย์หลายองค์ร่วมมือกันทำสงครามสู้รบกับเมืองโสโดมและโกโมราห์พร้อมกับเก็บข้าวของและเสบียงอาหารของชาวเมืองทั้งหมดซึ่งรวมถึงของโลทหลานชายท่านที่อาศัยอยู่ในเมืองโสโดมไปด้วย จากนั้น อับราฮัมจึงนำพลชำนาญศึกที่เกิดและรับการฝึกฝนในบ้านของท่านจำนวน 318 คนไล่ตามกองทัพของกษัตริย์เหล่านั้นและนำข้าวของกลับคืนมาทั้งหมด กษัตริย์แห่งเมืองโสโดมต้องการมอบข้าวของที่นำกลับคืนมาบางส่วนให้กับอับราฮัมเพื่อเป็นการตอบแทนพระคุณท่าน แต่อับราฮัมไม่ยอมรับเอาข้าวของเหล่านั้น ท่านทำเช่นนี้เพื่อพิสูจน์ให้เห็นว่าพระพรของท่านมาจากพระเจ้าแต่ผู้เดียว ในทำนองเดียวกัน อับราฮัมเชื่อฟังด้วยความเชื่อเพื่อพระสิริของพระเจ้าด้วยจิตใจที่บริสุทธิ์และงดงามเหมือนแก้ว เพราะเหตุนี้พระเจ้าจึงทรงอวยพระพรท่านอย่างบริบูรณ์ทั้งในโลกนี้และในสวรรค์

โมเสสผู้นำในการอพยพ
โมเสสผู้นำในการอพยพมีจิตใจแบบใดท่านจึงมีตำแหน่งสูงเป็นอันดับสี่ในสวรรค์ กันดารวิถี 12:3 บอกเราว่า "โมเสสเป็นคนถ่อมใจมากยิ่งกว่าคนทั้งปวงที่พื้นแผ่นดิน"

ในหนังสือยูดามีภาพเหตุการณ์ที่เทวทูตาธิบดีมีคาเอลโต้เถียงกับ

มารเรื่องศพของโมเสสและที่เป็นเช่นนี้ก็เพราะโมเสสมีคุณสมบัติที่จะถูกรับขึ้นไปสู่สวรรค์โดยไม่ประสบกับความตาย เมื่อครั้งที่โมเสสยังเป็นราชโอรสแห่งอียิปต์ท่านเคยสังหารชาวอียิปต์คนหนึ่งที่กำลังทุบตีชาวฮีบรู เพราะเหตุนี้มารจึงกล่าวโทษว่าโมเสสต้องประสบกับความตาย

แต่เทวทูตาธิบดีมีคาเอลโต้แย้งกับมารโดยกล่าวว่าโมเสสได้ละทิ้งความบาปและความชั่วร้ายทั้งสิ้นแล้วและท่านมีคุณสมบัติที่จะถูกรับขึ้นไป ในมัทธิว 17 เราพบว่าโมเสสและเอลียาห์ลงมาจากสวรรค์เพื่อสนทนากับพระเยซู จากข้อเท็จจริงเหล่านี้เราจึงสามารถอนุมานถึงสิ่งที่เกิดขึ้นกับร่างกายของโมเสสได้

โมเสสต้องหนีออกจากพระราชวังของฟาโรห์เนื่องจากท่านได้ฆ่าคนชาวอียิปต์ จากนั้นท่านเลี้ยงแกะอยู่ในถิ่นทุรกันดารถึง 40 ปี โมเสสทำลายความหยิ่งยโส ความอยาก และความชอบธรรมของท่านลงโดยผ่านทางการทดลองในถิ่นทุรกันดาร พระเจ้าทรงมอบหมายภารกิจของการนำชนชาติอิสราเอลออกจากอียิปต์หลังจากท่านผ่านเหตุการณ์นี้

บัดนี้ โมเสส (ที่ครั้งหนึ่งเคยสังหารชายคนหนึ่งและหลบหนีไป) ต้องกลับไปหาฟาโรห์อีกครั้งและนำชนชาติอิสราเอลซึ่งตกเป็นทาสอยู่ที่นี่ถึง 400 ปีออกจากอียิปต์ ภารกิจนี้ดูจะเป็นไปไม่ได้ในความคิดของมนุษย์ แต่โมเสสเชื่อฟังพระเจ้าและเดินทางไปหาฟาโรห์ มิใช่ทุกคนสามารถเป็นผู้นำคนอิสราเอลนับล้านออกจากอียิปต์และนำคนเหล่านั้นเข้าสู่แผ่นดินคานาอันได้ เพราะเหตุนี้พระเจ้าจึงทรงขัดเกลาโมเสสในถิ่นทุรกันดารถึง 40 ปีและทรงทำให้ท่านเป็นภาชนะอันยิ่งใหญ่ซึ่งสามารถอุ้มชูและทนต่อคนอิสราเอลทั้งหมดได้ โมเสสจึงกลายเป็นบุคคลที่เชื่อฟังตราบจนวันตายโดยผ่านการทดลองและสามารถทำหน้าที่ในการนำผู้คนในการอพยพด้วยวิธีการนี้ เราเห็นถึงความยิ่งใหญ่ของโมเสสได้ไม่ยากจากพระคัมภีร์

โมเสสจึงกลับไปเฝ้าพระเจ้าทูลว่า "โอพระเจ้าข้า ประชากรนี้ทำบาปอันใหญ่ยิ่ง เขาพระด้วยทองคำสำหรับตัวเอง แต่

บัดนี้ขอพระองค์ทรงโปรดยกโทษบาปของเขา ถ้าหาไม่ขอพระองค์ทรงลบชื่อของข้าพระองค์เสียจากทะเบียนที่พระองค์ทรงจดไว้" (อพยพ 32:31-32)

โมเสสรู้ดีว่าการลบชื่อของท่านออกจากหนังสือขององค์พระผู้เป็นเจ้าไม่ได้หมายถึงการตายฝ่ายร่างกายเพียงอย่างเดียว แม้ท่านรู้ดีว่าบุคคลที่ถูกลบชื่อออกจากหนังสือแห่งชีวิตจะถูกโยนลงไปในบึงไฟนรก—ความตายนิรันดร์—และทนทุกข์อยู่ที่นั่นตลอดไป โมเสสก็พร้อมที่จะรับเอาความตายนิรันดร์เพื่อแลกกับการยกโทษความบาปของประชาชน

พระเจ้าจะทรงรู้สึกอย่างไรเมื่อทอดพระเนตรดูโมเสส พระเจ้าทรงพอพระทัยกับท่านเพราะท่านเข้าใจน้ำพระทัยของพระเจ้าอย่างถี่ถ้วนว่าพระองค์ทรงเกลียดชังความบาปแต่กระนั้นพระองค์ก็ทรงต้องการช่วยคนบาปให้รอด พระเจ้าทรงตอบคำอธิษฐานของท่าน พระเจ้าทรงเห็นว่าโมเสสมีค่ามากกว่าชนชาติอิสราเอลทั้งหมดเพราะท่านมีจิตใจที่ถูกต้องในสายพระเนตรของพระเจ้าและเป็นจิตใจที่บริสุทธิ์และสุกใสเหมือนน้ำแห่งชีวิตที่ไหลออกมาจากพระที่นั่งของพระองค์

ระหว่างเพชรขนาดเท่าเม็ดถั่วหนึ่งเม็ดซึ่งไร้ตำหนิหรือจุดด่างพร้อยกับก้อนหินขนาดใหญ่เท่ากำปั้นก้อนหนึ่ง ท่านคิดว่าสิ่งใดมีคุณค่ามากกว่ากัน ไม่มีใครยอมแลกเพชรเม็ดนี้กับก้อนหินธรรมดาหนึ่งก้อนแน่

ด้วยเหตุนี้ เมื่อรู้ข้อเท็จจริงว่าโมเสส (ผู้มีพระทัยของพระเจ้าในจิตใจของท่าน) มีคุณค่ามากกว่าคนอิสราเอลทั้งหมดรวมกัน เราจึงควรมีจิตใจที่บริสุทธิ์และงดงามเหมือนแก้ว

เปาโลอัครทูตเพื่อคนต่างชาติ

บุคคลที่มีตำแหน่งสูงอันดับห้าได้แก่อัครทูตเปาโลผู้ซึ่งอุทิศชีวิตของตนในการประกาศข่าวประเสริฐกับคนต่างชาติ แม้ท่านเป็นคนสัตย์ซื่อเพื่อเห็นแก่แผ่นดินของพระเจ้าตราบจนวันตาย แต่ในมุมห

นึงแห่งความคิดของท่านเปาโลรู้สึกเสียใจอยู่ตลอดเวลาเพราะครั้งหนึ่งท่านเคยข่มเหงผู้เชื่อของพระเยซูคริสต์ก่อนที่ท่านต้อนรับเอาองค์พระผู้เป็นเจ้า เพราะเหตุนี้ท่านจึงกล่าวไว้ใน 1 โครินธ์ 15:9 ว่า "เพราะว่าข้าพเจ้าเป็นผู้น้อยที่สุดในพวกอัครทูตและไม่สมควรจะได้ชื่อว่าเป็นอัครทูตเพราะว่าข้าพเจ้าได้เคี่ยวเข็ญคริสตจักรของพระเจ้า"

อย่างไรก็ตาม เนื่องจากท่านเป็นภาชนะที่ดีเยี่ยม พระเจ้าจึงทรงเลือกท่าน ขัดเกลาท่าน และใช้ท่านให้เป็นอัครทูตสำหรับคนต่างชาติ 2 โครินธ์ 11:123 เป็นต้นไปอธิบายถึงความยากลำบากที่ท่านได้รับในขณะที่ประกาศพระกิตติคุณโดยละเอียด เราเห็นได้ว่าท่านทนทุกข์อย่างมากจนแทบเอาชีวิตไม่รอด ท่านถูกเฆี่ยนตีและถูกจำคุกหลายครั้ง ท่านถูกพวกยิวเฆี่ยนห้าครั้งๆ ละสามสิบเก้าที ท่านถูกตีด้วยตะบองถึงสามครั้ง ท่านถูกหินขว้างหนึ่งครั้ง ท่านพบภัยเรือแตกสามครั้งและลอยอยู่ในทะเลหนึ่งวันกับหนึ่งคืน ท่านอดหลับอดนอนอยู่บ่อยครั้ง ท่านหิวกระหายและอดข้าวอยู่บ่อยครั้ง ท่านสู้ทนกับความหนาวเหน็บและการเปลือยกาย (2 โครินธ์ 11:23-27)

เปาโลทนทุกข์มากจนท่านกล่าวไว้ใน 1 โครินธ์ 4:9 ว่า "เพราะข้าพเจ้าเห็นว่าพระเจ้าได้ทรงตั้งเราผู้เป็นอัครทูตไว้ในที่สุดเหมือนผู้ที่ได้ถูกปรับโทษให้ถึงตาย เพราะว่าจักรวาลคือทั้งทูตสวรรค์และมนุษย์มองดูเราด้วยความพิศวง"

ทำไมพระเจ้าจึงทรงอนุญาตให้ความยากลำบากและการข่มเหงมากมายเกิดขึ้นกับเปาโลซึ่งเป็นคนสัตย์ซื่อตราบจนวันตาย พระเจ้าสามารถปกป้องเปาโลจากความยากลำบากแต่พระองค์ทรงต้องการให้เปาโลมีจิตใจบริสุทธิ์และงดงามเหมือนแก้วผ่านทางความยากลำบากเหล่านั้น ในที่สุด เปาโลได้รับการเล้าโลมและความชื่นชมยินดีในพระเจ้าเท่านั้น ปฏิเสธตนอย่างสิ้นเชิง และเป็นเหมือนพระคริสต์อย่างสมบูรณ์ ตอนนี้ท่านจึงสามารถกล่าวได้ว่า "และนอกจากนั้นยังมีการอื่นที่บีบข้าพเจ้าอยู่ทุกวันๆ คือความกระวนกระวายถึงคริสตจัก

รทั้งปวง" (2 โครินธ์ 11:28)

นอกจากนั้น ท่านยังกล่าวไว้ในโรม 9:3 ว่า "เพราะถ้าเป็นประโยชน์ข้าพเจ้าปรารถนาจะให้ข้าพเจ้าเองถูกสาปและถูกตัดขาดจากพระคริสต์เพราะเห็นแก่พี่น้องของข้าพเจ้าคือญาติของข้าพเจ้าตามเชื้อชาติ" เปาโล (ซึ่งเป็นคนที่มีจิตใจบริสุทธิ์และงดงามเหมือนแก้วเช่นนี้) ไม่เพียงแต่สามารถเข้าไปสู่นครเยรูซาเล็มใหม่ แต่ท่านยังได้อยู่ใกล้กับพระที่นั่งของพระเจ้าด้วยเช่นกัน

3. สตรีผู้งดงามในสายพระเนตรของพระเจ้า

เราดูการจัดงานเลี้ยงครั้งแรกในนครเยรูซาเล็มใหม่ไปแล้ว เมื่อพระเจ้าพระบิดาเสด็จเข้ามาในห้องจัดเลี้ยง มีสตรีคนหนึ่งอยู่ด้านหลังพระองค์ เธอคอยรับใช้พระเจ้าพระบิดาในชุดสีขาวยาวเกือบถึงพื้นและตกแต่งด้วยเพชรพลอยหลายชนิด สตรีคนนี้คือมารีย์ชาวมักดาลา เมื่อพิจารณาถึงสถานการณ์ในเวลานั้นที่มีการจำกัดบทบาทของสตรีในที่สาธารณะ เธอคงไม่อาจทำให้แผ่นดินของพระเจ้าสำเร็จสำเร็จได้มากมายนัก แต่เพราะเธอเป็นสตรีผู้งดงามในสายพระเนตรของพระเจ้า เธอจึงสามารถเข้าไปในสถานที่อันน่าเกรงขามที่สุดในสวรรค์

มีการจัดตำแหน่งในท่ามกลางผู้พยากรณ์ที่มีจิตใจเหมือนพระทัยของพระเจ้าฉันใด ในสวรรค์ก็มีการจัดตำแหน่งในกลุ่มสตรีตามขนาดของการยอมรับและความรักที่พระเจ้าทรงมีต่อสตรีเหล่านั้นด้วยเช่นกัน

สตรีเหล่านั้นต้องดำเนินชีวิตแบบใดเพื่อให้ได้รับการยอมรับและความรักจากพระเจ้าและกลายเป็นผู้คนที่มีเกียรติในสวรรค์

มารีย์ชาวมักดาลาเป็นบุคคลแรกที่พบกับองค์พระผู้เป็นเจ้าที่เป็นขึ้นมา

สตรีที่พระเจ้าทรงรักมากที่สุดคือนางมารีย์ชาวมักดาลา

เธอถูกครอบงำด้วยอำนาจของความมืด เป็นที่รังเกียจและถูกดูหมิ่นจากคนอื่น และทนทุกข์กับโรคภัยไข้เจ็บมาเป็นเวลานาน ในช่วงเวลาแห่งความยุ่งยากเหล่านั้น วันหนึ่งเธอได้ยินว่าพระเยซูเสด็จมาที่บ้านของฟาริสีคนหนึ่งและเธอเดินทางไปยังบ้านหลังนั้น แต่เธอไม่กล้าสู้หน้าพระเยซูแม้เธอปรารถนาที่จะพบพระองค์อย่างมากก็ตาม เธอเดินไปด้านหลังพระองค์ ใช้น้ำตาล้างพระบาทของพระองค์ เช็ดน้ำตานั้นด้วยเส้นผมของตน และทุบเหยือกน้ำพร้อมกับเทน้ำหอมลงบนพระองค์ เธอได้รับการปลดปล่อยจากความเจ็บปวดของโรคภัยไข้เจ็บโดยผ่านการกระทำแห่งความเชื่อนี้และเธอรู้สึกขอบพระคุณพระองค์อย่างมาก จากเวลานั้นเป็นต้นมา เธอรักพระเยซูมากและติดตามพระองค์ไปทุกหนแห่งที่พระองค์เสด็จไป เธอกลายเป็นสตรีผู้งดงามที่อุทิศชีวิตทั้งสิ้นของตนเพื่อพระองค์ (ลูกา 8:1-3)

เธอติดตามพระเยซูไปแม้ในช่วงเวลาที่พระองค์ทรงถูกตรึงและทรงสิ้นลมหายใจ แม้เธอรู้ว่าการที่เธอไปอยู่ในที่แห่งนั้นเพียงอย่างเดียวก็อาจทำให้เธอเสียชีวิตของตนได้ มารีย์ทำมากกว่าการทดแทนพระคุณที่เธอได้รับ เธอติดตามพระเยซูพร้อมกับอุทิศทุกสิ่งรวมทั้งชีวิตของเธอให้กับพระองค์

มารีย์ชาวมักดาลาซึ่งรักพระเยซูมากเป็นบุคคลแรกที่ได้พบองค์พระผู้เป็นเจ้าหลังจากการคืนพระชนม์ของพระองค์ เธอกลายเป็นสตรีที่ยิ่งใหญ่ที่สุดในประวัติศาสตร์ของมนุษย์เพราะเธอมีจิตใจและการประพฤติที่ดีงามซึ่งสามารถสัมผัสพระทัยของพระเจ้า

นางมารีย์หญิงพรหมจารีได้รับพระพรแห่งการตั้งครรภ์พระเยซู

สตรีผู้มีความงดงามที่สุดในสายพระเนตรของพระเจ้าคนที่สองได้แก่มารีย์หญิงพรหมจารีผู้ซึ่งได้รับพระพรของการตั้งครรภ์พระเยซูพระผู้ช่วยให้รอดของมนุษยชาติ เมื่อประมาณ 2 พันปีที่แล้วพระเยซูเสด็จลงมารับสภาพเป็นมนุษย์เพื่อไถ่มนุษย์ทุกคนให้พ้นจากความบาปของตน เพื่อให้แผนการนี้สำเร็จเป็นจริง พระเจ้าต้องอาศัยส

ตรีที่เหมาะสมในสายพระเนตรของพระองค์และมารีย์หญิงพรหมจารี (ซึ่งขณะนั้นกำลังหมั้นอยู่กับโยเซฟ) จึงได้รับเลือกสรร พระเจ้าทรงอนุญาตให้เธอทราบล่วงหน้าผ่านทางเทพบดีกาเบรียลว่าเธอจะตั้งครรภ์พระเยซูโดยเดชของพระวิญญาณบริสุทธิ์ มารีย์ไม่ยอมให้ความคิดของมนุษย์มีส่วนเกี่ยวข้อง แต่กล่าวออกมาอย่างกล้าหาญว่า "ดูเถิด ข้าพระเจ้าเป็นทาสีของพระเป็นเจ้า ข้าพเจ้าพร้อมที่จะเป็นไปตามคำของท่าน"

ในสมัยนั้นถ้าหญิงพรหมจารีตั้งครรภ์ เธอไม่เพียงแต่จะถูกดูหมิ่นเหยียดหยามในที่สาธารณะเท่านั้น แต่เธอต้องถูกหินขว้างจนตายตามธรรมบัญญัติของโมเสส แต่มารีย์เชื่อมั่นในส่วนลึกแห่งจิตใจของเธอว่าไม่มีสิ่งใดที่เป็นไม่ได้สำหรับพระเจ้าขอให้เป็นไปตามนั้นเถิด เธอมีจิตใจดีงามซึ่งพร้อมที่จะเชื่อฟังพระคำของพระเจ้าแม้การเชื่อฟังดังกล่าวอาจหมายถึงชีวิตของเธอก็ตาม มารีย์จะมีความสุขและรู้สึกขอบพระคุณสักเพียงใดเมื่อเธอตั้งครรภ์พระเยซูครั้งแรกหรือเมื่อเธอเฝ้าดูพระองค์จำเริญขึ้นภายใต้ฤทธิ์อำนาจของพระเจ้า สิ่งที่เกิดขึ้นกับมารีย์ซึ่งเป็นเพียงสิ่งทรงสร้างของพระเจ้าถือเป็นพระพรอันยิ่งใหญ่มากทีเดียว

นั่นคือเหตุผลที่ทำให้เธอมีความสุขเพียงมากแค่เธอมองดูพระเยซู มารีย์รับใช้และรักพระเยซูมากกว่าชีวิตของตนเอง ด้วยเหตุนี้ มารีย์จึงได้รับพระพรอย่างบริบูรณ์จากพระเจ้าและมีสง่าราศีนิรันดร์ต่อจากมารีย์ชาวมักดาลาในท่ามกลางสตรีทั้งหลายในสวรรค์

เอสเธอร์ไม่กลัวสิ่งใดเพื่อน้ำพระทัยของพระเจ้า

เอสเธอร์ (ที่ช่วยประชาชนของเธอให้รอดอย่างกล้าหาญด้วยความเชื่อและความรัก) เป็นสตรีผู้งดงามในสายพระเนตรของพระเจ้าและมีตำแหน่งอันทรงเกียรติในสวรรค์

หลังจากที่กษัตริย์อาหสุเอรัสแห่งอาณาจักรเปอร์เซียทรงถอดถอนตำแหน่งของพระราชินีวัชที เอสเธอร์ก็ได้รับเลือกให้เป็นพระราชินีจากบรรดาสาวงามจำนวนมากแม้เธอจะเป็นชาวยิวก็ตาม เอสเธอ

ร์เป็นที่รักของกษัตริย์และของประชาชนอย่างมากเพราะเธอไม่อวดอ้างตนเองหรือหยิ่งยโส แต่เธอประดับตนเองด้วยความบริสุทธิ์และความสง่างามแม้ว่าเธอเป็นคนที่งดงามอยู่แล้วก็ตาม

ในขณะที่เอสเธอร์อยู่ในตำแหน่งพระราชินี ชาวยิวได้เผชิญกับวิกฤติครั้งใหญ่ ฮามาน (ชาวอากักซึ่งเป็นบุคคลที่ได้รับความโปรดปรานจากกษัตริย์) รู้สึกเดือดดาลที่ชาวยิวคนหนึ่งชื่อโมรเดคัยไม่ยอมก้มกราบหรือแสดงการเคารพให้เกียรติท่าน ดังนั้นฮามานจึงวางแผนปองร้ายชาวยิวทั้งหมดในเปอร์เซียและท่านได้รับอนุญาตจากกษัตริย์เพื่อให้ดำเนินการดังกล่าว

เอสเธอร์อดอาหารเป็นเวลา 3 วันและตัดสินใจเดินทางไปเฝ้ากษัตริย์ (เอสเธอร์ 4:16) ตามกฎหมายของเปอร์เซียในเวลานั้น ถ้าผู้ใดก็ตามเข้าเฝ้ากษัตริย์โดยไม่ได้มีพระราชโองการโปรดเกล้าให้เข้าเฝ้าจากกษัตริย์ ผู้นั้นต้องถูกประหารชีวิตเว้นแต่กษัตริย์จะมอบคทาทองคำของพระองค์ให้กับบุคคลนั้น หลังจากอดอาหารอยู่ 3 วัน เอสเธอร์ตอบสนองต่อการทรงเรียกของพระเจ้าและเดินทางไปเข้าเฝ้ากษัตริย์ด้วยการตัดสินใจของเธอเองว่า "ถ้าฉันพินาศ ฉันก็พินาศ" ด้วยการปกป้องของพระเจ้า ฮามานที่วางแผนปองร้ายชาวยิวจึงถูกสังหาร เอสเธอร์ไม่เพียงแต่ช่วยกู้ประชาชนของเธอให้รอดเท่านั้นแต่เธอยังเป็นที่รักมากยิ่งขึ้นของกษัตริย์ด้วยเช่นกัน

เอสเธอร์ได้รับการยอมรับให้เป็นสตรีผู้งดงามและมีตำแหน่งอันสูงส่งในสวรรค์ด้วยเช่นกันเพราะเธอหนักแน่นในความจริงและมีความกล้าที่จะสละชีวิตของตนถ้าสิ่งนั้นเป็นการทำตามน้ำพระทัยของพระเจ้า

นางรูธผู้มีจิตใจดีงาม

ตอนนี้ขอให้เราเจาะลึกลงไปในชีวิตของนางรูธผู้ซึ่งได้รับการยอมรับว่าเป็นสตรีผู้งดงามคนหนึ่งในสายพระเนตรของพระเจ้าและเป็นบุคคลที่ยิ่งใหญ่ที่สุดคนหนึ่งในสวรรค์ นางรูธมีจิตใจและความประพฤติแบบไหนที่ทำให้เธอเป็นบุคคลที่พระเจ้าทรงพอพระทัยและ

ได้รับพระพร

นางรูธเป็นชาวโมอับที่แต่งงานกับคนอิสราเอลซึ่งย้ายครอบครัวของตนไปอยู่ในโมอับเนื่องจากการกันดารอาหาร แต่ไม่นานสามีของเธอก็เสียชีวิต ผู้ชายทุกคนในครอบครัวนี้เสียชีวิตหมด เธอจึงอาศัยอยู่นางนาโอมีแม่สามีของเธอพร้อมกับนางโอรปาห์พี่สะใภ้ของเธอ เพราะความห่วงใยต่ออนาคตของสะใภ้ทั้งสองคน นางนาโอมีจึงแนะนำให้เขากลับไปยังบ้านเมืองของตน นางโอรปาห์กลับไปด้วยการร้องไห้คร่ำครวญ แต่รูธยังอยู่กับแม่สามีของเธอพร้อมกับกล่าวถ้อยคำที่น่าซาบซึ้งใจว่า

ขอแม่อย่าวิงวอนให้ฉันจากแม่หรือเลิกติดตามแม่ไปเลย เพราะแม่จะไปไหนฉันจะไปด้วยและแม่จะอาศัยอยู่ที่ไหนฉันก็จะอยู่ที่นั่นด้วย ญาติของแม่จะเป็นญาติของฉัน และพระเจ้าของแม่ก็จะเป็นพระเจ้าของฉัน แม่ตายที่ไหนฉันจะตายที่นั่นและจะขอให้ฝังฉันไว้ที่นั่นด้วย ถ้ามีอะไรมาพรากฉันจากแม่นอกจากความตาย ก็ขอพระเจ้าทรงลงโทษฉันและให้หนักยิ่ง

เพราะนางรูธมีจิตใจเช่นนี้เธอจึงไม่เคยคิดถึงประโยชน์ของตนเอง แต่เธอทำตามความดีงามเพียงอย่างเดียวแม้ว่าการกระทำเช่นนั้นอาจเป็นอันตรายต่อเธอก็ตาม นางรูธทำหน้าที่ของเธออย่างสัตย์ซื่อในการปรนนิบัติแม่สามีของเธอด้วยความยินดี

การกระทำของเธอในการปรนนิบัติแม่สามีเป็นสิ่งที่งดงามมากจนผู้คนทั้งหมู่บ้านรู้ถึงความสัตย์ซื่อของนางรูธและรักเธอ ต่อมาด้วยความช่วยเหลือของแม่สามี นางรูธจึงได้แต่งงานกับพ่อม่ายคนหนึ่งชื่อโบอาสซึ่งเป็นผู้ไถ่ถอนญาติพี่น้องของตน เธอให้กำเนิดบุตรชายคนหนึ่งและเธอกลายเป็นคุณยายของกษัตริย์ดาวิด (นางรูธ 4:13-17) ยิ่งกว่านั้น นางรูธได้รับพระพรของการได้อยู่ในวงศ์ตระกูลของพระเยซูแม้เธอเป็นหญิงชาวต่างชาติ (มัทธิว 1:5-6) และเป็นสตรีผู้งดงามที่สุดคนหนึ่งในสวรรค์ต่อจากเอสเธอร์

4. มารีย์ชาวมักดาลาอยู่ใกล้พระที่นั่งของพระเจ้า

อะไรคือเหตุผลที่พระเจ้าทรงอนุญาตให้เราทราบถึงงานเลี้ยงครั้งแรกในนครเยรูซาเล็มใหม่พร้อมทั้งตำแหน่งของบรรดาผู้พยากรณ์และสตรีเหล่านี้ พระเจ้าแห่งความรักไม่เพียงแต่ทรงปรารถนาให้ทุกคนได้รับความรอดและเข้าสู่สวรรค์เท่านั้น แต่พระองค์ทรงต้องการให้ทุกคนมีจิตใจเหมือนพระทัยของพระองค์เพื่อคนเหล่านี้จะได้อยู่ใกล้กับพระที่นั่งของพระเจ้าในนครเยรูซาเล็มใหม่ด้วยเช่นกัน

เพื่อให้ได้รับเกียรติของการอยู่ใกล้กับพระที่นั่งของพระเจ้าในนครเยรูซาเล็มใหม่ เราต้องมีจิตใจเหมือนพระทัยของพระเจ้าซึ่งสุกใสและงดงามเหมือนแก้ว เราต้องมีจิตใจงดงามเหมือนฐานสิบสองฐานของกำแพงนครเยรูซาเล็มใหม่

ดังนั้น นับจากนี้เป็นต้นไป เราจะเจาะลึกลงไปในชีวิตของมารีย์ชาวมักดาลาที่กำลังปรนนิบัติพระเจ้าพระบิดาใกล้กับพระที่นั่งของพระองค์ ในขณะที่ข้าพเจ้ากำลังอธิษฐานเผื่อ "การบรรยายพระกิตติคุณยอห์น" ข้าพเจ้าเริ่มรู้จักชีวิตของนางมารีย์ชาวมักดาลาในรายละเอียดมากขึ้นโดยผ่านการดลใจของพระวิญญาณบริสุทธิ์ พระเจ้าทรงสำแดงให้ข้าพเจ้าเห็นถึงสภาพของครอบครัวที่เธอถือกำเนิดมา วิธีการดำเนินชีวิตของเธอ และชีวิตที่มีความสุขของเธอหลังจากพบกับพระเยซูพระผู้ช่วยให้รอด ข้าพเจ้าหวังว่าท่านจะเลียนแบบจิตใจอันดีงามของผู้หญิงคนนี้ซึ่งพร้อมที่จะรับผิดในทุกสิ่งและพร้อมที่จะสละชีวิตของเธอด้วยความรักที่มีต่อองค์พระผู้เป็นเจ้า ทั้งนี้เพื่อท่านจะได้รับเกียรติของการอยู่ใกล้กับพระที่นั่งของพระเจ้าเช่นเดียวกัน

เธอถือกำเนิดมาในครอบครัวที่ไหว้รูปเคารพ

เธอมีชื่อว่า "มารีย์ชาวมักดาลา" เพราะเธอเกิดในหมู่บ้านแห่งหนึ่งชื่อ "มักดาเลน่า" ซึ่งเต็มไปด้วยการไหว้รูปเคารพ ครอบครัวของเธอกราบไหว้รูปเคารพ ดังนั้นคำแช่งสาปจึงลงมาเห

นือครอบครัวของเธอตลอดหลายชั่วอายุคนเนื่องจากการกราบไหว้รูปเคารพและเธอมีปัญหามากมาย

มารีย์ชาวมักดาลา (ซึ่งถือกำเนิดมาในสภาพฝ่ายวิญญาณที่เลวร้าย) ไม่สามารถกินอาหารได้อย่างถูกสุขลักษณะเนื่องจากโรคกระเพาะอาหารอักเสบ นอกจากนั้นเพราะเธอมีสภาพร่างกายไม่แข็งแรง ร่างกายของมารีย์ชาวมักดาลาจึงอ่อนแอต่อโรคภัยไข้เจ็บทุกชนิด ยิ่งกว่านั้น ประจำเดือนของเธอหมดตั้งแต่เธออายุยังน้อย เธอจึงสูญเสียความสามารถในการทำหน้าที่สำคัญของผู้หญิง นั่นคือสาเหตุที่เธออยู่กับบ้านตลอดเวลาและมองคุณค่าตัวเองต่ำเสมือนหนึ่งเธอไม่มีตัวตน ถึงแม้เธอจะถูกดูหมิ่นและได้รับการปฏิบัติอย่างเย็นชาจากคนในครอบครัวของเธอ แต่เธอไม่เคยบ่นต่อว่าคนเหล่านั้น ตรงกันข้าม เธอเข้าใจและพยายามเป็นกำลังให้กับคนเหล่านั้นด้วยการยอมรับเอาความผิดทั้งหมดมาไว้ที่ตัวเธอ เมื่อเธอรู้ว่าเธอเป็นเพียงภาระให้กับคนในครอบครัวแทนที่จะเป็นกำลังให้กับคนเหล่านั้น เธอจึงไปจากครอบครัวของเธอ การจากไปครั้งนี้ไม่ใช่เพราะความเกลียดชังหรือความขยะแขยงต่อการปฏิบัติอย่างไม่ถูกต้องของคนเหล่านั้น แต่เพราะเธอไม่ต้องการเป็นภาระให้กับครอบครัว

ทำดีที่สุดด้วยการยอมรับเอาความผิดทั้งหมดมาไว้ที่ตัวเอง

ในเวลาเดียวกัน เธอพบกับชายคนหนึ่งและพยายามทำหน้าที่ของเธอในการตอบสนองเขา แต่ชายคนนั้นมีจิตใจที่ชั่วร้าย เขาไม่พยายามสนับสนุนครอบครัวแต่กลับจมปลักอยู่กับการพนัน ชายคนนั้นเรียกร้องให้มารีย์ชาวมักดาลาหาเงินมาให้เขามากยิ่งขึ้น บ่อยครั้งด้วยการตะโกนใส่หน้าและการทุบตีเธอ

มารีย์ชาวมักดาลาเริ่มต้นทำงานเย็บปักถักร้อยในขณะที่เธอกำลังมองหางานที่มั่นคงกว่าเพื่อเป็นแหล่งของรายได้ แต่เพราะเธอเป็นคนที่อ่อนแอตามธรรมชาติและต้องทำงานตลอดทั้งวันจึงทำให้เธออ่อนแรงมากยิ่งขึ้นจนต้องพึ่งพาคนอื่นแม้แต่ในการเคลื่อนย้ายตนเ

อง แม้เธอให้การสนับสนุนชายคนนั้นแต่เขาไม่เคยสำนึกในความดีของเธอนอกจากจะลบหลู่และซ้ำเติมเธอเพียงอย่างเดียว มารีย์ชาวมักดาลาไม่ได้เกลียดชังชายคนแต่เธอกลับรู้สึกเสียใจที่เธอไม่สามารถให้ความช่วยเหลือเขาได้มากกว่าที่เป็นอยู่เนื่องจากร่างกายที่อ่อนแอของเธอและเธอเห็นว่าการที่เขาปฏิบัติไม่ดีต่อเธอเป็นสิ่งที่มีเหตุผล

ในขณะที่เธออยู่ในสถานการณ์ที่สิ้นหวัง ถูกพ่อแม่ พี่น้องและชายที่เธอรักทอดทิ้ง เธอได้ยินข่าวเกี่ยวกับพระเยซูซึ่งทำการอัศจรรย์หลายอย่าง เช่น การทำให้คนตาบอดมองเห็นและคนใบ้พูดได้ เป็นต้น เมื่อมารีย์ชาวมักดาลาได้ยินถึงสิ่งเหล่านี้เธอไม่มีความสงสัยเกี่ยวกับหมายสำคัญและการอัศจรรย์ที่พระเยซูทรงกระทำเพราะเธอมีจิตใจที่ดีงาม ตรงกันข้าม เธอกลับมีความเชื่อว่าความอ่อนแอและโรคภัยไข้เจ็บของเธอจะได้รับการรักษาให้หายเมื่อเธอพบกับพระเยซู

เธอเฝ้าปรารถนาที่จะพบกับพระเยซูด้วยความเชื่อ ในที่สุด เธอได้ยินว่าพระเยซูเสด็จมายังหมู่บ้านของเธอและทรงพำนักอยู่ที่บ้านของฟาริสีคนหนึ่งชื่อซีโมน

เทน้ำหอมด้วยความเชื่อ

มารีย์ชาวมักดาลาดีใจมาก เธอได้ซื้อน้ำหอมด้วยเงินที่สะสมไว้จากการทำงานเย็บปักถักร้อย อารมณ์และความรู้สึกของเธอเมื่อได้พบกับพระเยซูเป็นสิ่งที่ไม่อาจบรรยายได้อย่างครบถ้วน

ผู้คนพยายามยับยั้งไม่ให้เธอเข้าหาพระเยซูเพราะการแต่งตัวที่มอมแมมของเธอ แต่ไม่มีใครสามารถหยุดยั้งความปรารถนาอันแรงกล้าของเธอได้ ท่ามกลางสายตาของผู้คนที่แสดงถึงความไม่พอใจ มารีย์ชาวมักดาลาเข้าไปเฝ้าพระเยซูพร้อมกับหลั่งน้ำตาออกมาอย่างไม่หยุดหย่อนเมื่อเธอมองเห็นพระลักษณะที่อ่อนโยนของพระองค์

เธอไม่กล้ายืนอยู่ต่อหน้าพระพักตร์ของพระเยซู ดังนั้นเธอจึงไปอยู่ด้านหลังพระองค์ เมื่ออยู่ใกล้พระบาทของพระเยซู มารีย์ชาวมัก

ดาลายิ่งร้องไห้มากขึ้นจนน้ำตาของเธอไหลอาบพระบาทของพระองค์ เธอเช็ดพระบาทของพระองค์ด้วยเส้นผมของเธอพร้อมกับทุบเหยือกน้ำหอมเพื่อเทน้ำหอมนั้นลงบนพระบาทพระองค์ เพราะสำหรับเธอพระเยซูทรงมีคุณค่ามาก

เนื่องจากมารีย์ชาวมักดาลามาหาพระเยซูด้วยศรัทธาอันแรงกล้า เธอจึงไม่เพียงแต่ได้รับการยกโทษความบาปเพื่อรับเอาความรอดเท่านั้น แต่เธอยังได้รับการรักษาให้หายจากโรคภายในและโรคผิวหนังภายนอกของเธออย่างอัศจรรย์เช่นกัน อวัยวะทุกส่วนในร่างกายของเธอทำงานเป็นปกติและประจำเดือนของเธอเริ่มกลับมาเหมือนเดิมอีกครั้งหนึ่ง ใบหน้าที่เคยดูหยาบกร้านน่ากลัวเนื่องจากโรคร้ายนานาชนิดบัดนี้ถูกเติมเต็มไว้ด้วยความชื่นชมยินดีและความสุข ร่างกายของเธอที่เคยอ่อนแอกลับกลายเป็นร่างกายที่แข็งแรงสมบูรณ์ เธอค้นพบคุณค่าของความเป็นหญิงอีกครั้งและไม่ถูกครอบงำด้วยอำนาจของความมืดอีกต่อไป

ติดตามพระเยซูไปจนถึงที่สุด

มารีย์ชาวมักดาลามีประสบการณ์กับบางสิ่งที่ทำให้เธอรู้สึกขอบพระคุณมากยิ่งกว่าการรักษาโรคด้วยซ้ำ เธอมีประสบการณ์กับความจริงที่ว่าเธอได้พบบุคคลผู้หนึ่งซึ่งได้มอบความรักอย่างเหลือล้นให้กับเธอซึ่งเธอไม่เคยได้รับจากใครมาก่อน จากเวลานั้นเป็นต้นมา เธอจึงอุทิศเวลาและความรักทั้งสิ้นของเธอให้กับพระเยซูด้วยความชื่นชมยินดีและการสำนึกในพระคุณ เพราะสุขภาพของเธอได้รับการฟื้นฟูขึ้นใหม่ เธอจึงสามารถสนับสนุนพระเยซูทางด้านการเงินด้วยการทำงานเย็บปักถักร้อยหรืองานอย่างอื่นพร้อมกับติดตามพระองค์ด้วยสิ้นสุดใจของเธอ

มารีย์ชาวมักดาลาไม่เพียงแต่ติดตามพระเยซูเมื่อพระองค์ทรงทำหมายสำคัญและการอัศจรรย์และทรงเปลี่ยนชีวิตของผู้คนจำนวนมากด้วยคำสอนที่ทรงอานุภาพของพระองค์เท่านั้น แต่เธอยังอยู่กับพระองค์เมื่อพระเยซูทรงถูกทรมานจากทหารชาวโรมันและเมื่อพร

ะองค์ทรงแบกรับเอากางเขนด้วยเช่นกัน เธออยู่นั่นเมื่อพระเยซูทรงถูกตรึงบนไม้กางเขน แม้การอยู่ที่นั่นของเธออาจทำให้ชีวิตเธอพบกับอันตราย แต่มารีย์ชาวมักดาลาก็ขึ้นไปยังเนินเขาโกละโกธาเพื่อติดตามพระเยซูผู้ทรงแบกกางเขนขึ้นไปบนที่แห่งนั้น

เธอจะรู้สึกอย่างไรเมื่อพระเยซูผู้ที่เธอรักอย่างจริงใจทรงทนทุกข์กับความเจ็บปวดอย่างแสนสาหัสและมีน้ำและพระโลหิตไหลออกมาจากพระองค์

พระองค์เจ้าข้า ข้าพระองค์จะทำสิ่งใด
ข้าพระองค์จะทำสิ่งใด
พระองค์เจ้าข้า ข้าพระองค์จะอยู่ได้อย่างไร
ข้าพระองค์จะอยู่โดยปราศจากพระองค์ได้อย่างไร
พระองค์เจ้าข้า

ถ้าข้าพระองค์สามารถหลั่งเลือด
ที่พระองค์ทรงหลั่ง
ถ้าข้าพระองค์สามารถรับความเจ็บปวด
ที่พระองค์กำลังได้รับ

พระองค์เจ้าข้า
ข้าพระองค์อยู่ไม่ได้ถ้าปราศจากพระองค์
ข้าพระองค์อยู่ไม่ได้
เว้นแต่ข้าพระองค์จะได้อยู่กับพระองค์

มารีย์ชาวมักดาลาไม่เคยละสายตาของเธอไปจากพระเยซูจนกระทั่งลมหายใจสุดท้ายของพระองค์และเธอพยายามจารึกดวงตาอันแวววาวและพระพักตร์ของพระองค์ไว้ในส่วนลึกแห่งจิตใจของเธอ ยิ่งกว่านั้น เธอเฝ้ามองดูพระเยซูจนกระทั่งลมหายใจสุดท้ายของพระองค์และติดตามโยเซฟชาวบ้านอาริมาเธียผู้ซึ่งนำพระศพของพระองค์ไปฝังไว้ในอุโมงค์

เป็นพยานถึงการเป็นขึ้นมาขององค์พระผู้เป็นเจ้าตอนเช้าตรู่

มารีย์ชาวมักดาลารอให้วันสะบาโตผ่านพ้นไปและในตอนเช้าตรู่วันแรกหลังจากวันสะบาโต เดินทางไปยังอุโมงค์ฝังศพเพื่อนำน้ำหอมมาเทลงบนพระศพของพระเยซู แต่เธอไม่พบพระศพของพระองค์ เธอโศกเศร้าเสียใจมากและนั่งร้องไห้อยู่ที่นั่น ต่อมาองค์พระเป็นเจ้าผู้เป็นขึ้นมาทรงปรากฏพระองค์เองกับเธอ มารีย์ชาวมักดาลาได้รับเกียรติของการพบกับองค์พระผู้เป็นเจ้าที่เป็นขึ้นมาก่อนทุกคน

แม้หลังจากพระเยซูทรงสิ้นพระชนม์บนไม้กางเขน แต่เธอก็ยังไม่เชื่อในความจริงข้อนี้ พระเยซูทรงเป็นทุกสิ่งทุกอย่างของเธอและเธอรักพระองค์มาก เธอจะมีความสุขมากสักเพียงใดเมื่อเธอได้พบกับองค์พระผู้เป็นเจ้าที่ทรงเป็นขึ้นมาในสถานการณ์ที่เลวร้ายเช่นนั้น เธอไม่อาจหยุดหลั่งน้ำตาของเธอได้เนื่องจากความโศกเศร้าเสียใจอย่างมากของเธอ ครั้งแรกเธอจำองค์พระผู้เป็นเจ้าไม่ได้ แต่เมื่อพระองค์ตรัสกับเธอด้วยพระสุรเสียงที่อ่อนโยนว่า “มารีย์เอ๋ย” เธอจึงจดจำพระองค์ได้ ในยอห์น 20:17 องค์พระผู้เป็นเจ้าที่เป็นขึ้นมาตรัสกับเธอว่า “อย่าหน่วงเหนี่ยวเราไว้เพราะเรายังมิได้ขึ้นไปหาพระบิดาของเรา แต่จงไปหาพวกพี่น้องของเราและบอกเขาว่าเราจะขึ้นไปหาพระบิดาของเราและพระบิดาของท่านทั้งหลาย ไปหาพระเจ้าของเราและพระเจ้าของท่านทั้งหาย” เพราะองค์พระผู้เป็นเจ้าทรงรักมารีย์ชาวมักดาลามาก พระองค์จึงทรงสำแดงพระองค์ให้ปรากฏแก่เธอก่อนที่พระองค์จะเสด็จไปพบกับพระบิดาหลังจากการเป็นขึ้นมาจากความตาย

การแจ้งข่าวการเป็นขึ้นมาของพระเยซู

ลองคิดดูซิว่ามารีย์จะยินดีมากเพียงใดเมื่อเธอได้พบกับองค์พระผู้เป็นเจ้าที่เป็นขึ้นมาซึ่งเป็นผู้ที่เธอรักมาก เธอบอกว่าเธอต้องการอยู่กับองค์พระผู้เป็นเจ้าตลอดไป องค์พระผู้เป็นเจ้าทรงทราบจิตใจของเธอ แต่ทรงอธิบายให้เธอทราบว่าเธอไม่อาจอยู่กับพระองค์ได้ใน

ชั่วเวลาหนึ่งและทรงมอบหมายภารกิจให้กับเธอ เธอต้องไปแจ้งข่าวเกี่ยวกับการเป็นขึ้นมาของพระองค์ให้กับเหล่าสาวกทราบเพราะคนเหล่านั้นต้องรับการปรับเปลี่ยนความคิดใหม่และรับการเล้าโลมหลังจากเกิดอาการช็อกในเรื่องการตรึงบนกางเขนของพระเยซู

ในยอห์น 20:18 กล่าวว่า "มารีย์ชาวมักดาลาจึงไปบอกพวกสาวกว่า 'ข้าพเจ้าได้เห็นองค์พระผู้เป็นเจ้าแล้ว' และเธอได้บอกเขาทั้งหลายว่าพระองค์ได้ตรัสคำเหล่านั้นกับเธอ" ข้อเท็จจริงที่ว่ามารีย์ชาวมักดาลาเป็นพยานถึงการเป็นขึ้นมาขององค์พระผู้เป็นเจ้าก่อนคนอื่นและเป็นผู้แจ้งข่าวดังกล่าวแก่เหล่าสาวกไม่ใช่เรื่องบังเอิญ เรื่องนี้เป็นผลของการอุทิศตนและการรับใช้องค์พระผู้เป็นเจ้าด้วยความรักอย่างจริงใจของเธอที่มีต่อพระองค์

ถ้าสมมุติว่าปีลาตจะเรียกร้องให้ใครบางคนยอมถูกตรึงแทนพระเยซู เธอคงเป็นบุคคลแรกที่จะก้าวออกมาพร้อมกับตอบว่า "ดิฉันขออาสา" มารีย์ชาวมักดาลารักพระเยซูมากกว่าชีวิตของเธอเองและรับใช้พระองค์ด้วยการอุทิศตนอย่างสมบูรณ์

เกียรติยศแห่งการรับใช้พระเจ้าพระบิดา

พระเจ้าทรงพอพระทัยกับมารีย์ชาวมักดาลาเพราะเธอมีความดีงามในจิตใจและมีความรักฝ่ายวิญญาณ มารีย์ชาวมักดาลารักพระเยซูด้วยความรักแท้ที่ไม่เปลี่ยนแปลงนับตั้งแต่เธอได้พบกับพระองค์ พระเจ้าพระบิดา (ผู้ทรงยอมรับจิตใจที่ดีงามของเธอ) ทรงต้องการให้เธออยู่ใกล้กับพระองค์และทรงได้กลิ่นหอมแห่งจิตใจของเธอ ดังนั้น เมื่อถึงเวลา พระเจ้าจึงทรงอนุญาตให้มารีย์ชาวมักดาลาไปถึงสง่าราศีของการรับใช้พระองค์แม้กระทั่งการได้สัมผัสกับพระที่นั่งของพระเจ้า

สิ่งที่พระเจ้าพระบิดาทรงต้องการมากที่สุดคือการมีบุตรที่แท้จริงซึ่งพระองค์สามารถแบ่งปันความรักที่แท้จริงของพระองค์ให้ตลอดไป นั่นคือเหตุผลที่พระเจ้าทรงวางแผนการสร้างและการฝึกร่อนมนุษย์ สำแดงพระองค์ในฐานะองค์ตรีเอกานุภาพ และทรงรอคอยพ

ร้อมทั้งทรงอดกลั้นต่อมนุษย์บนโลกนี้มาเป็นเวลานาน

บัดนี้ เมื่อการจัดเตรียมที่อยู่อาศัยในสวรรค์เสร็จสิ้นแล้ว องค์พระผู้เป็นเจ้าจะปรากฏพระองค์ในฟ้าอากาศ และจะทรงจัดงานเลี้ยงสมรสพร้อมกับเจ้าสาวของพระองค์ จากนั้น พระองค์จะทรงอนุญาตให้คนเหล่านี้ครอบครองร่วมกับพระองค์เป็นเวลาหนึ่งพันปีและจะทรงนำคนเหล่านี้เข้าสู่ที่อยู่อาศัยในสวรรค์ เราจะอาศัยอยู่กับพระเจ้าตรีเอกานุภาพด้วยความสุขและความชื่นชมยินดีมากที่สุดตลอดไปในสวรรค์ซึ่งสุกใส บริสุทธิ์ และงดงามเหมือนแก้วพร้อมทั้งเต็มล้นด้วยพระสิริของพระเจ้า ผู้คนที่เข้าไปสู่นครเยรูซาเล็มใหม่จะมีความสุขสักเพียงใดเนื่องจากคนเหล่านี้จะได้พบกับพระเจ้าหน้าต่อหน้าและอยู่กับพระองค์ชั่วนิรันดร์

เมื่อสองพันปีที่แล้วพระเยซูตรัสถามว่า “แต่เมื่อบุตรมนุษย์มาท่านจะพบความเชื่อในแผ่นดินโลกหรือ” (ลูกา 18:8) เป็นการยากที่จะพบความเชื่อที่แท้จริงในปัจจุบัน

อัครทูตเปาโล (ซึ่งเป็นผู้นำในพันธกิจการประกาศพระกิตติคุณกับคนต่างชาติ) เขียนจดหมายสั้น ๆ ฉบับหนึ่งถึงทิโมธี (บุตรฝ่ายวิญญาณของท่าน) ก่อนการเสียชีวิตของท่านซึ่งขณะนั้นทิโมธีกำลังประสบกับปัญหาของการแตกแยกอันเนื่องมาจากผู้สอนเทียมเท็จและทนทุกข์กับการข่มเหงคริสเตียน

ข้าพเจ้ากำชับท่านต่อพระพักตร์พระเจ้าและพระเยซูคริสต์ผู้จะทรงพิพากษาคนเป็นและคนตายโดยอ้างถึงการที่พระองค์จะเสด็จมาปรากฏและแผ่นดินของพระเจ้าว่าให้ประกาศพระวจนะให้ขะมักเขม้นที่จะทำการทั้งในขณะที่มีโอกาสและไม่มีโอกาสให้ชักชวนด้วยเหตุผล เตือนสติและตักเตือนให้อดทนอยู่เสมอในการสั่งสอน เพราะจะถึงเวลาที่คนจะทนต่อคำสอนที่มีหลักไม่ได้ แต่เขาจะรวบรวมครูไว้ให้สอนในสิ่งที่เขาชอบฟังเพื่อบรรเทาความอยาก เขาจะเลิกฟังความจริงและจะหันไปฟังเรื่องนิยายต่าง ๆ แต่ทานจึงหนักแน่นมั่นคง จงอดทนต่อความทุกข์ยากลำบาก จงทำหน้าที่ของผู้ประกาศข่าวประเสริฐและจงกระทำพันธบริก

ารของท่านสำเร็จ เพราะว่าข้าพเจ้ากำลังจะตกเป็นเครื่องบูชาอยู่แล้ว ถึงเวลาที่ข้าพเจ้าจะจากไป ข้าพเจ้าได้ต่อสู้อย่างเต็มกำลัง ข้าพเจ้าได้แข่งขันจนถึงที่สุด ข้าพเจ้าได้รักษาความเชื่อไว้แล้ว ต่อแต่นี้ไปมงกุฎแห่งความชอบธรรมก็จะเป็นของข้าพเจ้าซึ่งองค์พระผู้เป็นเจ้าผู้พิพากษาอันชอบธรรมจะประทานเป็นรางวัลแก่ข้าพเจ้าในวันนั้น และมิใช่แก่ข้าพเจ้าผู้เดียวเท่านั้น แต่จะประทานแก่คนทั้งปวงที่ยินดีในการเสด็จมาของพระองค์ (2 ทิโมธี 4:1-8)

ถ้าท่านมีความหวังใจเกี่ยวกับสวรรค์และยินดีในการเสด็จมาของงองค์พระผู้เป็นเจ้า ท่านต้องพยายามดำเนินชีวิตตามพระคำของพระเจ้าและต่อสู้อย่างเต็มกำลัง อัครทูตเปาโลชื่นชมยินดีอยู่เสมอแม้ท่านทนทุกข์อย่างมากต่อการเผยแพร่ข่าวประเสริฐ

ด้วยเหตุนี้ เราต้องชำระจิตใจของเราให้บริสุทธิ์และทำหน้าที่ของเรามากกว่าที่คาดเอาไว้ด้วยเช่นกันเพื่อทำให้พระเจ้าทรงพอพระทัยเพื่อท่านจะสามารถมีส่วนในความรักที่แท้จริงของพระองค์และอยู่ใกล้กับพระที่นั่งของพระองค์ตลอดไป

“องค์พระผู้เป็นเจ้าของข้า
ผู้ที่จะเสด็จมาด้วยเมฆแห่งสง่าราศี
ข้าพระองค์เฝ้ารอคอยวันเวลา
ที่พระองค์จะทรงอุ้มชูข้าพระองค์
ณ พระที่นั่งอันรุ่งเรืองของพระองค์
เราจะแบ่งปันความรักร่วมกันตลอดไป
ซึ่งเราไม่อาจทำได้บนโลกนี้
และจดจำอดีตที่ผ่านมาด้วยกัน
โอ้ ข้าพระองค์จะไปสู่แผ่นดินสวรรค์
ด้วยการเต้นรำ
เมื่อองค์พระผู้เป็นเจ้าทรงเรียกข้า
โอ้ แผ่นดินสวรรค์”

www.ingramcontent.com/pod-product-compliance
Lightning Source LLC
LaVergne TN
LVHW021811060526
838201LV00058B/3324
* 9 7 9 1 1 2 6 3 1 3 5 9 4 *